D1772343

முன்பின் தெரியாத ஒருவனின் வாழ்க்கை

முன்பின் தெரியாத ஒருவனின் வாழ்க்கை

எஸ்.ஆர். கிருஷ்ணமூர்த்தி (பி. 1942)
மொழிபெயர்ப்பாளர்

புதுவைப் பல்கலைக்கழக முன்னாள் ஃபிரெஞ்சுத் துறைத் தலைவர், வாழ்வியல் புலத் தலைவர், பல்கலைக்கழக மானியக் குழுவின் தகைசால் அறிஞர். ஃபிரெஞ்சு அரசின் ஷெவாலியே, ஒஃபீசியே, கொமாந்தர் ஆகிய விருதுகளையும் ரொமேன் ரொலான் விருதையும் பெற்றவர். ஃபிரெஞ்சு, ஆங்கிலம், தமிழ் ஆகிய மொழிகளில் பல மொழிபெயர்ப்புகள் செய்திருக்கிறார்.

ஆந்திரேயி மக்கீன்

முன்பின் தெரியாத ஒருவனின் வாழ்க்கை

ஃபிரெஞ்சிலிருந்து தமிழில்
எஸ்.ஆர். கிருஷ்ணமூர்த்தி

காலச்சுவடு பதிப்பகம்

அன்பார்ந்த வாசகருக்கு,

வணக்கம்.

காலச்சுவடு நூலை வாங்கியமைக்கு நன்றி.

நூலின் உள்ளடக்கம், உருவாக்கம், அட்டைப்படம் இன்ன பிற அம்சங்கள் பற்றிய உங்கள் கருத்துகளையும் ஆலோசனைகளையும் காலச்சுவடு வரவேற்கிறது. தகவல், எழுத்து, வாக்கியப் பிழைகள் தென்பட்டால் கட்டாயம் தெரிவித்து உதவுங்கள். நூல் தயாரிப்பில் கடும் குறைபாடு இருப்பின் மாற்றுப் பிரதி உங்களுக்குக் கிடைக்கக் காலச்சுவடு ஏற்பாடு செய்யும்.

மின்னஞ்சல்: **publisher@kalachuvadu.com**

காலச்சுவடு நாகர்கோவில் தலைமையகத்துக்கும் கடிதம் அனுப்பலாம்.

தங்கள்
எஸ்.ஆர். சுந்தரம் (கண்ணன்)
பதிப்பாளர் — நிர்வாக இயக்குநர்

PAP TAGORE
www.bibliofrance.in

The work is published with the support of the Publication Assistance Programmes of the Institut Français.

LA VIE D'UN HOMME INCONNU by Andreï Makine

Copyright © Éditions du Seuil, 2009

முன்பின் தெரியாத ஒருவனின் வாழ்க்கை ❖ நாவல் ❖ ஆசிரியர்: ஆந்திரேயி மக்கீன் ❖ ஃபிரெஞ்சிலிருந்து தமிழில்: எஸ்.ஆர். கிருஷ்ணமூர்த்தி ❖ முதல் (குறும்) பதிப்பு: டிசம்பர் 2017, திருத்தப்பட்ட மூன்றாம் (குறும்) பதிப்பு: டிசம்பர் 2022 ❖ வெளியீடு: காலச்சுவடு பப்ளிகேஷன்ஸ் (பி) லிட்., 669, கே.பி. சாலை, நாகர்கோவில் 629001

munpin teriyaata oruvanin vaazkkai ❖ Novel ❖ Author: Andreï Makine ❖ Translated from the French by S.R. Kichenamourty ❖ Language: Tamil ❖ First (Short) Edition: December 2017, Revised Third (Short) Edition: December 2022 ❖ Size: Royal ❖ Paper: 18.6 kg maplitho ❖ Pages: 200

Published by Kalachuvadu Publications Pvt. Ltd., 669, K.P. Road, Nagercoil 629001, India ❖ Phone: 91-4652-278525 ❖ e-mail: publications @kalachuvadu.com ❖ Printed at Clicto Print, Jaleel Towers, 42 KB Dasan Road, Teynampet Chennai 600018

ISBN: 978-93-86820-43-3

12/2022/S.No. 823, kcp 4153, 18.6 (3) uss

மொழிபெயர்ப்பாளர் உரை

இக்கதையில் வரும் சம்பவங்கள் பிரான்சிலும் ரஷ்யாவிலும் நிகழ்கின்றன.

கதைசொல்லியாக வரும் ஷுட்டோவ் பிரான்சில் புலம் பெயர்ந்த ரஷ்ய நாட்டவன். முப்பது ஆண்டுகளுக்குமேல் பிரான்சிலேயே தங்கி, ஃபிரெஞ்சு எழுத்தாளனாகப் பிழைப்பு நடத்திக்கொண்டிருக்கிறான். ஃபிரெஞ்சுக்காரி ஒருத்தியுடனான காதலில் ஏற்பட்ட தோல்வியால் மீண்டும் ரஷ்யா சென்று இளவயதில் தான் காதலித்த ஒரு ரஷ்யப் பெண்ணைத் தேடுகிறான். ஆனால் அவளுக்கு ஏற்கெனவே திருமணமாகி விட்டதை அறிந்து மனமுடைந்து நிற்கும்போது வோல்ஸ்கி என்ற முதியவரைச் சந்திக்க நேரிடுகிறது.

அம்முதியவர் ரஷ்ய வரலாற்றின் முக்கிய நிகழ்வு களிலெல்லாம் பங்கேற்றவர். அவர் மூலமாக, இரண்டாம் உலகப்போர் சமயத்தில் லெனின்கிராட் முற்றுகை, முற்றுகை தளர்ந்தபின் ஸ்டாலின் ஆட்சி, அதற்குப் பின் நடந்த மனித உரிமை மீறல்கள், சோவியத் யூனியன் பிளவுபட்டபின் ஏற்பட்ட பொருளாதார–பண்பாட்டு மாற்றங்கள் அனைத்தும் தெளிவாகத் தெரிய வருகின்றன. அவருடைய காதல் அனுபவமும் போர் அனுபவங்களும் ஷுட்டோவுக்கு வாழ்க்கையைப் பற்றிய ஒரு புதிய பரிமாணத்தைக் கற்பிக்கின்றன. அதில் மனித நேயமே முக்கிய இடம்பெறுகின்றது.

நூலாசிரியர் ஃபிரெஞ்சு மொழியில் எழுதினாலும் சில ரஷ்ய சொற்களைப் பயன்படுத்தியிருக்கிறார். அவற்றைத் தமிழிலும் அப்படியே தந்திருக்கிறோம்.

புதுச்சேரி **எஸ்.ஆர். கிருஷ்ணமூர்த்தி**

அக்டோபர் *2, 2017*

I

ஒரு நாள் மாலை நேரம். இருவரும் மலைச் சரிவொன்றில் பனிச்சறுக்கு விளையாடிக் கொண்டிருந்தார்கள். சாட்டையால் அடிப்பதுபோல் குளிர் காற்று அவர்கள் முகத்தில் வீசிக்கொண்டிருந்தது. உறைந்த பனித் துகள்கள் காற்றில் கலந்து அவர்கள் கண்களை மறைத்தன. இறங்கும் வேகம் உச்சத்தை அடைந்தபோது, அவள் பின்னாலிருந்த அவ்விளைஞன் அவள் காதில் 'நான் உன்னைக் காதலிக்கிறேன், நதேன்கா', என்றான். அவன் சொன்னது காற்றிலும், சறுக்குக் கட்டைகளின் ஒலியிலும் கலந்து வந்ததால், அவளுக்குச் சரியாகக் கேட்கவில்லை. அது ஒரு வாக்குமூலமா? அல்லது சூறைக்காற்றின் ஒலியா? மூச்சிரைக்க, மனம் படபடக்க, அவர்கள் ஒரு மேட்டுப் பகுதியில் ஏறி மீண்டும் இறங்க ஆரம்பித்தார்கள். அவன் குரல் மீண்டும் ஒரு முறை மென்மையாக ஒலித்து அவன் காதலைச் சொல்லியது. ஆனால் பனிப்புயல் அவன் சொன்னதை அடித்துச் சென்று விட்டது. 'நான் உன்னைக் காதலிக்கிறேன், நதேன்கா'. ரஷ்ய எழுத்தாளர் செக்காவ் இப்படி ஒரு கதையில் எழுதுகிறார்.

'செக்காவுக்குப் பிரச்சினை இல்லை! அவர் வாழ்ந்த காலத்தில் இப்படியெல்லாம் எழுத முடிந்தது.'

ஷுட்டோவ் இந்தக் காட்சியைக் கண்முன் கொண்டு வந்து பார்க்கிறான். கிறங்கவைக்கும் குளிர், எளிதில் மருளும் இரண்டு காதலர்கள்... இன்று வேண்டுமானால், அவர்கள் காதல் உணர்வைக் கிண்டல் செய்யலாம். இதெல்லாம் அந்தக் காலம் என்று ஏளனமாகச் சொல்லலாம். இருந்தாலும் அது மனதைத் தொடுகிறது! ஷுட்டோவ் அதனை எழுத்தாள னாகப் பார்க்கிறான். அதில் செக்காவின் முத்திரை இருக்கிறது. மற்றவர்களெல்லாம் அதனை ஒரு சாதாரண காதல் கதையாக மாற்றிவிடுவார்கள். ஆனால், செக்காவ் 'நான் உன்னைக் காதலிக்கிறேன், நதேன்கா' என்பதைக் காவியமாக்குகிறார்.

அன்றைய தினம் பனிக்காற்றிற்கு நடுவே 'நான் உன்னைக் காதலிக்கிறேன், நதேன்கா' என்றது சரியானதுதான்.

ஷுட்டோவ் மனதில் திடீரென ஒரு கசப்புணர்ச்சி. செக்காவ் கதைமீது தனக்கிருந்த ஆர்வம் பொய்யாக இருக்குமோ என்ற சந்தேகம் எழுந்தது. 'வயிற்றுக்குள் ஒரு பாட்டில் விஸ்கி இறங்கியதால்தான் இந்த ஆர்வம் ஏற்பட்டது

போலும்,' என்று சொல்லிக்கொண்டே எதிரிலிருந்த கோப்பையை நிரப்புகிறான். அவன் அடுக்குமாடிக் குடியிருப்பிலிருந்து கிளம்பிப் போய் விடப்போகும் ஒரு பெண்ணின் நினைவோடு வசிக்கப் போகிறான். அந்த இளம்பெண் லெயா நாளைக்கு வந்து எடுத்துப் போகவிருந்த தன்னுடைய பொருட்களையெல்லாம் கதவுக்கருகே அட்டைப் பெட்டிகளில் குவித்து வைத்திருந்தாள். அவையெல்லாம் காதல் மேல் வைத்திருந்த நம்பிக்கை மீது கட்டப்பட்ட கல்லறை.

கடந்த சில மாதங்களாக அவனைத் துரத்திக்கொண்டு வந்த சோகம் அவனைக் கவ்விவிடுமோ என்ற பயத்தில், உடல் சிலிர்க்கிறான். தனிமை? பழகிப்போன வார்த்தை! பாரிஸ் தனிமையில் தவிப்பவர்களின் நகரம்... 1920களில் அமெரிக்க எழுத்தாளர் ஹெமிங்வே அங்குத்தான் படாடோபமான வாழ்க்கை நடத்தினார் – தனிமையில்! ஆனால் எல்லோரும் ஹெமிங்வே ஆகிவிடமுடியாது. செக்காவ் கையாளும் உத்தி எடுபடக் கூடியதாக இருக்கிறது. அவர் கதையில் காலம் காலமாக நிகழும் காதல் இடம்பெறுகின்றது: இரண்டு காதலர்கள் பிரிகின்றார்கள். அவரவர் பாட்டுக்கு வசதி பெற்று, திருமணமாகி, பிள்ளைகள் பெற்றுக் கொண்டனர். இருபது ஆண்டுகளுக்குப் பின்னர் அவர்கள் முதலில் சந்தித்த அதே பூங்காவில் சந்திக்கின்றார்கள். சிரித்துக்கொண்டே இருவரும் ஒரே சறுக்குக் கட்டையில் ஏறுகின்றார்கள். மீண்டும் அதே கதைதான்: பனிக்காற்று வீசுகின்றது. திருப்பங்களில் திகைப்பும், திகிலும் ஏற்படும்போது ஒரு சிலிர்ப்பு, மற்ற சறுக்குக் கட்டைகளின் கிரீச்சிடும் சத்தம்... ஓட்டத்தின் நடுவே பெண்ணின் காதில் 'நான் உன்னைக் காதலிக்கிறேன், நதேன்கா' என்ற முணுமுணுப்பு. அந்த முணுமுணுப்பு எப்போதோ முடிந்துபோன இளமையின் இரகசியமான இசை.

ஆம். மிக எளிமையானது, இருந்தாலும் சரியானது. பொருள் பொதிந்தது! அக்காலத்தில் இதுபோலெல்லாம் எழுத முடிந்தது. ஃபிராய்டு, பின் நவீனத்துவம், பாலுணர்வு – இப்படி எதுவும் இல்லாமல் எழுத முடிந்தது. பிறர் என்ன சொல்வார்கள் என்று கவலைப் படாமல் எழுதமுடிந்தது. தொலைக்காட்சியில் அளவுக்கதிகமாக அலங்கரித்துக் கொண்டு நேர்காணல் நிகழ்த்தவரும் செய்தியாளர் எவரையும் கண்டு கொள்ளாமல் எழுத முடிந்தது. அப்படி எழுதியது இன்றும் நிலைத்திருக்கிறது. ஆனால் இக்காலத்திலோ வேறு விதமாக எழுத வேண்டி இருக்கிறது.

ஷுட்டோவ் தள்ளாடிக்கொண்டே எழுந்து லெயா விட்டுச் சென்ற பொருட்களின் மீது சாய்கிறான். ஏதோ ஒரு கதைப் புத்தகத்தை எடுத்து அதில் ஏதோ ஒரு பக்கத்தைத் திறந்து படிக்கும்போது எரிச்சல் வருகிறது, சிரிப்பும் வருகிறது: '...இதன் பக்கங்களில் காதல் மணம் வீசவில்லை. எச்சிலின் நாற்றம்தான் வீசுகிறது. அந்த எச்சிலில் ஆயிரமாயிரம் கிருமிகள் காதலியின் வாயிலிருந்து காதலனுக்கும், காதலனிடமிருந்து அவன் மனைவிக்கும், அவன் மனைவியிடமிருந்து அவள் குழந்தைக்கும், குழந்தையிடமிருந்து அதன் அத்தைக்கும், உணவகமொன்றில் வேலை செய்யும் அந்த அத்தையின் எச்சில் பட்ட சூப்பைச் சாப்பிட்ட வாடிக்கை யாளனுக்கும், வாடிக்கையாளனிடமிருந்து அவன் மனைவிக்கும், அவன்

மனைவியிடமிருந்து அவள் காதலனுக்கும், இப்படியாக இன்னும் ஏராளமான உதடுகளுக்கும் செல்லும். அதனால் நாம் ஒவ்வொருவரும் எச்சில் கலந்த கலவையில் திளைத்து ஒட்டு மொத்தமாக ஈரமாகிப்போன எச்சில் சமூகமாக மாறிவிடுகின்றோம்.'

அருவருப்பு... அதுவே ஒரு கோட்பாடாகிவிட்டது. அதனைத்தான் லெயா தெய்வமாகக் கொண்டாடும் ஓர் எழுத்தாளன் படைத்திருக்கிறான். ஆனால் ஷாட்டோவின் பார்வையில் அவன் கர்வம் பிடித்தவன். செக்கா வுக்கு அருகில்கூட நெருங்க முடியாது. இப்போதெல்லாம் கதாநாயகன் என்றால் பதற்றம் கொண்டவனாகவும், தன்னுடைய வேதனையை வெளிச்சம் போட்டுக் காட்ட விரும்பும் ஒரு வீணனாகவும் இருக்க வேண்டும். அவனுடைய வேதனைக்குக் காரணம், அவனுக்கு அவன் அன்னை போட்ட கடிவாளம். அது அவன் காதலியோடு படுக்கும்போதும் அவனைக் கட்டுப்படுத்துகிறது. இப்படித்தான் லெயா போற்றிப் புகழும் எழுத்தாளன் பேசுகிறான்.

'என்னுடைய அம்மாவை எனக்குத் தெரிந்திருந்தால், அவரைப் பற்றி என்னுடைய நூல்களில் பேசுவேன்,' என்று நினைக்கிறான் ஷாட்டோவ். அவ்வெண்ணம் அவனுடைய மனதில் பழைய நினைவு ஒன்றைக் கொண்டு வருகின்றது. ஒரு நாள் குழந்தையொன்று ஒரு கதவு மூடுவதைப் பார்க்கிறது. யார் வெளியேறியது என்று அதற்குத் தெரியவில்லை. ஆனால் வெளியேறிய நபர் தனக்கு மிகவும் பிடித்தமான ஒருவர் என்று மட்டுமே பேசக் கற்றுக்கொள்ளாத அந்தக் குழந்தையால் யூகிக்க முடிந்தது.

கண்ணாடி வழியே, மே மாத இரவின் வினோதமான காட்சிகள் மெனில்மோந்தான் சரிவில் தெரிகின்றன. சந்திரன் ஒளியில் பளபளக்கும் அந்தக் கூரைகளைப் பற்றி லெயாவிடம் பேச எத்தனையோ தடவை முயன்றிருக்கிறான்! அதேபோலத்தான், அந்தப் பனிப் பாறைகளைப் பற்றியும்! பனியின் பால் வெண்மையை கவித்துவத்துடன் வெளியிட முடியவில்லையே என்று அவன் தவித்ததும் உண்டு. 'சந்திரனால் அக்கூரைகள் வெள்ளையடிக்கப் பட்டனவா?' இல்லை. திருப்தியாக இல்லை. மேலும், உவமைகளை ஏன் தேடிக்கொண்டிருக்க வேண்டும்? லெயா. போய்விட்டாள். அவள் 'புறாக்கூடு' என்றழைத்த அவ்வீட்டை இனிமேல் வீட்டுத்தரகர்கள் 'வினோதமாக வடிவமைப்பட்ட வீடு' என்று தெளிவற்ற வகையில் விமர்சிப்பார்கள். ஷாட்டோவின் முகம் ஒரு நிமிடம் அஷ்டகோணமாக மாறியது. 'நிச்சயமாக என்னையும் வினோதமானவன்,' என்றுதான் சொல்லுவார்கள்.

என்ன நடந்தாலும்... மகள் வயதுடைய பெண்ணொருத்தியால் கைவிடப் பட்டவன் என்றுதான் அவனைக் குறிப்பிடுவார்கள். இதை வைத்து ஃபிரெஞ்சு பாணியில் ஒரு சின்ன நாவல் எழுதலாம். நூறு பக்கம் பாரீஸ் நகர காமக் களியாட்டங்கள், பின்னர் வரும் மனச்சோர்வு. ஒரு காதல் கதையின் மதிப்பு இவ்வளவுதான்.

லெயா விட்டுச் சென்ற பொருட்களின் மீது கவிழ்ந்து படுத்திருந்தான். 'வாழ்க்கையில் தோல்வியடைந்தவன் என்று உன்னைச் சொல்ல முடியாது,'

என்று ஒரு நாள் சொன்னாள். 'புலம்பித் தவிப்பவன் என்றுகூடச் சொல்ல முடியாது. சிந்தனையாளர் சியோரான்* போன்ற கிழக்கு ஐரோப்பியர் பட்டியலிலும் உன்னைச் சேர்க்க முடியாது. உனக்கு அதிர்ஷ்டம் இல்லை. அவ்வளவுதான். அதாவது… (அவள் வார்த்தையைத் தேடினாள். அவனுக்கோ நன்றி கலந்த மகிழ்ச்சி: அவள் தன்னைப் புரிந்துகொண்டாள் என்பது போதும். தான் தோல்வியையே தொழிலாகக் கொண்டவனல்ல என்பது அவளுக்குப் புரிந்து விட்டது!) –'ஆம், நீ இன்னும் வெடிக்காத வெடிகுண்டு. அபார ஆற்றல் உனக்குள் அடங்கி இருக்கிறது. நீ வெடித்துக் கிளம்பும்போதுதான் எல்லோருக்கும் தெரியும்.'

அவன் வாழ்க்கையில் இதுவரை யாரும் இதுபோல் சொன்னதில்லை. வயது ஐம்பதாகிறது. நிறையப் படித்திருக்கிறான். ஆய்வு செய்திருக்கிறான். பஞ்சத்தைப் பார்த்திருக்கிறான். அவ்வப்போது கொஞ்சம் வெற்றியையும் பார்த்திருக்கிறான். போர்க்களம் சென்று, மரணத்தோடு உறவாடியிருக்கிறான். அப்படி இருக்கையில், பலர் அவனைப் பார்த்து வாழ்க்கையில் தோற்றுப் போனவன் என்று சொல்லியதுண்டு. ஆயினும், ஓர் இளம் ஃபிரெஞ்சுக்காரப் பெண் அவனைப் பார்த்து 'நீ வெடித்துக் கிளம்பும் போதுதான் எல்லோருக்கும் தெரியும்' என்று சொல்லி இருக்கிறாள்… இதுதான் பொதுவாக அனைத்து கலைஞர்களின் கதியும். அந்தப் பெண் மிகப் பெரிய அறிவாளி. 'என் அன்புக்குரிய லெயா…'

ஒரு வேளை அவள் நடத்தை கெட்டவளாகக் கூட இருக்கலாம். தங்குவதற்கு வேறு இடம் கிடைக்காமல் அவனது 'புறாக்கூட்டைத்' தற்காலிகமாகப் பயன்படுத்திக் கொண்டிருக்கக் கூடும். இப்போதும்கூட, ஏதோ ஒரு இளைஞன் அவளுக்குப் புகலிடம் தருவதாகச் சொல்லி இருக்கலாம். அதை வைத்துக் கொண்டு அவ்விளம்பெண் பாரிஸ் நகரையே வென்று விடப் புறப்பட்டிருக்கலாம். அதன் விளைவு, ஷுட்டோவ் தனியாகத் தவிக்கிறான். வயதான அவன் 'கூரை மீது பரவி இருக்கும் நிலவொளியின் வெண்மையை' வருணிக்க வார்த்தையைத் தேடிக்கொண்டிருக்கிறான்.

'நான் உன்னைக் காதலிக்கிறேன், நதேன்கா . . .' விஸ்கியை ஊற்றிக் குடிக்கிறான். மனித இனம் முழுவதும் எந்த அளவுக்கு மோசமாக இருக்கிறது என்று புரிந்து கொண்டதுபோல் முகம் சுளிக்கிறான். ஆனால், உடனேயே அவனிடம் தான் ஓர் எழுத்தாளன் என்ற உணர்வு வந்துவிட்டது. சுதாரித்துக் கொள்கிறான். தன்னையும் விரக்தியையே வாழ்க்கைத் தத்துவமாகக் கொண்ட ருமேனிய சிந்தனையாளர் சியோரானாகப் பாவித்துக் கொள்வதில் அர்த்தமில்லை என்று எண்ணத்தொடங்கினான். அப்படிச் செய்வதால் யாருக்கு என்ன பயன்? என்று தன்னையே கேட்டுக் கொண்டான். வெறுப்பென்ற முகமூடி விலகியதும், முகம் சாந்தமாகவும் கண்கள் பனித்தும் காணப்பட்டன. 'நான் உன்னைக் காதலிக்கிறேன், நதேன்கா…' இந்தக் காதல் கதை அவனைப் பாதிப்பதற்குக் காரணம் இதே போன்ற காதல் அனுபவம் அவனுக்கும் ஒரு காலத்தில் ஏற்பட்டது நினைவுக்கு வந்ததுதான். ஆம் அது… முப்பது ஆண்டுக்கும் முன் நடந்தது.

---

* 1995ஆம் ஆண்டு பிரான்ஸில் இறந்துபோன ருமானிய தத்துவ மேதை

ஒரே வேறுபாடு, அது குளிர்காலத்திலல்லாமல், பொன்மயமான இலையுதிர் காலத்தில் நடந்தது. லெனின்கிராடில் படிப்பைத் தொடங்கிய காலகட்டம். உதிர்ந்து கிடந்த இலைகளின் கடுமையான நெடி வீசிக் கொண்டிருந்தபோது ஒரு பெண்ணின் துணையோடு பூங்காவொன்றில் நடந்து சென்ற காலம் அது. இப்போது அவளுடைய உருவமும், குரலும் மட்டுமே நினைவில் நிற்கின்றன ...

தொலைபேசி மணியின் ஓசை. சோபாவில் அசந்து கிடந்த ஷுட்டோவ் கப்பல்தளத்தில் குடிபோதையில் படுத்திருந்தவன் எழுந்திருப்பது போல் எழுந்து நின்றான். லெயாவின் குரல் ஒலிக்கும் என்ற நம்பிக்கை போதையிலிருந்து அவனை விடுவித்தது. மீண்டும் அவளோடு இணையும் சாத்தியத்தை ஏற்படுத்தக்கூடிய நினைவுகளும், ஏக்கங்களும் அவன் மனதை ஆக்கிரமித்தன. ரிசீவரை எடுத்தான். வெறும் டயல் டோன்தான் கேட்டது. அப்போது சுவருக்கு அடுத்த பக்கத்தில் துடிப்பான ஆண்குரல் ஒன்று பேசியது தெரிந்தது. பேசிய ஆள் பக்கத்துக் குடியிருப்பில் வசிப்பவன். ஆஸ்திரேலிய இளைஞன். மாணவன். அவனுடைய சொந்த நாட்டிலிருந்து அவனுடைய நண்பன் இரவு நேரத்தில்தான் பேசுவான். லெயா போனதிலிருந்து, ஷுட்டோவின் கூர்மையான காதுகள் எல்லா ஓசைகளையும் உள்வாங்கின. தொலைபேசி ஓசை, மாடிப் படிக்கட்டில் காலடி ஓசை – இப்படி எதுவானாலும் அவனை உஷார் நிலைக்குக் கொண்டுவந்தன. அவன் வசித்த சின்ன இடத்திற்குள் வெளியிலிருந்து எல்லா ஓசைகளும் சுலபமாக உள்ளே நுழைந்தன. அடுத்த வீட்டு மாணவன் கள்ளங்கபடமின்றி வெளிப்படையாக சிரித்துப் பேசினான். வெண்ணிறப் பற்களுடன் வாய்விட்டுச் சிரிக்கக் கூடிய ஓர் ஆஸ்திரேலிய இளைஞனுக்குப் பாரிஸில் வசிக்கும் வாய்ப்பு ஒரு வரப்பிரசாதம்தான் – கனவு வாழ்க்கைதான்.

மீண்டும் சோபாவில் சாயவதறகுமுன அவன் அறையில் ஒரு மூலையில் தள்ளி வைக்கப்பட்டிருந்த அட்டைப்பெட்டிகளருகில் மெல்ல நடந்து சென்றான். அங்கு அவளது துணிமணிகள் அடங்கிய பையொன்றும் இருந்தது. அதில் ஒரு பட்டு ஜாக்கெட். அது அவளுக்கு அவன் பரிசாக வாங்கித்தந்தது ... ஒரு நாள் கஸ்ஸிஸ் அருகே கடலில் குளித்துக்கொண்டிருந்தார்கள். அவள் மீண்டும் உடுத்திக் கொள்கிறாள். கொண்டை போட தலை முடியைப் பின்னால் தள்ளியபோது, பட்டு ஜாக்கெட்டில் படம் வரைந்ததுபோல் ஒரு வினோதக் காட்சி... மடையன். அதையெல்லாம் ஒன்று விடாமல் நினைவில் வைத்துக்கொண்டிருந்தான். அவையெல்லாம் இப்போது மனதைக் காயப்படுத்தின. மனதையல்ல, கண்ணிமைகளைக் காயப்படுத்தின. (கண்ணிமைகளை விரிக்கும்போதுதான் பிரிந்துபோன காதலியைப் பார்க்க முடியாத தவிப்பு ஏற்பட்டது.)

தொலையட்டும்! எழுத்தாளனுக்கு அதுபோன்ற எண்ணங்கள் வருவது இயற்கை. ஆனால் ஒன்று மட்டும் நிச்சயம். இளம்பெண் ஒருத்தி வயதான ஒருவனைக் காதலித்துக் கைவிடும்போது, அவனை உயிரோடு விட்டு விட்டுச் செல்லக் கூடாது. லெயா அவனைக் கத்தியால் குத்திக் கொன்றிருக்க வேண்டும். விஷம் கொடுத்திருக்க வேண்டும். முன்பொரு

தடவை ஆல்ப்ஸ் மலையில் ஒரு கிராமப் பகுதியைச் சுற்றிப் பார்க்கும்போது, பழைய பாலம் ஒன்றைக் கடக்க வேண்டி இருந்தது. அதிலிருந்து அவள் அவனைப் பிடித்துத் தள்ளி இருக்கலாம். அது எவ்வளவோ மேலாக இருந்திருக்கும். அதனால் ஏற்பட்டிருக்கக் கூடிய வேதனை இந்தப் பட்டு ஜாக்கெட்டைப் பார்க்கும் வேதனையை விடக் குறைவாகவே இருந்திருக்கும். ஆம், அவள் அவனைக் கொன்றிருக்க வேண்டும்.

ஏறக்குறைய, அதுதான் இப்போதும் நடந்திருக்கிறது.

ஷுட்டோவுக்கு அவன் கொல்லப்பட்ட நேரம் சரியாகத் தெரியும். அவனுக்கும் அவளுக்கும் இடையே விவாதங்கள் வரும். காதலர்கள் விவாதம் கட்டிலில் போய் அடங்கி விடும். ஷுட்டோவ் தற்கால இலக்கியத்தின் வெறுமையைச் சுட்டிக் காட்டுவான். கோபமடைவான். அவளோ 'தற்காலப் பேரிலக்கிய வாதிகள்' என்று சிலரைச் சிலாகிப்பாள். அவன் நாசூக்காகப் பதில் சொல்லிப் பார்ப்பான். பின்னர் வெடித்துக் கிளம்பி அவர்களைச் 'சோரம் போனவர்கள்' என்று சாடுவான். உடனே அவள் ஓர் அற்புதமான வரியைச் சுட்டிக் காட்டுவாள். 'மகன் ஒருவன் காதலியுடன் கூடும்போதும்கூட மனதளவில் தாயின் கட்டுப்பாட்டில்தான் இருப்பான்.' இருவருக்கும் இடையில் விரோதம் ஏற்படும். ஆனால் அது அரை மணி நேரம்கூட நிலைக்காது. மீண்டும் காதலில் மூழ்கிவிடுவார்கள். காரணம் மாலை நேர சூரிய ஒளி மேற் சாளரம் வழியே லெயா மீது விழுந்து, அவள் மேனியின் பளபளப்பை அதிகமாக்கும். அது ஷுட்டோவின் தோளின் மீது விழுந்து, அதிலிருந்த ஒரு வடுவை நீட்டித்துக் காட்டும்.

நீண்ட நேரம் அவன் எதையும் கண்டுகொள்ள மாட்டான். அவர்கள் வாக்குவாதத்தின் தன்மை மாறிவிடும். லெயாவின் உக்கிரம் தணியும். அதே சமயம் அவனுடைய உக்கிரம் அதிகரிக்கும். பின்னர் எதையுமே பொருட்படுத்தாத நிலைகூட பிரச்சினையாகும் என்று தனக்குள்ளேயே புலம்பிக் கொண்டிருப்பான். அதுவும்கூட, மாலை வேளையில், அவனுடைய படைப்புகள் ஏற்றுக்கொள்ளப்படாமல் திரும்பி வரும்போது! அச்சமயம் பார்த்துத்தான் அவனைப் பார்த்து 'யார் காதிலும் கேட்காமல் வெடித்த குண்டு' என்று அவனை வருணிப்பாள் ... பிரிவுக்குப் பின், அதுதான் அவள் அன்பின் கடைசி வெளிப்பாடு என்று உணருவான்.

கட்டடத்தின் ஒரு பகுதி இடிக்கப்பட்டது. (கீழ்ப் பகுதியில் சில மாற்றங்கள் செய்தார்கள். வேலை முடிந்ததும், அவன் அங்குப் போய்விட வேண்டும். எழுத்தாளனுக்கேயுரிய ஓர் ஒப்பீடு: அவன் நிலைமையும் கீழிறங்கிக்கொண்டிருந்தது.) அவளோடு அவனுக்கிருந்த உறவும் ஒவ்வொரு படியாக இறங்கிக்கொண்டிருந்தது. லெயா அவனுடைய 'புறாக்கூடு' வீட்டுக்கு வருவது அரிதாகிக்கொண்டிருந்தது. அவள் காரணங்கள் எதுவும் சொல்வதில்லை. கொட்டாவி விட்டுக் கொண்டு அவன் சொல்வதை மட்டும் கேட்டுக் கொள்வாள்.

'காதலிக்காத ஒரு பெண்ணின் பலமே பலம்!' என்று ஷுட்டோவ் நினைத்தான். தன்னைக் கண்ணாடியில் பார்த்துக் கொண்டான். கண்களுக்குக் கீழே விழுந்திருந்த மடிப்புகளைத் தடவிப்பார்த்தான் கொஞ்சம்

சமரசம் செய்து கொள்ள நினைப்பான். புதிய எழுத்தாளர்கள் பற்றிய தன் கணிப்பைச் சற்று விட்டுக் கொடுக்கலாம் என்று நினைப்பான்... பின்னர் மீண்டும் கத்தத் தொடங்குவான். எழுத்தாளர்களுக்கேயுரிய வேகத்தைக் காட்டுவான். மொத்தத்தில் பிறர் அவனைத் தூற்றுமளவுக்குப் போய்விடுவான். காரணம் அவன் காதல் வயப்பட்டிருந்ததுதான்.

தேனீர் விடுதியொன்றில் இருக்கும்போதுதான் அவனுக்கு மரண அடி விழுந்தது. பத்து நிமிடங்களே அவர்களுக்குள் விவாதம் நடந்திருக்கும். ஷுட்டோவ் பொறுமையாக – ஃபிரெஞ்சுக்காரர்கள் சொல்வதுபோல் 'மூாந்தியயாக'க் – கேட்டுக் கொண்டிருந்தான். அதற்குமேல் அவனால் முடியவில்லை. கோபத்தில் கத்திவிட்டான். ('வெடித்துவிட்டாய்' என்று பின்னர் அவள் பரிதவித்துக் கூறினாள்.) இலக்கிய வட்டாரங்களில் நடக்கும் அக்கிரமங்கள் – கண்டவன் காலிலும் விழும் கேவலங்கள் – இப்படி அவன் எதையும் விட்டு வைக்கவில்லை. (அவளை மோசக்கார கும்பலுக்கு வக்காலத்து வாங்குபவள் என்று சொன்னான்.) அவள் கைப் பையிலிருந்து நீட்டிக்கொண்டிருந்த பத்திரிகையைப் பார்த்தான். 'நீ போய் அந்த "இரண்டாந்தர இடதுசாரியினர்" காலை நக்கினால், அவர்கள் ஒருவேளை *பாரிஸ் பிரவ்டா*வில் எழுத உனக்கு வாய்ப்புக் கொடுக்கலாம்.' இப்படி எல்லோரையும் – எல்லாவற்றையும் திட்டித் தீர்த்தான். அதனால் அவன் நகைப்புக்குரியவனானான். அவளைப்பார்த்து 'நீ என்னை விரும்புகிறாயா, இல்லையா?' என்று கேட்டுவிடத்தோன்றியது. ஆனால் பதிலை நினைத்துப் பயந்தான். முன்பு நடந்த விவாதங்களைப் போலவே இதுவும் சற்று நேரத்தில் அவளை அணைக்கும்போது சரியாகி விடும் என்று நினைத்தான்.

தொடக்கத்தில், தேனீர் விடுதியில் இருந்த மற்றவர்கள் மத்தியில், லெயா அந்தச் சண்டையை நட்புரீதியான சண்டைபோல்தான் காட்டிக் கொண்டாள். சற்று நேரம் கழித்து, விவாதம் முற்றியதும், எல்லோருக்கும் புரிந்துவிட்டது. அவர்கள் பார்வையில், நடுத்தர வயதுடைய ஒருவன் தன்னிலும் மிகக் குறைந்த வயதுடைய காதலியைத் திட்டுகிறான் என்று தெரிந்தது. லெயாவுக்கு என்ன செய்வதென்று புரியவில்லை. உடனே எழுந்து கிளம்பி விடலாம். ஆனால் அவளுடைய சாமான்களெல்லாம் அவன் வீட்டில் மாட்டிக்கொண்டிருந்தன. அவன் அதையெல்லாம் எடுத்துத் தெருவில் வீசி விடக்கூடியவன். அவனுக்கு அவளுடைய எண்ணங்கள் தெரியாது. அவள் முகம் இறுகியது. குழப்பம் நிறைந்த முகத்தோடு, அவன் எங்கு பலவீனமாக இருந்தானோ, அங்கு அவனைக் குறி வைத்தாள்.

'நான் ஒன்று சொல்லட்டுமா. உன் குடும்பப்பெயர் ரஷ்ய மொழியில்...' அவன் முகச் சுளிப்போடு மீண்டும் ஒரு முறை காப்பி அருந்தியதைப் பயன்படுத்திக்கொண்டு சொல்ல ஆரம்பித்தாள்.

ஷுட்டோவ் ஒரு நிமிடம் வியப்புடன் கேட்பதுபோல் முகத்தை வைத்துக்கொண்டது வெறும் பாவனை என்பது தெரிந்தது. 'ஒரு வேர்ச் சொல்லிலிருந்து ஏராளமான விரிவாக்கங்கள் இருக்கலாம் என்பது உனக்குத் தெரியாது...'

ஒரு கண்ணாடி லேசாக உடைந்ததுபோன்ற சிரிப்பொன்றை லெயா உதிர்த்தாள்: 'இல்லை, உன் பெயருக்கு ஒரே பொருள்தான் இருக்கிறது.'

சற்று நேரம் பொறுத்து, பரிகசிக்கும் வகையில் அழுத்திச் சொன்னாள்: "ஷுட்" என்றால் "சர்க்கஸ் கோமாளி", அதாவது பஃபூன் என்று அர்த்தம்.'

பின்பு அச்சமெதுவுமின்றி எழுந்து நின்றாள். தான் உதிர்த்த வார்த்தைகளின் விளைவு என்னவாக இருக்கும் என்று அவளுக்குத் தெரியும். அதிர்ந்துபோன ஷுட்டோவ், அவள் வெளியேறுவதைப் பார்த்து, தாண்டிக் குதித்துக் கதவு பக்கம் ஓடினான். அங்கிருந்தவர்கள் அதனை விளையாட்டாகப் பார்த்தனர். 'ஆம். ஷுட் என்றால் பாவப்பட்ட ஒரு சர்க்கஸ் கோமாளியைத்தான் குறிக்கும். ஆனால், அந்தக் கோமாளிதான் உன்னைக் காதலித்தான் என்பதை மறந்துவிடாதே,' என்று கத்தினான்.

அவனுடைய கடைசி வார்த்தை ஒரு தும்மலில் சிக்கி மறைந்தது. 'செக்காவ் கதையில், ஓர் இளம் காதலன் மெல்லிய குரலில் பேசுவதுபோல,' என்று ஒரு நாள் மாலை அவள் விட்டுச் சென்ற அட்டைப் பெட்டிகளைப் பார்க்கும்போது தனக்குள் சொல்லிக் கொண்டான்.

ஆனால், அன்றைய தினம், திரும்பி வந்து காப்பியைக் குடிக்கும்போது, நீண்ட நேரம் அவனால் சிந்திக்க முடியவில்லை. தான் ஒரு காலத்தில், மற்ற பிள்ளைகளோடு பிள்ளையாய் நின்று, தன் பெயர் கூப்பிடப்பட்டபோது, 'உள்ளேன் ஐயா,' என்று சொன்னது அவன் மனதில் நிழலாடியது. சாம்பல் நிறத்தில் இருந்த அந்தக் கட்டடம் ஓர் அனாதை விடுதி. வரிசைப்படி அனைத்துப் பெயர்களும் கூப்பிட்டு முடித்த பின்பு, அவர்கள் ஒரு லாரியில் ஏற்றப்பட்டு சேறும் சகதியுமான வயற்காடு ஒன்றில் கொண்டுபோய் விடப்பட்டார்கள். அங்கு அவர்கள் மெல்லிய மழைத் தூறலில் நின்று வேலை செய்தார்கள். முதல் தடவையாக, அச்சிறுவன் தனக்குரிய சொத்து அந்தப் பெயர் ஒன்றுதான் என்று புரிந்துகொண்டான். அது ஒன்றுதான் தான் 'உள்ளேன்' என்பதை மற்றவர்களுக்கு நிரூபித்துக் காட்டியது. அவ்வளவு மோசமான மூலத்திலிருந்து வந்த அவன் பெயர் அவனுக்குப் பேச முடியாத காலத்திலிருந்தே அவனுடன் ஒட்டிக்கொண்டுவிட்டது. அதே பெயர், அவன் மிகவும் நேசித்த பெண் பிரிந்து செல்வதைப் பார்க்கும்போது வெட்கித் தலை குனிய வைத்தது.

'புறாக்கூட்டுக்கு' எதிரே ஒரு குறுகிய கட்டடம் இருந்தது. அதன் சுவர்கள் சோபை இழந்து நின்றன ('சூரிய ஒளியில் நீண்ட நாள் இருந்ததால் அதன் சாயம் வெளுத்து விட்டது,' என்று லெயா சொல்வதுண்டு). சந்திரனின் ஒளி அவ்வப்போது மேல்மாடி இருக்கையைத் தொட்டுச் சென்றது. அங்கு வேலை செய்தவர்கள் சன்னல்களை மூடாமல் விட்டுச் சென்றிருந்தனர். தூக்கத்தில் நடப்பவரின் கனவில் வருவதுபோல் அந்த அறை பிரகாசித்துக்கொண்டிருந்தது. முன்பெல்லாம் அங்கு ஒரு மூதாட்டி வசித்து வந்தார். அவர் இப்போது இல்லை. இறந்துவிட்டார் என்பது நிச்சயம். தடுப்புச் சுவர்கள் நீக்கப்பட்டு நவீன இருப்பிடம் ஒன்று உருவாகி இருந்தது. சந்திரன் அதனை மேற்பார்வை இட்டது போலிருந்தது. போதையிலிருந்த ஒருவன், அதனை ரசித்துக்கொண்டே, அவன் காதலியின் காதில் ஏதோ உளறிக் கொண்டிருந்தான். அவள் அதனைக் காதில் வாங்கவில்லை.

பின்னர் 'அவனுடன்' சல்லாபித்து விட்டு, அவர்களுடைய 'புது' இடத்தில் படுத்துறங்கினாள்.

லெயாவுடைய நண்பர்களின் பேச்சு, அவளது இளமை யான உடல் ஆகியவை எல்லாமே அவன் நினைவில் வந்து அவனைக் காயப் படுத்தின. நெருக்கமாக இருந்த அவள் மேனி மீட்க முடியாத அளவிற்கு விலகிச் சென்றுவிட்டது. அந்தரங்க வேளையில் அவள் மேனி முல்லைக் கொடியாய் வளையும் – துவண்டு விழும். அவளுடைய கரங்கள், தொடைகள், உறங்கும்போது அவள் விடும் மூச்சுக் காற்று ஆகியவற்றில் எதை நினைத்தாலும் நெற்றிப் பொட்டில் அறைவது போலிருந்தது. கீழ்த்தரமான பொறாமை. உடலில் ஒரு பகுதி வெட்டி எடுக்கப் பட்டது போன்ற உணர்வு. இதெல்லாம் மறையக் கூடியவை தான். ஷுட்டோவுக்கு அனுபவம் உண்டு. விரும்பிய மேனி யொன்று இன்னொருவருக்குப் போனால், அதனை மறந்து விடலாம். அமுதைப் பொழிகின்ற நிலவைப்பற்றியும், எதிர்க் குடியிருப்பில் வசித்து, காதலிலும் துன்பத்திலும் மூழ்கி இறந்துபோன பெண்மணியைப் பற்றியும் மறந்து விடலாம் – பேசாமல் போனதால் ஏற்பட்ட வருத்தத்தை மறப்பதைவிட வெகு விரைவில் மறந்து விடலாம். புதிதாக ஒரு வாழ்க்கை தொடங்கி,மேசை நாற்காலிகள் வாங்கி, உணவு சமைத்து,மீண்டும் காதலித்து, துன்பப்பட்டு, நம்பிக்கையை வளர்த்துக் கொள்ளும் வருத்தத்தை விடவும் அதி விரைவில் மறந்து விடலாம்.

இலக்கிய விவாதங்களுக்குப் பின், அந்நியோன்னிய வேளை முடிந்த பின், மனித வாழ்க்கையைக் குழம்ப வைக்கும் நிதர்சனங்களைப் பற்றிப் பேசுவதுண்டு. அந்நேரத்தில் ஷுட்டோவ் தான் எப்படி இருக்க விரும்பினான் என்பதை நினைத்துப் பார்ப்பதுண்டு. ஆர்வமாக – அதே சமயம் பற்று எதுவுமில்லாமல் – இருக்க விரும்பியது நினைவுக்கு வருவதுண்டு. அதேபோல் உடற்பசியைப் புறந்தள்ளாமலும், அதே சமயம் மெல்ல மெல்ல தன் உயர் நோக்கங்களுக்கு இசைந்து வரும் வகையில் லெயா இருக்க வேண்டுமென்றும் விரும்பினான் ...

எதிர் வீட்டு மூன்றாவது மாடியில் விளக்கு எரிகிறது. இளைஞன் ஒருவன் நிர்வாணமாக ஃப்ரிஜைத் திறந்து ஒரு பாட்டில் சுத்திகரிக்கப்பட்ட தண்ணீரைக் குடிக்கிறான். நிர்வாணமான இளம் பெண் ஒருத்தி பின்னால் வந்து அவனைக் கட்டிப் பிடிக்கிறாள். அவன் சற்று நகர்ந்தான். வாயில் இருந்த பாட்டில் தண்ணீர் அவனுக்குத் தும்மலை ஏற்படுத்தி அவள் மீது அபிஷேகம் செய்தது. இருவரும் சிரிக்கின்றனர். விளக்கு அணைகிறது.

'அது லெயாவும் அவள் நண்பனுமாக இருக்கலாம்,' என்று ஷுட்டோவ் ஒரு கணம் நினைத்தான். விசித்திரமான வகையில் அவன் அடிவயிற்றில் இருந்த இறுக்கம் சற்று தளர்ந்தது. 'இருவரும் சிறுசுகள். உன்னால் என்ன செய்ய முடியும்...'

சன்னலைவிட்டு விலகி சோபாவில் சாய்கிறான். ஆம், எல்லாக் குழப்பத்துக்கும் காரணம் அவன் தான். 'அவளா என் உயர் நோக்கங்களுக்கு இசைந்து வருவாள்? என்ன மடத்தனம்! ஐம்பது வயதை நெருங்குகிறோமே என்று வருத்தப்பட்டுக் கொண்டிருக்கும்போது, அதிர்ஷ்டவசமாக அழகிய இளம்பெண் ஒருத்தியைச் சந்திக்கும் வாய்ப்பு அவனுக்குக் கிடைத்தது. அவள் ஒன்றும் தெரியாதவளன்று. அவன்மீது உண்மையில் அன்பு செலுத்தினாள். அவளோடு சேர்ந்து அவன் பட்டம்போல் வானில் பறந்திருக்க வேண்டும். கடவுளுக்கு நன்றி சொல்லிவிட்டு மகிழ்ச்சியாக இருந்திருக்க வேண்டும். அந்த நட்பை எவ்வளவு பயன்படுத்திக்கொள்ள வேண்டுமோ அவ்வளவு பயன்படுத்தியிருக்க வேண்டும். இன்பத்தை எவ்வளவு அள்ள வேண்டுமோ அவ்வளவு அள்ளிக்கொண்டிருக்க வேண்டும். அவளுடைய அன்பையும், தடுமாற்றத்தையும், ஊர் சுற்றும் ஆசையையும் வாய்ப்பாகப் பயன்படுத்திக்கொண்டிருக்க வேண்டும். (திடீரென 'பாரிஸுக்குப் போவோம்,' என்று சொன்னால் அதையும் மகிழ்ச்சியுடன் ஏற்றுக்கொண்டிருக்க வேண்டும்). இரவில் கூரையின் மீது மழையோசை யென்றால் இருவருமாக ரசித்துக்கொண்டிருக்க வேண்டும். பாரிஸில் ஒரு காதல் கதையென்றால் அதில் கட்டாயம் மழையும் இருக்க வேண்டுமென்பது சம்பிரதாயம். அது புத்தகத்தில் அவ்வளவு சுவாரசியமாக இருக்காது. நிஜ வாழ்க்கையில் இருக்கும். இது 1960கள் காதலின் மறுபதிப்பாகும்.

ஆனாலும் இன்றைய காலகட்டத்தில் அவர்கள் உறவு இரண்டரை யாண்டு நீடித்ததே பெரிய விஷயம். இப்போதெல்லாம் நமது நூல் நிலையங்களில் குவியும் நாவல்களில் வரும் கதை போல் நடந்திருக்கலாம். இரண்டு பேர் சந்திப்பார்கள். கூடிக் குலவுவார்கள். சிரிப்பார்கள். அழுவார்கள். பின்னர், அவள் பிரிந்து செல்வாள், அல்லது தற்கொலை செய்துகொள்வாள் (அது அவள் விருப்பம்). அவனோ இன்னும் அழகு

குன்றாமல், வாடிய முகத்துடன், இரவு நேரத்தில் பெருவழிச்சாலையில் தன் காரை பாரிஸை நோக்கிச் – மறதியை நோக்கிச் – செலுத்துவான். ஆனால், ஷுட்டோவும் லெயாவும் ஆரோக்கியம் குன்றாமல் இருந்தார்கள். அவர்களுக்குத் தற்கொலை செய்துகொள்ளும் மனநிலை கிடையாது. மேலும் ஷுட்டோவ் இரவு நேரத்தில் பெருவழிச் சாலையைத் தவிர்த்து விடுவான். கார் ஓட்டுவதைப் பொறுத்தவரை அவன் திறமையில் அவனுக்கு நம்பிக்கை கிடையாது. அவனால் மகிழ்ச்சியாக இருந்திருக்க முடியும்.

மகிழ்ச்சியாக இருக்க வேண்டுமென்றால், தொடக்கத்திலேயே கவனமாக இருந்திருக்க வேண்டும். வெளியூரிலிருந்து – அதாவது, பொருளாதாரத்தில் பின்தங்கி இருந்த அர்தேன் பகுதியிலிருந்து – இளம்பெண் ஒருத்தி தன் பெற்றோரை விட்டு விட்டு, அல்லது தந்தை அல்லது தாயை விட்டு விட்டு, பாரிஸுக்கு வருகிறாள். அங்கு அவள் ஓர் அசாதாரண மனிதனைச் சந்திக்கிறாள். அவன் அவளுக்குத் தன் வீட்டில் அடைக்கலம் தருகின்றான். அப்பெண்ணுக்கு (எல்லா ஃபிரெஞ்சுக்காரர் களையும் போல்) எழுத்துலகுக்குள் நுழையவேண்டுமென்ற கனவு. அவன் எழுத்தாளன். அவனுடைய வாசக வட்டம் குறுகியதுதான். இருந்தாலும், அவளுக்கு ஆலோசனை சொல்கிறான் – முடிந்தால் பிரசுரத்திற்கு ஏற்பாடு செய்வதாகவும் வாக்களிக்கிறான்.

இதுதான் அவர்களுடைய நிதர்சனமான நிலைமை. ஷுட்டோவ் இதனை உணர்ந்திருக்க வேண்டும்... ஆனால் ரஷ்யர்களில் பலர் நினைப்பது போல், உண்மையான காதல் இதுபோன்ற கொடுக்கல் வாங்கல்களை அடிப்படையாகக் கொண்டிருக்கக் கூடாது என்று அவனும் நினைத்தான். பதினான்கு வயதில் செக்காவ் கதையொன்றைப் படித்திருக்கிறான். அதில் காதலனும் காதலியும் பனிச் சறுக்கு விளையாடும்போது, பனிமூடிய புல் தரையில் இருவரும் மெய்மறந்து நிற்கிறார்கள். அப்போது அவர்கள் அனுபவித்த சுகத்திற்கு உலகில் வேறெதுவும் நிகரில்லை. பதினெட்டு வயதில் லெனின்கிராட் பூங்காக்களில் – பொன்னிற இலைகளின் கீழ் – இளம்பெண் ஒருத்தியோடு வாரக்கணக்கில் வலம் வந்திருக்கிறான். கால் நூற்றாண்டு கழித்து அதுதான் அவன் வாழ்நாளில் பொன்னான நாட்களாக நினைவில் நிற்கின்றன. இருபத்திரண்டு வயதில், இராணுவ வீரனாக ஆப்கானிஸ்தானுக்கு அனுப்பப்பட்டபோது, ஒரு வீட்டு முற்றத்தில், வயதான பெண்மணியொருத்தி, கையில் பிடித்திருந்த நாயுடன், குண்டடிப்பட்டு, இறந்து கிடப்பதைப் பார்த்தான். ‘அவன் கண்களில் வழிந்த நீரைப் பார்த்து, அவனுடைய நண்பர்கள் அவனை அழுமூஞ்சி என்று கேலி செய்தார்கள். அப்போது ஏற்பட்ட மனக்குமுறல்தான், சில ஆண்டுகள் கழித்து, அவனை அரசுக்கு எதிர்ப்பாளனாக மாற்றியது. பல்கலைக்கழகத்தில் படிக்கும்போது இலத்தீன் மொழி வாசகமொன்று அவன் கவனத்தை ஈர்த்தது. *Amata nobis quantum amalatur nulla* என்ற அந்த வாசகம் இத்தாலியக் கவிஞர் தாந்தேவையும் கவர்ந்த ஒன்று. அதன் பொருள்: ‘எல்லோரையும் விட அதிகம் நேசித்த பெண்ணைத்தான் நீண்ட நாள் நினைத்திருப்போம்’. அந்தக் காதலை விவரிக்க தனியாக ஒரு மொழி தேவைப்படும். இலத்தீன் வாசகம்தான் தேவையென்றில்லை. ஆனால், அன்றாடம் சந்திக்கும் பெண்ணைவிட காதலிக்கும் பெண் உயர்வாகக் காண்பிக்கப் படவேண்டும். அவ்வளவுதான். *Amata nobis..!* ‘நான் உன்னைக் காதலிக்கிறேன், நதேன்கா.’

ஷுட்டோவ் உசும்புகிறான். சோபாவில் ஒரு குஷன் மீது அவன் குரல்வளை பதிந்திருந்தது. அதிலிருந்து ஈன சுரத்தில் ஓர் ஓசை எழுந்தது. அவன் அருந்தியிருந்த பானத்தில் பல் வைத்தியர் வலி தெரியாமல் இருக்க ஒரு குறிப்பிட்ட இடத்தில் போடும் ஊசி மருந்து வாசனை இருந்தது. அவன் அருந்தியது போதாது. அதுபோல் மூன்று அல்லது நான்கு மடங்கு அருந்தினால்தான் அவனுக்குப் போதுமான போதை வரும். அப்போதுதான் லெயா விட்டுச் சென்ற அட்டைப் பெட்டிகள் மங்கலாகி, அசைந்தாடி, மாய நிலையடையும்... மாயை... அதுதான் எலும்பும் சதையுமான ஒரு பெண்ணைக் கனவாகச் செய்வது. சந்திர பிம்பத்தோடு நடக்கக்கூடிய ஒருத்தியோடு வாழ்வதாகக் கற்பனை செய்து பார்க்கவும். அவளைப் பார்த்த அந்த நொடியிலேயே அவளை ஒரு கனவுக் கன்னியாக்கி விட்டான் அவன். ஆம், கார்தெலேஸ்த் ரயில் நிலையத்தின் ஹால் அந்த பிப்ரவரி மாத இரவுக் குளிரில் வெறிச்சோடிக் கிடந்தது. அப்போதுதான் அவளோடு ஓரிரு வார்த்தைகள் பரிமாறிக்கொண்டான்...

இருவரும் அருகருகில் இருந்த தொலைபேசிக் கூண்டுக்குள் போனில் பேசிக்கொண்டிருந்தார்கள். அவர்களுக்கிடையே ஒரு கண்ணாடித் தடுப்பு. அவள் – அது பின்னர்தான் தெரியும் – யாரோ ஒருவருக்குப் போன் செய்துகொண்டிருந்தாள். அன்று அவள் அவர் வீட்டில் தங்குவதாகத்தான் ஏற்பாடு. ஷுட்டோவ் பிரசுர உரிமையாளர் ஒருவருக்குப் போன் செய்துகொண்டிருந்தான். அவ்வுரிமையாளர் நார்மண்டியில் ஓர் ஆடம்பர பங்களாவில் (அது ஜனரஞ்சக நாவல்கள் பிரசுரித்ததால் கிடைத்த பணத்தில் வாங்கியது) தங்கிவிட்டு வீடு திரும்பிக்கொண்டிருந்தார்.

திடீரென்று பக்கத்துக் கூண்டிலிருந்த அந்தப் பெண் அவன் பக்கம் திரும்பினாள். அவள் முகத்தில் ஏமாற்றமும் பதற்றமும் காணப்பட்டன. கண்களில் கண்ணீர் ததும்பும்போல் இருந்தது. 'அடக் கடவுளே. கார்டில் காசு தீர்ந்து விட்டதே,' என்று மெல்லிய குரலில் அங்கலாய்த்துக்கொண்டாள். 'காசு தீர்ந்து விட்டது. எல்லாமே தீர்ந்து விட்டது...' என்று தொடர்ந்தாள். அப்போது ஷுட்டோவ் தன் கார்டை நீட்டுவதை அவள் கவனிக்கவில்லை. (பிரசுரத்தாரின் மனைவி அவனிடம்: 'நான் ஏற்கெனவே சொன்னதுபோல் அவர் அலுவலகத்துக்குப் போன் செய்யுங்கள்' என்று கண்டித்துச் சொல்லி விட்டாள். அவனும் போனை வைத்துவிட்டான்.) பின்னர் ஷுட்டோவ் கொடுத்த கார்டை வாங்கிக்கொண்டாள். அவனுக்கு நன்றி சொல்லிவிட்டு, மீண்டும் தொலைபேசி உரையாடலைத் தொடர்ந்தாள். ஆனால், அவளுடைய சிநேகிதி அவளை வீட்டுக்குக் கூப்பிடாமல் போனை வைத்து விட்டாள். ஏனென்றால்... லெயாவும் போனை வைத்து விட்டாள். ஏதோ யோசனையில், அவன் கொடுத்த கார்டை அவளுடைய பர்சில் வைத்துவிட்டு கால அட்டவணை பக்கம் நகர்ந்து போய்க்கொண்டிருந்தாள். ஷுட்டோவ் அவளிடமிருந்த கார்டை வாங்க எந்த மொழியில் பேசலாம் என்று விழித்துக் கொண்டிருந்தான். ரஷ்ய மொழியில் 'அது என்னுடைய கார்டு, பெண்ணே,' என்ற வரிசையில் வார்த்தைகள் வந்து விழ வேண்டும். பிரெஞ்சிலென்றால்,' செல்வி, என்னுடைய கார்டைத் திருப்பிப் பெற்றுக் கொள்ளலாமா?' என்ற வரிசையில் சொல்ல வேண்டும். ஒரு வேளை 'என்ன! என் கார்டைத் திருப்பிக்கொடுக்க...' அதுவும் வேண்டாம். சரி.

இந்த வயதில் ஒரு போன் கார்டுக்காக அவளுக்குச் சங்கடம் ஏற்படுத்த வேண்டாமென்று தீர்மானித்து விட்டான்.

இந்த நிகழ்ச்சியை வைத்து ஃபிரெஞ்சு எழுத்தாளர் ஆந்திரே மொருவா பாணியில் ஒரு கதை எழுதலாம் என்று அவ்விடத்தை விட்டு நகர்ந்தான்: 'இன்னொருவர் கொடுத்த போன் கார்டை எடுத்துக் கொண்டு பெண் ஒருத்தி வெளியேறினாள் . . .' பிறகு என்ன? 'ஒவ்வொரு தடவையும் அந்தப் போன் பூத்தைக் கடக்கும்போதும் அவளுக்கு அவன் ஞாபகம் வரும்.' வேண்டாம். அது ப்ரூஸ்த் பாணியாகிவிடும். அதைவிட 'அந்நியன் ஒருவன் (அதாவது ஷுட்டோவ்) தான் இரவலாகக் கொடுத்திருந்த போன் கார்டைத் திரும்பப் பெற பெண்ணொருத்தியின் பின் ஓடுகிறான். அவளோ தன்னை அவன் பலவந்தப் படுத்த ஓடி வருகிறான் என்றெண்ணி கண்ணீர் புகையை அவன் மீது வீசுகிறாள் (அல்லது ஒரு துப்பாக்கியைக் காட்டி மிரட்டுகிறாள்) . . .

அப்படியே யோசித்துக்கொண்டு மழெந்தா வீதிவரை சென்று விடுகிறான். அப்போது மூச்சு வாங்கும் குரலொன்று அவனைக் கூப்பிடுகிறது. பின்னர் ஒரு கை அவன் முழங்கையைத் தொடுகிறது. 'கோபித்துக்கொள்ள வேண்டாம். உங்கள் கார்டை எடுத்துக்கொண்டு போய்விட்டேன் . . .'

அவன் லெயாவை முழுமையாக நேசித்தான். அவள் எப்படி இருந்தாலும், எதைச் செய்தாலும் அது ஒரு முற்றுப் பெற்ற வாக்கியம்போல் இருந்தது. அதனைத் திருத்த வேண்டிய அவசியமில்லை . . . அவள் அணிந்திருந்த பழைய ஜாக்கெட், அதில் விட்டுப்போயிருந்த இழைகள், அவள் உடலைக் கவ்விக் கொண்டிருந்த உள் ஜாக்கெட் – எல்லாமே அவனுக்குப் பிடித்திருந்தது. அவள் கழற்றி வைத்த ஆடை அவன் வீட்டுக் கதவில் மாட்டிவைத்திருக்கும்போதும்கூட அவள் உடலின் பதிவை எடுத்துக் காட்டின. அதேபோல்தான் லெயாவின் கைப்புத்தகமும், அதில் ஒரு மாதிரியான சிறு குழந்தை தன்மையும் இருந்தது

முற்றிலும் ஃபிரெஞ்சு பாணியில் வாக்கியத்தை அழகாக அமைக்க வேண்டும் என்ற அக்கறையைக் கண்டு ஷுட்டோவ் உள்ளுக்குள் வியந்தான். அந்தக் குறிப்பேடுகளைப் பார்ப்பது அவனுக்கு இன்றியமையாததாகி விட்டது. அவள் உறங்கும்போது அவளுடைய ஒவ்வொரு அசைவும் அவனுக்கு ஒரு கவிதையாக இருந்தது. அவள் கையை அகல விரித்துப் படுத்திருப்பதற்கு எந்த இலக்கியமும் ஈடாகாது. அவள் கச்சிதமான முழங்கையும், கரமும், ஏதோ ஒரு கனவில் நடுங்கும் விரல்களும் பாடல் வரிகளாகப் பரிமளிக்கக் கூடியவை. நிலவொளியில் நீந்திக் கொண்டிருக்கும் அவள் அறை, அதற்கப்பால் வியாபித்திருக்கும் வெளியுலகு, அவள் உடல் ஆகியவற்றையெல்லாம் கடந்து நிற்கும் அற்புதக் காட்சியொன்று அவனுக்குக் காணக்கிடைத்துக் கொண்டிருந்தது.

இருந்தும், அவன் அவளைக் காதலித்தது ஒரு தவறாகும். லெயாவை ஒரு கவிதையாக நினைத்து ஏங்கியிருக்கக் கூடாது. அவளுக்காகவே அவன் செக்காவ் கதையை ஒரு நாள் மாலையில் படித்து முடித்தான். அதில் வரும் காதலர்கள் இருவரும் இருபது வருடம் கழித்து முன்பு பேசிக்கொண்டிருந்ததை நினைத்துப் பார்க்கிறார்கள்: நான் உன்னைக் காதலிக்கிறேன், நதேன்கா . . .

‘புலம் பெயர்ந்த ஒருவரின் தாயகம் அவர் தாயகத்தின் இலக்கியம்தான்.’ – யார் சொன்னது? ஷுட்டோவுக்கு, அவன் இருந்த குழப்பமான மனநிலையில் பெயர் ஞாபகம் வரவில்லை. சொன்னவரும் நாடு விட்டு நாடு போனவராகத்தான் இருக்க வேண்டும். அவரும் தான் சிறு பிள்ளையாக இருந்தபோது படித்த கவிதையொன்றை நினைத்துப் பார்த்துக் கொண்டுதான் இருந்திருப்பார்.

வெகு நாட்களாக, எழுத்தாளர்களை உருவாக்கி உலவ விட்ட ஆவி மனிதர்களோடுதான் அவன் சஞ்சரித்துக் கொண்டிருந்தான். அவர்களெல்லாம் நிழல் உருவங்கள். பாரிஸில் புலம்பெயர்ந்திருந்த அவனுக்கு அவர்களோடு பழகுவது பிடித்துப் போய் இருந்தது. மாஸ்கோவில், கோடைக்காலத்தில் ஒரு நாள் டால்ஸ்டாய் சன்னல் வழியே ஒரு பெண்ணைப் பார்த்தார். அவள் தோளில் துணி இல்லை. முழங்கை வெள்ளை வெளேரென்றிருந்தது. அவர் சொன்னதிலிருந்து பார்த்தால், அன்னா கெரேனினா பிறப்பதற்கு அந்த முழங்கைதான் காரணமாக இருந்ததுபோலும்.

ஷுட்டோவ் இதை லெயாவிடம் சொல்லி இருக்கிறான். தன் நாட்டைப் பற்றிப் புத்தகத்தில் படித்த அந்தச் செய்திகளைத் தவிர அவனால் அவளுக்கு வேறு என்ன கொடுத்துவிட முடியும்? இரண்டாண்டுக்குமுன், அந்தக் குளிர்கால இரவில் – அவர்கள் காதல் கதையின் தொடக்கத்தில், ஏறக்குறைய தினமும் அவன் டால்ஸ்டாய் படிப்பதுண்டு. புகைப்போக்கியோடு இணைக்கப்பட்ட ஸ்டவ் ஒன்று அவர்களுடைய இருப்பிடத்தைச் சூடேற்றிக் கொண்டிருந்தது. தேயிலை மணம் தீயின் மணத்தோடு சேர்ந்து வரும். நெருப்பின் சுடரொளி புத்தகத்தின் பக்கங்களில் வீசிக்கொண்டிருக்கும்.

‘உனக்குத் தெரியுமா? எல்லோரும் “ஆஹா, டால்ஸ்டாயின் நாவல்தான் உண்மையான ரஷ்ய நாவல். அது ஒரு காட்டாறு. பயங்கரமாகப் பாய்ந்தோடும் காட்டாறு!” என்றெல்லாம் சொல்வார்கள். அது உண்மையன்று. பயங்கரமான ஆறு என்பதென்னவோ உண்மைதான். ஆனால், அது அணைக் கட்டுகளால் கட்டுக்குள் கொண்டுவரப்பட்ட காட்டாறுதான் – அது சம அளவிலான அத்தியாயங்கள் கொண்டது. ஒரு விதத்தில், அது ஃபிரெஞ்சு கட்டமைப்பைக் கொண்டது எனலாம்.’

ஷுட்டோவிடம் ஒரு வித கேலியான முகச்சுளிப்பு ஏற்பட்டது. ஆனால் குடிபோதையால் அதன் வெளிப்பாடு தெளிவாகத் தெரியவில்லை. மேலும், அணைக்கட்டுகள் என்ற உவமை பரவாயில்லை என்று அவனுக்குத் தோன்றியது. சூட்டடுப்புக்கு முன் அவர்கள் வாசிப்பில் ஈடுபட்டது அவன் மனதில் இன்னும்கூட பசுமையான – இனிமையான நினைவுகளைக் கொண்டு வந்தது.

அவனால் செக்காவிலிருந்து எடுத்துக் காட்டுகள் சொல்ல முடியும்: 'ஒரு சிறுகதையில் தொடக்கத்தையும், முடிவையும் வெட்டிவிட வேண்டும். அங்குதான் எல்லா பொய்களும் சொல்லப்படுகின்றன.' லெயா தீவிர ஆர்வத்துடன் கேட்டாள். 'இளவட்டங்கள் பெண்களைத் திறந்த கார்களில் அழைத்துக்கொண்டு ஊர் சுற்றுவார்கள்,' என்று ஷுட்டோவ் புன்னகையோடு சிந்தித்தான். 'ஆனால் காசில்லாத எழுத்தாளர்களோ, பெண்களுக்கு ரஷ்ய இலக்கியங்கள் பற்றிச் சொல்லிக் கொண்டிருப்பார்கள்.' கிரிமியாவுக்குச் செல்லும் படகொன்று புரட்சிக்காரர்களால் கொளுத்தப்பட்டது. அதில் இளவயது எழுத்தாளர் நபக்கோவ் சதுரங்கம் விளையாடிக் கொண்டிருந்தார். விளையாட்டு எதிர்பாராத வகையில் சுவாரசியமாகப் போய்க்கொண்டிருந்தது. அவர் விளையாட்டை முடித்துவிட்டுப் பார்த்தார். அவர் பிறந்த மண் கண்ணுக்கெட்டாத தூரத்தில் மறைந்து விட்டது ! எங்கு பார்த்தாலும் கடல். எங்கோ கடல் பறவையொன்று கூச்சலிட்டுக் கொண்டிருந்தது. அவருக்கு எந்த வருத்தமும் இல்லை. தற்போது மட்டும்...

'சொல்லாமல் விடை பெறுதல் பற்றி அவளிடம் பேசியது மடத்தனம்...' ஷுட்டோவ் நினைத்துப் பார்த்தான். நபக்கோவுக்குக் கலைதான் முக்கியம். ஓர் அழகான உவமையைவிட அவருக்குத் தாய் நாடு முக்கியமன்று. அவருடைய லோலிதா அவருக்கே ஒரு தண்டனைதான். அது ஓர் அருவருப்பான நூல்...

இப்படிச் சொன்னது லெயாவுக்குக் கோபம் வரச் செய்து ஒரு சண்டைக்குக் காரணமானது. ஷுட்டோவுக்குப் பிடிக்காத எழுத்தாளர்களுக்கு ஆதரவு அளிப்பதுதான் அவள் வழக்கம்.

'நிறுத்து, இந்த வரியைக் கவனி,' என்று ஒரு நாள் மாலை என்னிடம் சொன்னாள்: 'நபக்கோவ்: *"அவள் பேச்சு ஈரச்சர்க்கரை போல் இருந்தது,"* என்று எழுதுகிறார். பிரமாதம்! உள் நாக்கில் அதன் இனிப்பை உணர்வது போல் இருக்கிறது. கற்பனை செய்து பார். அவ்வாக்கியத்தில் ஓர் ஆற்றல் இருப்பதை ஏற்றுக் கொள்ளத்தான் வேண்டும்!'

'அபாரம்! நான் இங்கு அமர்ந்துகொண்டு நபக்கோவ் சர்க்கரையை ருசிக்கும் அனுபவத்தைக் கற்பனை செய்ய முடிகிறது. ஆனால், "பிரமாதம்" என்று சொல்ல முடியாது, லெயா! சாதுர்யம் தென்படுகிறது. ஆனால், அது வேறு விஷயம். மேலும், அந்த வாக்கியத்தைக் கதையில் யார் சொல்கிறார் என்பது பற்றி நபக்கோவுக்குக் கவலை இல்லை. ஒரு சிறைக்கைதி இப்படிச் சொன்னால், அது வேறு பொருள்படும். அவர் பட்டாம்பூச்சி சேகரிப்பவர்போல் எழுதுகிறார். ஓர் அழகான பட்டாம்பூச்சியைப்

பிடித்து, ஃபார்மாலினை ஊற்றி இறக்கச் செய்து குண்டூசியினால் குத்தி வைக்கிறார். வார்த்தைகளைப் பொறுத்த மட்டிலும் அதுதான் அவர் வேலை...'

ஷுட்டோவ் இப்படி நபக்கோவைக் குறை சொன்னதும், லெயாவின் கண்கள் பனித்தன. அவளுடைய பார்வை 'புறாக்கூண்டின்' சுவர்களுக்கு அப்பால் ஏதோ ஒரு காட்சியில் மூழ்கி இருப்பதுபோல் தோன்றியது. கவனம் அவர்கள் உரையாடல் மீது படியவில்லை. 'கப்பல் மேல் தளத்தில் ஒருவன் சதுரங்கம் விளையாடுவதும், வெகுதூரத்தில் அவன் பிறந்த மண் மறைவதும் அவள் கண்களுக்குக் காட்சியாக விரிந்து கொண்டிருந்தது! ஷுட்டோவ் பேசுவதை நிறுத்திவிட்டு கூரைமேல் மழை மத்தளம் கொட்டுவதைக் கேட்கிறான்.

மறு நாள் லெயா தன் தாயாரைப் பார்க்க வேண்டி இருப்பதைத் தயக்கத்துடன் சொன்னாள். இருவரும் புறப்பட்டனர். ஷுட்டோவைப் பொறுத்தவரை, அந்தப் பிரயாணம், நியூயார்க்கில் ஓராண்டு கழித்ததை விடவும் – ஐரோப்பாவில் சுற்றித் திரிந்ததை விடவும் – ஏன், ஆப்கானிஸ்தானில் இராணுவ சேவை செய்ததைவிடவும் முக்கியத்துவம் வாய்ந்ததாகத் தோன்றியது.

இருப்பினும், மூன்றே நாட்கள்தான் அவர்களோடு தங்கி இருந்தான். அது அர்தேன் பிரதேசம். ஒரு மோசமான இடம். குளிர், பனி, நடுநடுங்க வைக்கும் காடுகள் ஆகியவற்றைக் கொண்ட மலைப் பிரதேசம். அத்துடன், தரிசாகக் கிடந்த ஒரு புறம்போக்கு நிலத்தின் மத்தியில் ஒரு 'பொழுதுபோக்கு மையம்' உடனே அமைக்கப்படவிருந்ததாக ஒரு நீண்ட நாள் அறிவிப்பு.

அங்கிருப்பது, அவன் ஃபிரெஞ்சுக்காரனாக இல்லாத காலகட்டத்துக்குப் போவதுபோன்ற எண்ணம்! அதனால் அது பிடித்திருந்தது. அவன் தங்கி இருந்த ஓட்டல் அறையில் கட்டப்பட்டிருந்த காகிதத்தைப் பார்த்தால், இடிக்கப்படும் வீடுகளின் சுவர்களில் காணப்படுவதுபோல் இருந்தது. கண்ணாடிக்குமுன் நின்று பார்த்தபோது மயக்கம் வந்தது. ஏனெனில், அந்தப் பச்சை நிற பிம்பத்தில், ஏராளமான முகங்கள், ஒன்றன் பின் ஒன்றாகப் பதிந்திருந்ததுபோன்ற ஒரு பிரமை. அலமாரியைத் தடவிப்பார்த்தான். அதில் பயணிகள் விட்டுச் சென்ற பொக்கிஷங்கள் குவிந்திருந்தன. அதில் ஒன்று 16 மே 1981 தேதியிட்ட உள்ளூர் தினசரி செய்தித்தாள்...

லெயா அவள் தாயாரோடு உணவருந்திவிட்டு வரும் வரையில் அவன் அந்தத் தினசரியைப் படித்துக் கொண்டிருந்தான். அவன் அந்த ஓட்டலில் தங்கியது லெயாவின் அம்மாவோடு அறிமுகமாவதைத் தவிர்ப்பதற்காகத்தான். 'இதோ பார். நம்மிருவருக்குள் பெரிய வயது வேறுபாடு இருக்கிறது. ஆகையால், சிறு வயதுப் பெண்ணைக் கெடுக்கும் காமுகனாக என்னை நினைப்பார்கள். நான் உன் வீட்டுக்கு வந்தால் ஒரு வேளை உன் அம்மாவைக் காதலிக்க நேரிடலாம்...' லெயா விழுந்து விழுந்து சிரித்தாள். 'அது பெரிய தர்ம சங்கடமாகிவிடும்...'

அங்கிருந்த மூன்று நாட்களும் ஒரே குடையின் கீழ் இருவரும் ஒண்டிக்கொண்டு பல இடங்களுக்குச் சென்றார்கள். லெயா தான்

படித்த பள்ளியைக் காட்டினாள். வெகு நாட்களுக்கு முன்னரே மூடப்பட்டுவிட்ட ஒரு ரயில் நிலையத்தைக் காட்டினாள். அங்குள்ள சொர்மோன் ஆற்று வளைவில் சிறு காடு ஒன்று இருந்தது. இயற்கைச் சூழல் காவியம் படைக்க உதவும் என்றெண்ணி அங்குதான் தன் கவிதைகளை எழுதத் தொடங்கியதாகச் சொன்னாள். இப்போதோ குளிர்காலம். பலத்த காற்று வீசிக்கொண்டிருந்தது. 'கருமேகம் சூழ்ந்த இந்தக் கால நிலையும் ஒரு விதத்தில் கவிதைக்கு உகந்ததுதான்,' என்று அவன் கருத்து சொன்னபோது, அவள் கண்களிலும் அதனை ஆமோதிப்பது போன்ற பார்வை தென்பட்டது.

ஒரு நாள் மாலை தெருவில் பொழுதுபோக்காக நடந்து கொண்டிருந்த போது, பயன்படுத்தப்படாமலிருந்த ரயில் நிலையத்துக்கெதிரில் ஓர் உணவு விடுதிக்குள் நுழைந்தான். அங்கு வந்த வாடிக்கையாளர்கள் ஒருவருக்கொருவர் பழக்கப்பட்டவர்கள் போல் பேசிக்கொண்டிருந்தார்கள். துண்டு துண்டான அவர்கள் வாக்கியங்கள் ஷுட்டோவுக்கு விளங்கவில்லை. அப்போது பின்னாலிருந்து ஒரு குரல் அவனை வரவேற்பதுபோலிருந்தது. திரும்பிப் பார்த்தான். உடனேயே குரலுக்குச் சொந்தக்காரருடன் ஓர் உரையாடலில் ஈடுபட்டுவிட்டான். அவர் அவ்வூர் வரலாற்றையே கண் முன் கொண்டு வந்து நிறுத்தினார். அவர் சொன்னார்: 'ஒரு காலத்தில், தெருக்களில் போர் வீரர்கள் சர்வசாதாரணமாக நடமாடிக் கொண்டிருந்தனர். குன்றுகளில் இராணுவத்தினர் மொய்த்துக் கொண்டிருந்தனர். அவர்களின் ஆயுதங்கள் மோதும்போது அக்குன்றுகள் கலகலத்தன. பாலத்துக்கருகில் (அப்போதெல்லாம் பாலம் குறுகலாக இருந்தது. போருக்குப் பின்னர்தான் அது அகலப்படுத்தப்பட்டது) எதிரிகளைச் சுட்டு வீழ்த்தி விட்டு காலாட்படையினர் புழுதி படிந்த முகத்தோடு திரும்பிக்கொண்டிருந்தனர். எங்களிடம் போதுமான அளவுக்குத் துப்பாக்கிக் குண்டுகளில்லை. ஃப்ரிட்ஸ்கள் மிக நெருக்கத்தில் வந்துவிட்டனர். குறிப்பாக, எங்களைச் சிதறச் செய்தவர்கள் அருகில் வந்துவிட்டனர். அத்துடன் இரவும் சூழ்ந்துகொண்டது. நாங்கள் அப்படி அப்படியே ஓட வேண்டியதாயிற்று. காட்டிற்குள் ஓடிவிடலாமென்று நினைத்தோம்–நம்பினோம்... அப்போது இயந்திரத் துப்பாக்கி சுடுபவரான குளோத்போதான் எங்களைக் காப்பாற்றினார். அவருக்குக் காலில் அடிபட்டுவிட்டது. இருந்தும், சுடுவதை நிறுத்தவில்லை. பின்னர் அவரும் இரத்த வெள்ளத்தில் சாய்ந்து விட்டார்...'

விடுதிக்கு வந்த வாடிக்கையாளர்கள் அவரிடம் வந்து உரத்த குரலில் 'எப்படி இருக்கிறீர்கள்? எப்போதும் போல் சுகம்தானே?' என்று கேட்டுவிட்டுப் போனார்கள். கால்பந்து விளையாடிக்கொண்டிருந்த இளைஞர்கள் ஏதோ ஒரு பாட்டை முணுமுணுத்த வண்ணம் அவரிடம் 'எப்படி இருக்கீங்க?' என்று கேட்டனர். அவர்கள் முணுமுணுத்த பாடல் வரிகளின் பொருள் ஷுட்டோவுக்கு விளங்கவில்லை. ஆனால் ஷுட்டோவ் மெல்லிய குரலில் கேட்ட கேள்விகளுக்கு அவர் பதில் சொன்னார். 'ர' கரம் உச்சரிக்கும் விதத்திலேயே அவன் வெளிநாட்டான் என்று அவருக்குத் தெரிந்திருக்கும். அத்தருணத்தில் லெயாவும் வந்து விட்டாள்.

‘ஹலோ, ஆன்ரி, சௌக்கியமா?’ என்று கேட்டுவிட்டு ஷூட்டோவைக் கிளம்பச்சொல்லி சைகை காட்டினாள்.

அன்றிரவு, தன் அறைக்குப் போனபின் தேநீர் விடுதியில் சந்தித்த அந்த வயதானவரைப் பற்றி நினைத்துப் பார்த்தான். அதிக வெளிச்சமில்லாத அறை. சன்னலுக்கு அப்பால் துருப்பிடித்த தண்டவாளங்கள், இறந்த காலம் பற்றிய வீணான வார்த்தைகள். அந்த மனிதரோடும், அச்சிற்றூரில் உள்ள சோபை இழந்த வீடுகளோடும், இருளும்–குளிரும் நிறைந்த மலைக் குன்றுகளோடும் தனக்கு ஒரு நெருக்கம் ஏற்பட்டிருப்பதை உணர்ந்தான். ‘நான் இங்கு வந்து வசிக்கலாம். ஆம், உலகத்தின் இந்த மூலைதான் எனக்கு உகந்ததாகத் தோன்றுகிறது ...’ இந்தப் பயணம் அவன் அகத்தின் ஆழத்திற்குத் திரும்பிச் செல்லும் பிரயாணமாக இருக்கும் என்பதை லெயா ஏதோ ஒரு வகையில் உணர்ந்தாள் போலும்.

எதிர்வரிசையில் இருந்த கட்டடத்தின் மேல்மாடியை விட்டு நிலவொளி அகன்று போய் விட்டது. கூரைகளுக்கு மேல், எட்டாத உயரத்தில் சந்திரன் உலவிக்கொண்டிருந்தான். ஷூட்டோவ் வசித்த இடத்தில் நீல ஒளிவெள்ளம் பாய்ந்து கொண்டிருந்தது. லெயா வெளியேறுவதற்காகக் கட்டி வைத்திருந்த புத்தகங்களின் தலைப்புகளைப் படிக்க அந்த வெளிச்சம் போதுமானதாக இருந்த்து. அவற்றைப் படித்தாலே, அவர்கள் காதல் வரலாறு தெளிவாக நினைவுக்கு வரும். அவற்றைப் படித்ததும், ஏதோ ஒரு நாவலாசிரியரைப் பற்றி அவர்களுக்கு ஏற்பட்ட அபிப்பிராய பேதமும் நினைவுக்கு வரும். .. பின்னர், திடீரென எல்லாவற்றையும் தள்ளி விட்டான். எல்லாம் தட தடவென்று சாய்ந்தன. அடுக்காக வைத்திருந்த புத்தகக் கட்டொன்றைத் தவிர, எல்லாப் புத்தகங்களும் தரையில் சிதறிவிட்டன. அவர்கள் உறவில் முதன் முதலாகக் கீறல் ஏற்படுத்தியது எந்தப் புத்தகம்? ஒரு வேளை இந்தச் சிறுகதைத் தொகுதியாக இருக்கலாம். அத்தொகுதியில் இருந்த சிறுகதை ஒன்றில் பிரிந்து சென்ற பெண் ஒருத்தி, பின்னர் காதலனுடன் மீண்டும் இணைவது பற்றி வருகிறது. இணைந்த இருவரும் பனிச் சறுக்கு விளையாடுகிறார்கள்... ஆகவே, அர்தேன் பிரயாணத்தின்போது, தன்னை ஒரு செக்காவ் கதை கதாநாயகனாகப் பாவித்துக் கொண்டிருக்கிறான். ‘நான் உன்னைக் காதலிக்கிறேன், நதேன்கா ...’

காலை மணி மூன்று. லெயா திரும்பி வந்து, அவள் அட்டைப் பெட்டிகளையும், அவனிடம் விட்டு வைத்திருந்த தன்னுடைய வாழ்க்கைத் தடயங்களையும் எடுத்துக்கொண்டுபோகும் நாள் வந்து விட்டது. அவள் வந்துவிட்டுப் போனதும், தேநீர் விடுதியில் சந்தித்த முதியவர் போலவே தானும் பேசிக்கொண்டிருக்க வேண்டி இருக்கும் என்று எண்ணினான்.

அவனுக்குத் தெரிந்தவரையில், லெயாவிடம் அவன் முக்கியமாக எதுவும் சொல்லி விடவில்லை. சொல்லத் துணிவு இல்லை. சொல்லத் தெரியவுமில்லை. எவ்வளவோ நாட்களை – காதலில் களித்திருக்க வேண்டிய அற்புதமான நாட்களை – வீணடித்துவிட்டான். தேவை இல்லாமல் கவிஞர்களின் புனிதமான கடமைகளைப் பற்றிப் பேசிக்கொண்டிருந்து விட்டான். சிந்தனை இயக்கங்களைச் சாடிக்கொண்டிருந்து விட்டான். தொடக்கத்தில் அவன் சொன்னதை அவள் வேத வாக்காகக் கேட்டுக்கொண்டிருந்தாள். அந்த மாயை ஓராண்டுக்குள் கலைந்து விட்டது. வெளியூரிலிருந்து வந்த அவள் நகர வாழ்க்கைக்குப் பழக்கப்பட்டு விட்டாள். அவன் அவ்வளவு முக்கிய ஆள் அல்ல என்பதையும் புரிந்துகொண்டு விட்டாள். ஒரு காலத்தில், அவன் 'கலகக்கார'னாக இருந்தபோது, அவனைச் சுற்றி ஓர் ஒளிவட்டம் இருந்தது. ஆனால், அதுவே இப்போது ஒரு குறைபாடாகக் கருதப்படுகிறது. அவன் வேறு கால கட்டத்தைச் சேர்ந்தவர்களின் பட்டியலில் இணைக்கப்பட்டு விட்டான். சென்ற நூற்றாண்டின் எண்பதுகளில், இப்போது மறைந்துவிட்ட ஒரு நாட்டில் எதிர்ப்பாளனாக இருந்து, நாடு கடத்தப்பட்ட விஷயம் ஒரு பெரிய விஷயமன்று. 'எண்பதுகளிலா? அப்போது நான் கைக்குழந்தையாக இருந்தேன்,' என்று லெயா தனக்குள் சொல்லிக் கொண்டிருப்பாள். இப்போதெல்லாம் அவள் அன்பில் இரக்கம் கலந்திருந்தது. அவள் அவனைத் தனிமையிலிருந்து விடுபட வைக்க முயன்றாள். ஒருவித போரின் தொடக்கம். அதில் இருவருமே வெற்றிபெற முடியவில்லை.

'நாம் 19 ஆம் நூற்றாண்டில் இல்லை!' என்று அடித்துக் கூறுவாள். 'புத்தகங்களும் ஒருவித உற்பத்திப் பொருள்தான்... ஏனெனில், அவற்றை விலைக்கு விற்கிறோமல்லவா! நீ

வேண்டுமானால் புல்காக்கோவ் செய்ததுபோல் செய். முப்பது வருடம் கழித்து – நீ இறந்த பின்பு – வெளியிடக்கூடிய புத்தகங்களை எழுது.'

ஷுட்டோவ் கோபப்படுவான். வெகு நாட்களுக்குப் பின் மீண்டும் கண்டுபிடிக்கப்பட்டுப் பிரபலமான எழுத்தாளர்களை உதாரணமாகக் காட்டுவான். நீட்சே தன்னுடைய *Thus Spake Zarathustra* என்னும் புத்தகத்தில் நாற்பது பிரதிகள் தன் சொந்த செலவிலேயே எடுத்துத் தன் நண்பர்களுக்கு மட்டும் கொடுத்தார் என்பது எல்லோருக்கும் தெரியும்.

'சரி, நீ எழுதியதைக் கொடு. இன்னும் ஒரு மணி நேரத்தில் நாற்பது பிரதிகள் எடுத்துக்கொண்டு வருகிறேன். முதல் பிரதியில் கையெழுத்திட்டு ஆஸ்திரேலியாவிலிருந்து வந்திருக்கும் உன் பக்கத்துக் குடித்தனக்காரரிடம் கொடு. அவர் அதைக் கொண்டு மேற்கூரையைத் திறந்து முட்டுக் கொடுக்கப் பயன்படுத்திக் கொள்வார். காலம் சரியில்லை, ஐவான். பிரான்ஸில் பிரபலமாகப் பேசப்படும் நபர் ஒரு கால்பந்து வீரர்தான்... எந்த ஒரு கவிஞருமல்ல.

'சில நாடுகளில், அப்படியில்லை.'

'நிஜமாகவா? ஒரு வேளை அந்த நாடு மஞ்சூரியாவாக இருக்கலாம்.'

'இல்லை, நான் சொல்வது ரஷ்யா...'

இதுபோன்ற வாக்குவாதங்கள் ஒருவித மறைமுகப் பின்விளைவுகளை ஏற்படுத்தி இருக்கின்றன. ஷுட்டோவ் ரஷ்யாவைப்பற்றிக் கனவு காண ஆரம்பிப்பான். அந்த நாட்டைப் பார்த்து இருபது ஆண்டுகள் ஆகின்றன. அங்கு நல்ல கவிதைகள் மனிதனை நிம்மதியாகத் தூங்கவிடுகின்றன என்று நம்பினான். ஒரு பூங்கா. அதில் பொன்னிற இலைகள் அடர்ந்த மரங்கள். அங்கு அமைதியாக நடந்து செல்லும் ஒரு பெண். அவள் ஒரு கவிதைக்குக் கதாநாயகியாக இருக்க முடியும்.

மேற்கூரைக்குத் திறந்து முட்டுக் கொடுக்கத்தான் அவன் புத்தகம் பயன்படும் என்றது ஓர் உச்ச எல்லை. லெயாவின் குரலில் ஒரு விதத் திமிர் – ஃபிரெஞ்சுக்காரர்கள் ரசிக்கும் (அவர்கள் ரசனை அவனுக்கு இன்னும் பிடிபடவில்லை) ஒருவித அட்டகாசமான – நகைச் சுவை கலந்த திமிர்! அவள் வெளியில் சுற்றும் நேரம் அதிகமாகிக் கொண்டிருந்தது. பத்திரிகையியல் வகுப்புகளையும், வெளியீட்டு நிறுவனங்களையும் காரணம் காட்டினாள்.

ஒரு நாள் அவன் சீக்கிரமாக வெளியே போக வேண்டி இருந்தது. அவசரம் அவசரமாக மாடிப்படியிலிருந்து இறங்கி வந்தபோது, அங்கிருந்த குப்பைத்தொட்டி மூடியின் மீது கருப்புத் தோல்பை இருப்பது அவன் கண்ணில் பட்டது. மெட்ரோ ரயிலில் போகும்போது, அவனுக்கு ஓர் ஐயம் ஏற்பட்டது. அவன் பார்த்தது வெறும் பையாகத் தோன்றவில்லை. மதியம் அவன் வீடு திரும்பும்போது அதனை மீண்டும் பார்த்தான். அது லெயாவின் பழைய ஜாக்கெட் போல் தெரிந்தது. தையல் விட்டுப் போயிருந்த அந்தத் தோல் ஜாக்கெட் அவள் உடலின் பதிவை எடுத்துக்

காட்டியது... அப்போது அவனுக்கு ஏற்பட்ட சோகம் அவனுக்கே வியப்பையளித்தது. கடைசியில், கரைந்து செல்லும் பிம்பங்கள்தான் வாழ்க்கை என்ற உண்மையை எடுத்துச் சொல்ல வார்த்தைகள் கிடைத்திருப்பதை உணர்ந்தான். அந்தப் பழைய ஜாக்கெட், தூங்கும்போது அவளுடைய விரிந்த கைகள்... இவைதான் அந்த பிம்பங்கள்... மாலையில் அவள் திரும்பி வரும்போது, லெயாவின் கைகளில் ஒரு பார்சல் இருந்தது. அது ஷுட்டோவ் கடைசியாக அனுப்பித் திரும்பி வந்த பிரதி. இருவரும் உணவருந்தும்போது அமைதியாக இருந்தனர். பின்னர், தற்போதைய இலக்கியத்தில் அவன் எப்போதும் செல்வதுபோல், 'சிறு பிள்ளைத்தனம்' புகுந்து விட்டது என்று கோபாவேசத்தோடு கத்தினான். லெயா மனதில் அவன் மீது இரக்கம் ஏற்பட்டதுபோலும். 'பைத்தியக்காரத்தனமாகப் பேசாதே,' என்று பழைய ஈன சுரத்தில் பேசினாள். 'நீ வாழ்க்கையில் தோற்றுப் போனவனில்லை... நீ ஒருநாள் வெடித்துக் கிளம்பப் போகிறாய்..'

அன்று மாலையிலிருந்து அவள் மேலும் விலகிச் சென்று விட்டாள்.

ஆனால், அவர்களின் காதல் மறையத் தொடங்கிய சமயத்தில், ஒரு குறிப்பிடத்தக்க மீட்சி ஏற்பட்டது. ஷுட்டோவுக்குத் தொலைக்காட்சி நிகழ்ச்சியொன்றுக்கான அழைப்பு வந்தது. மூன்றாண்டுக்கு முன் அவன் வெளியிட்ட நாவல் பற்றிய நிகழ்ச்சி அது. அந்த நாவல் வெற்றி பெற்ற நாவலன்று. ஆனால், நிகழ்ச்சி அமைப்பாளர் காரணத்தை விளக்கினார். 'அதில் நீங்கள் ஆப்கானிஸ்தான் பற்றிப் பேசி இருக்கிறீர்கள். இப்போது அங்கு நிகழ்வதையெல்லாம் வைத்துப் பார்த்தால்...' அந்தக் கதையில், குண்டு வீச்சினால் கொல்லப்பட்ட ஒரு மூதாட்டியையும் அவள் வளர்த்த நாயையும் பார்த்து இராணுவ வீரன் ஒருவன் கண்ணீர் விட்டு அழும் காட்சி இடம்பெற்றிருந்தது.

லெயாவிடம் அந்த அழைப்பைப் பற்றிச் சொல்லும்போது, அவன் அலட்டிக்கொள்ளாததுபோல் பேசினான். அவன் பேச்சில் கிண்டலும்கூட இருந்தது ('கொஞ்சம் பொறு. தொலைக்காட்சி சேனலின் மதிப்பை எகிறிச் செல்ல வைக்கிறேன்...').

ஆனால், உண்மையில் அவன் அதனைத் தனக்குக் கிடைத்த கடைசி வாய்ப்பாகத்தான் கருதினான். அவளிடம் தான் மீண்டும் எழுதத்தொடங்கி, தன் தொழில் இரகசியங்களைச் சொல்ல வேண்டுமென்று நினைத்தான்.

கடைக்குப்போய் ஒரு நீல நிறச் சட்டை வாங்கினான். அதில் கோடுகள் இல்லாமல் பார்த்துக்கொண்டான். கோடுகள் இருந்தால், கண்கள் கூசும் என்று அவளுக்கு விளக்கம்வேறு அளித்தான். லெயாவும் அவனுடன் கடைக்குச் சென்றாள். அவளும் ஒளிபரப்பில் பங்கெடுக்கப் போவதுபோல் அலங்காரம் செய்துகொண்டாள்.

ஒளிபரப்பு நடுநிசி வாக்கில் நடைபெறவிருந்தது. 'அதாவது, விளையாட்டுப் போட்டிகள், கால்பந்து முதலியவை முடிந்ததும்! அதுதான் அவர்களுடைய மதிப்பீட்டுக் கொள்கை,' என்றான். எனினும், எவ்வித வருத்தத்தையும் வெளியில் காட்டிக்கொள்ளாதவாறு பார்த்துக்கொள்ள

முடிவு செய்தான். தொலைக்காட்சியில் புன்னகையுடன் தோன்ற வேண்டும். எளிமையாக—எவ்வித நேர்மாறான முகபாவம் காட்டாமல் காட்சியளிக்க வேண்டும். 'நடப்பது நல்லதாக நடக்கட்டும்,' என்று லெயா அவன் காதுக்குள் சொன்னாள். ஷுட்டோவ் திடுக்கிட்டான். பின்னர்தான் நினைவுக்கு வந்தது அப்படிச் சொல்வது அவர்கள் நாட்டு வழக்கம் என்று. இருந்தாலும் அந்த நிமிடத்திலிருந்து, அவனுக்கு நடந்ததெல்லாம் கனவில் நடப்பதுபோல்தான் தோன்றியது.

நள்ளிரவில் நிகழ்ச்சியைத் தயாரித்ததுகூட கனவுபோல்தான் இருந்தது. அதில் பங்கேற்றவர்களெல்லாம் மங்கிய ஒளியில் ஒரு மேசையைச் சுற்றி சூட்சிக்காரர்கள் போல (அல்லது ஆவி மனிதர்கள் போல) ஏதோ பேசிக்கொண்டிருந்தார்கள். சிரித்த முகத்தோடு காட்சியளிக்க வேண்டிய கட்டாயமும் அப்படித்தான் இருந்தது – யாரும் அப்படி இருக்கச் சொல்லவில்லையாயினும்! அதுமட்டுமன்றி, ஏதோ ஓர் ஆற்றல் அவர்களைப் பரத்தைகள் போல், ஓரக்கண்ணால் பார்க்கவும், உதட்டில் புன்னகையை வரவழைக்கவும் செய்தது.

உயரமான முக்காலியொன்றின் மீது ('மதுக் கடையில் பரத்தைகள் உட்கார்ந்திருப்பதுபோல்,' என்று ஷுட்டோவ் நினைத்தான்.) அமர்ந்து கொண்டு தயாரிப்புக் குழுவைக் கவனித்தான். ஃபிரெஞ்சு மொழி பேசும் கறுப்பின எழுத்தாளன் ஒருவன் 'அங்கிள் பென்' விளம்பரத்தில் வருபவன் போல் இளித்துக்கொண்டிருந்தான். மெல்லிய கண்ணாடியணிந்த சீனன் ஒருவன் தன் பார்வையை அங்கும் இங்கும் சுழல விட்டுக்கொண்டிருந்தான். அதிலும், குறிப்பாக, ரஷ்யனான ஷுட்டோவை அடிக்கடி பார்த்துக் கொண்டிருந்தான். ஃபிரெஞ்சு இலக்கியம் உலகமயமானதற்கு முத்தான மூன்று சான்றுகள்! ஷுட்டோவுக்கு எதிரில், மேக்கப் பெண்மணி யொருவர் ஏதோ ஒரு முகத்துக்குக் கடைசி நேர மெருகுகள் சிலவற்றை ஏற்றிக்கொண்டிருந்தார்... அவரை என்னவென்றழைப்பது? பத்திரிகை யாளர், எழுத்தாளர், பத்திரிகை ஆசிரியர், ஏராளமான விருது குழுக்களில் இடம் பெறுபவர், ஊடகப் பிரதிநிதி இப்படி அவருக்குப் பல முகங்கள் உண்டு. அது போன்றவரை ஷுட்டோவ் 'இலக்கிய உலகப் பிரதிநிதி' என்று குறிப்பிடுவதுண்டு. அவரைப் பார்த்து அவன் சிரித்தாக வேண்டும். அவருக்கு இடதுபக்கத்தில் உளவியல் நிபுணர் ஒருவர் அமர்ந்திருந்தார். அவர் மகிழ்ச்சியைப் பற்றிச் சிறப்புப் பயிற்சி பெற்றவர். ஏனெனில், மகிழ்ச்சிதான் செல்வந்த நாடுகளில் அதிகம் கிடைக்காத பொருளாகும். அவர் அருகிலிருந்த இளம்பெண்ணிடம் பேசிக்கொண்டிருந்தார். அந்தப் பெண் மயான கொள்ளைக்கு வேஷம் தரித்தவர் போல் காட்சியளித்தார். கடைசியாக, ஐம்பது வயது மதிக்கத்தக்க பெண் ஒருத்தி வந்தாள். முடி நரைக்க ஆரம்பித்திருந்தது. அழகிய முகம். ஆனால் அது சோர்வடைந்திருந்தது. வெளிச்சம் கண்களைக் கூச வைத்ததனால், திக்குமுக்காடி, மேசையைச் சுற்றி அங்குமிங்கும் போய்க்கொண்டிருந்தாள். அவளுக்கான இருக்கை ஷுட்டோவின் அருகில் இருந்தது. உதவியாளர் ஒருவர் அவரை அங்குப் போய் அமரச்செய்தார். இருவருடைய பார்வையும் சந்தித்தன. அப்பார்வையில் தெரிந்த அறிவுச்சுடருக்கும் அவள் போட்டிருந்த 'ரோஸ்' கலர் மேக்கப்புக்கும் சம்பந்தமில்லாமல் இருந்தது.

ஒருவாறாக ஒளிபரப்பு தொடங்கியது. ஆப்பிரிக்கன்தான் முதலில் பேசினான். தொழில் ரீதியாக, அவன் மிகவும் மேம்பட்டிருந்தான். ஒவ்வொன்றையும், அவன் நாசூக்காகச் செய்தான். அவன் குரல், அவன் சிரிப்பு, அவன் கலகலவென்று பேசியது – இப்படி எல்லாமே சிறப்பாக இருந்தது. இடையிடையே, அவன் தன் நாவலிலிருந்து சில பகுதிகளைப் படித்துக் காண்பித்தான். அவன் நாவலில் வரும் செல்வந்தனான காதலனுக்கும், கபடு வாய்ந்த காதலிக்கும் இடையே நிகழ்ந்த உரையாடலை அவன் நடித்தும் காட்டினான். அங்குக் கூடியிருந்த அவர் உறவினர்கள், கதைசொல்லிகள், பழங்குடி இனத்தைச் சார்ந்த செப்படி வித்தைக்காரர்கள் மத்தியில் அவன் செய்தது சிரிப்பலைகளை ஏற்படுத்தியது. அவன் ஒரு பிறவி நடிகன்.

அவனுக்குப் பின்னால் வந்த சீன எழுத்தாளன் எல்லோர் முன்னிலையிலும் பவ்வியமாகக் காட்சியளித்தான். இருப்பினும், அவனுடைய நடிப்பு சோபிக்கவில்லை. ஏனென்றால், அவனால் ஃபிரெஞ்சு மொழியில் சரியாகப் பேச முடியவில்லை. அப்படிப்பட்டவன்தான் ஃபிரெஞ்சு மொழியில் எழுதி, பாரிஸில் மிகவும் பிரபலமான வெளியீட்டு நிறுவனம் மூலம் தன் புத்தகங்களை வெளியிட்டிருக்கிறான்...

ஷுட்டோவுக்கு ஏதோ ஒரு மீயதார்த்த நாடகம் பார்ப்பதுபோல் இருந்தது.

'யாங்'கும் 'இன்'னும் சேர்ந்தது... ஆகவே யாங்குடன் சேர்ந்த 'யின்'... கன்ஃப்யூஷியஸ் சொல்கிறார்... சிவப்பு மலை பூதம்... 'யின்' 'யாங்' கை முழுமைபெறச் செய்தது...' இக்கடைசிச் சொற்கள் திருப்பித் திருப்பிச் சொல்லப்பட்டதால், செய்தியாளருக்குக் குழப்பம் ஏற்பட்டது: 'ஆகவே, உங்கள் கதாநாயகன் இன்மையில் – மன்னிக்கவும் – உண்மையில்...'

ஆனால் ஷுட்டோவின் பங்கேறபு உண்மையில் படுமோசமாகி விட்டது. தன்னுடைய உரையை ஒரு நீளமான வாக்கியத்தோடு தொடங்கினான்: 'எழுத்தாளனின் கடமை சாட்சியாக இருப்பதும், உண்மையைத் தேடுவதுமாக இருக்கும்போது, அவனுடைய முந்தைய கருத்துகள் சில சமயம் கதாபாத்திரங்களின் உளவியல் தன்மைக்கேற்ப மாற்றிக்கொள்ளப்படும். உதாரணமாக, போர் அனுபவம் மிக்க இராணுவ வீரன் ஒருவன் மூதாட்டி ஒருத்தியும், அவள் நாயும் இறந்து கிடப்பதைப் பார்க்கும்போது கண்ணீர் விடக்கூடும்...' அமைப்பாளர் இதுபோன்ற நீண்ட உரையினால் வரும் ஆபத்தை உணர்ந்தார் போலும். உடனே குறுக்கிட்டு 'ஆகவே, உங்கள் நாவலின்படி, ரஷ்யர்கள்தான் நிறையக் கேள்விகளுக்குப் பதில் சொல்ல வேண்டி இருக்கும்...' என்றார். இதுபோன்ற மேம்போக்கான கருத்தை ஷுட்டோவ் தனக்குச் சாதகமாக்கிக் கொள்ளலாம். ஆனால், அவனோ நிலைகுலைய ஆரம்பித்துவிட்டான். ஆகவே அவனுடைய பேச்சில் எழுத்தாளனின் கடமை, தாலிபான், டால்ஸ்டாய், போரோதினோ போரை வருணிக்க ஸ்தெந்தாலைப் படிப்பது, வான்வெளி ராக்கெட்டுகள், போர்பற்றிய நூல்களில் விரசமான காட்சிகள் ஆகியவை போன்ற எத்தனையோ விஷயங்கள் கலந்து வந்து குழப்பின... செய்தித் தொகுப்பாளரின் கண்களில் ஒரு பரிதாப உணர்ச்சி

தோன்றியது. உடனேயே, அவர் சுருக்கிச் சொன்னார். 'நாவலொன்றில் போரைப்பற்றி எழுதுவது சாத்தியமா என்றுதானே சொல்ல வருகிறீர்கள்?'

இது ஷுட்டோவுக்குப் பேரிடியாகிவிட்டது. உறைந்துபோனான். கன்னங்கள் வெட்கத்தில் சிவந்தன. அதற்கு முக்கிய காரணம் லெயா ஒளிபரப்பைப் பார்த்துக் கொண்டிருப்பாள் என்று நினைத்ததுதான்.

அவன் தன்னை ஓர் உதவாக்கரை என்று நினைத்துக்கொண்டிருந்ததை மற்றவர்களின் பங்கேற்பு கொஞ்சம் கொஞ்சமாக மறக்கச் செய்தது. உளவியல் நிபுணர் சொன்னார்: பாலுணர்வோடு ஒருவன் தன் காதலியின் உடலைத் தடவும்போது, அவள் முதுகின் தாலமஸ் மையம்...'

பேய்க்கதை ஆசிரியை தொடர்ந்தாள்: மற்றவன் எப்போதுமே தீமையைத்தான் கொண்டுவருபவன்... நாம் கண்டுகொள்ளாத நமக்குள்ளேயே இருக்கும் தீமையை...'

நடுநிசியைத் தாண்டியாகிவிட்டது. கனவு போன்ற சூழல் இன்னும் இறுகியது. ஷுட்டோவிடம் இருந்த பதற்றம் தெளிந்து கவலையூட்டும் ஒரு தெளிவு அவனிடம் ஏற்பட்டது.

இந்த வேடிக்கை விளையாட்டு நடைபெறும் நாடு உலகத்துக்கு மிகப் பெரிய சிந்தனையாளர்களைத் தந்திருக்கிறது என்று அவன் தனக்குள் சொல்லிக்கொண்டான். அவர்களுடைய பேச்சு, அவர்களை நாடுகடத்துவதற்கும், மரணத்தைத் தழுவுவதற்கும், அதைவிடக் கொடுமையாக, கீழ்த்தர மக்களின் தாக்குதல்களுக்கு உள்ளாவதற்கும் காரணமாய் இருந்திருக்கிறது. ஒரு துணிச்சலான கருத்தை முன்வைப்பதனால், ஏராளமான உயிர்கள் பழிவாங்கப்பட்டிருக்கின்றன. இதையெல்லாம் அவன் நினைத்துப் பார்த்தான்... அவன் இளைஞனாக இருந்தபோது, அந்த மாபெரும் பண்டைய இலக்கியத்தைப் பற்றி அப்படித்தான் நினைத்துக்கொண்டிருந்தான். மேசையின் மறுபக்கத்தில் சீன எழுத்தாளன் புன்னகையோடு காட்சியளித்தான். அவனுடைய புத்தகங்கள் யாரோ ஒரு பிரபலமாகாத வெளியீட்டாளர் ஒருவர் திருத்தி எழுதி இருக்கிறார் (வாழ்ந்து கொண்டிருக்கும் எழுத்தாளர் ஒருவருக்கு ஆவியுலக மனிதர் ஒருவர் உயிரூட்டுவதுபோல் இருந்தது). அவருக்கு இடது பக்கத்தில், மேற்கூறிய இளம்பெண், தன் பயங்கரத் தோற்றத்தால், பார்ப்பவரைக் கதிகலங்க வைத்துக்கொண்டிருந்தாள். அவளுக்கு எதிரில் ஆப்பிரிக்கன் அமர்ந்திருந்தான். அவன் நாட்டில் லட்சக்கணக்கான பிணங்கள் குவிந்து கொண்டிருக்கும் வேளையில், ஏதோ நாட்டுப்புற இலக்கியம் என்ற பெயரில், விரசமான காதல் கதைகள் புனைந்துகொண்டிருந்தான்...

தனக்கிருந்த அபத்தமான உணர்வைப் போக்குவதற்கு எது உதவியது என்று ஷுட்டோவினால் சொல்ல முடியவில்லை. அவனுக்கருகில், நரை முடியுடனிருந்த பெண்மணியின் குரல் பலவீனமாக இருந்தது. ஒரு வேளை அவள் தன் குரலால் ஜாலவித்தை செய்யவிரும்பாமல்கூட இருக்கலாம். அந்த அபத்தமான நிகழ்ச்சியின் நோக்கத்தைப் புரிந்துகொண்டு, அதற்கேற்றவாறு, தன் நடவடிக்கையைச் சரி செய்துகொண்டாள் போலும். தொலைக்காட்சியில் நள்ளிரவுக்குப் பின் ஒரு பெண் தோன்றினால்,

அவளுடைய தோற்றத்திற்கு அதிக முக்கியத்துவம் இருக்கப்போவதில்லை. ஏதோ ஒரு சிந்தனையில் ஆழ்ந்திருந்தாள். வேறு யாரையும் பார்க்கவில்லை. தன்னை மட்டும் பார்த்துப் பேசுவதுபோல் இருந்தது ஷுட்டோவுக்கு.

அவளுடைய கதை எளிமையானதென்று சொன்னாள். பெண்மணி ஒருத்தி போதைப் பொருளுக்கு அடிமையாகிவிட்ட இளைஞன் ஒருவனைக் காதலிக்கிறாள். ஒன்றரையாண்டு சிரமப்பட்டு அவனை ஆபத்திலிருந்து மீட்டு விடுகிறாள். பின்னர் ஒரு மாதம் கழித்து, அவன் அவளைத் தவிர்த்துவிட்டுத் தன் வயதையொத்த ஒரு பெண்ணோடு வெளியேறுகிறான்.

சொல்லப்போனால், புத்தகம் தொடங்குமுன்னாலேயே, கதாநாயகிக்கு எல்லாமே முடிந்து போய்விட்டது. அப்படித்தான் நிஜ வாழ்க்கையும். எதையும் வாழ்க்கையில் எதிர்பார்க்க முடியாது என்று நினைக்கும் நிலை வரும்போது, முக்கியமான ஒன்றில் அது மீண்டும் தொடங்கும்…

திடீரென அவள் அவளுடைய அமைதியான குரலில் ஷுட்டோவிடம் பேசினாள்: 'கொஞ்ச நேரத்துக்கு முன்னால், செக்காவைப்பற்றிப் பேசினீர்கள்… ஆம். அவர் கதையின் தொடக்கத்தையும், முடிவையும் வெட்டிவிடச் சொல்கிறார். டாக்டர் செக்காவின் மருந்தால், ஒரு நாவலைக் குணப்படுத்த முடியுமா என்று எனக்குத் தெரியவில்லை. என் கதாநாயகிக்கு, வாழ்க்கை தொடங்குவது அவர் வெட்டியெறியச் சொல்லும் பகுதியில்தான்.'

குரலை மாற்றாமலும், வேறொரு தொனியில் பேசாமலும், அவள் தன் நாவலிலிருந்து பல வாக்கியங்களைப் படித்துக் காட்டினாள்: 'குளிர்காலம், காட்டில் பொன்னிற இலைகளால் மூடப்பட்டிருந்த ஓர் ஒற்றையடிப் பாதையில், அவள் போய்க்கொண்டிருந்தாள். காரமான மணம் வீசி அவள் கவலையை மகிழ்ச்சியாக மாற்றிக்கொண்டிருந்தது…'

ஒளிபரப்பு முற்றுப் பெற்றது. இருந்த இடத்தை விட்டு நகராமல் கண்களை மூடிக்கொண்டிருந்தான் ஷுட்டோவ். பனி படர்ந்த ஒரு காடு. ஒற்றையடிப் பாதையின் கடைசியில், ஒரு பெண்ணுருவம் மறையத் தொடங்குகிறது… தன்னிடமிருந்த ஒலிப்பெருக்கியை வாங்கிக்கொண்டுபோக தொழில் நுட்பக் கலைஞர் ஒருவர் அவனை எழுப்பினார். நடைப்பகுதியில், மேக்கப் அறை ஓரத்தில் போய்க்கொண்டிருந்த நரைமுடிப் பெண்ணைச் சென்றடைந்தான். 'எதற்காக இந்த மோசமான நிகழ்ச்சியில் பங்கு கொண்டீர்கள்?' என்று சொல்ல நினைத்தான். ஆனால் சொல்லவில்லை.

'செக்காவ் பற்றிக் குறிப்பிட்டதற்கு நன்றி! அதனால், நான் அவ்வளவு முண்டமாகத் தெரியவில்லை. ஆனால், உங்கள் புத்தகத்தின் தலைப்பு என் நினைவுக்கு வரவில்லை…'

'அவள் வாழ்க்கைக்குப் பின்'. உங்களுக்கு ஒரு பிரதி அனுப்பி வைக்கிறேன். உங்களுடைய நாவலை அது வெளியானவுடனேயே படித்து விட்டேன். உங்கள் நாவல்கள் அனைத்தையுமே நான் படித்திருக்கிறேன். உங்களை இங்குச் சந்திப்பேன் என்று எதிர்பார்க்கவில்லை. எதற்கு நீங்கள் வந்தீர்கள்?'

எழுத்தாளர்களுக்கே உரிய பொய்க்காரணங்களைக் கற்பனை செய்துகொண்டு சிரித்துக் கொண்டனர்: 'என்னுடைய வெளியீட்டாளர் வற்புறுத்தினார். வாசகர்கள் கண்டபடி யோசிப்பதை நிறுத்துவதற்காக வந்தேன் ...'

அப்போது அவன் லெயாவைப் பார்த்து விட்டான்.

'அற்புதம்!' என்று சொல்லி அவன் கன்னத்தில் முத்தமிட்டாள். அவன் அவளுக்கு நரைமுடிப் பெண்ணை அறிமுகம் செய்து வைப்பதற்காகப் பின்னால் திரும்பினான். அந்தப் பெண் அதற்குள் மேக்கப் ரூமுக்குள் பேய்விட்டாள். 'சிறப்பாகவே இருந்தது,' என்று லெயா சொன்னாள். 'உன் புத்தகங்களைப் படிக்கத் தூண்டுவதாக இருந்தது. முக்கியமாக, அந்தச் சீன எழுத்தாளரைக் குறிப்பிட வேண்டும். எனக்கு அவரை உண்மையிலேயே பிடித்திருந்தது. யின், யாங்க் பற்றியெல்லாம் அவர் பேசியது மிகவும் ஆழமானதாக இருந்தது. ஆனால் உனக்குப் பக்கத்தில் அமர்ந்திருந்த பெண் – கடைசியாகக் கலந்து கொண்டவள் – சகிக்கவில்லை. மேலும் அவள் மேக்கப்பைப் பார்த்தாயா? அவளைப் பார்த்தால் ...'

'சகித்துக்கொள்ள முடியாத' அந்தப் பெண் மேக்கப் ரூமைவிட்டு வெளியேறுவதை ஷுட்டோவ் பார்த்து விட்டான். அப்படி வெளியேறும் போது, கைக்குட்டையால் முகத்தைத் துடைத்துக் கொண்டாள். தூரத்திலிருந்து பார்க்கும்போது, கண்ணீரைத் துடைத்துக் கொள்வதுபோல் இருந்தது.

டாக்ஸியில் போகும்போது லெயாவின் ஆர்வம் எல்லை கடந்திருந்தது. ஷுட்டோவுக்கு மட்டரகமான ஊடக மாயைதான் ஒரு புது வாழ்வு தந்திருக்கிறது. மோசம் என்று நினைத்த நிகழ்ச்சி லெயாவோடு தனக்கிருந்த உறவுக்குப் புத்துயிரளித்தது. அந்நிகழ்ச்சியில் பங்குகொண்ட 'பயங்கரத் தோற்றம்' கொண்ட பெண்ணை லெயா பாராட்டினாள். அவள் எப்படிக் கெட்டிக்காரத்தனமாகத் தப்பித்துக் கொண்டாள்' என்று சிலாகித்தாள். பின்னர், அடுத்துப் பங்கேற்ற பெண்ணை – அதாவது, தன்னுடைய புத்தகங்களிலிருந்து சில வரிகளைப் படித்துக் காட்டிய பெண்ணைப் – பற்றிப் பேசினாள். 'அவள் சொன்னது எனக்குப் புரியவில்லை. அவளைச் சேர்த்தது தவறு. அவளுடைய வயது தெரிந்தது. மேலும், அவள் சொன்னதும் சுவாரசியமாக இல்லை. அவளிடம் கவர்ச்சியுமில்லை. வேண்டா வெறுப்புடன் வந்தவள் போல் தோன்றினாள். நல்ல வேளை, நீ செக்காவைக் குறிப்பிட்டதால், அதைப் பிடித்துக்கொண்டு தன்னைப் பெரிதாகக் காட்டிக் கொண்டாள் ...'

ஷுட்டோவ் அவள் கைகளை வருடி, அமைதியாக முணுமுணுத்தான்:

'போதும் லெயா. நீ முண்டம் என்று நிரூபிக்காதே.'

நெளிவு சுளிவு இல்லாமல் சொன்னதை நினைத்து, உடனே வருந்தத் தொடங்கினான். தங்களையே ஏமாற்றிக் கொள்ள விரும்புபவர்கள், அவர்கள் போக்குக்கு நீங்கள் போகாவிட்டால், உங்களை அவர்கள் ஒருபோதும் மன்னிக்க மாட்டார்கள்.

ஷுட்டோவ் கூட லெயாவின் துரோகங்களால் துவண்டு விடவில்லை. 'துரோகம்' என்ற சொல் கேலித் தனமானது. அவன் அதற்குப் பதில் வேறு சொற்களைத் தேடிக்கொண்டு ('அவள் இப்போது வேறொரு நண்பனோடு உறங்குகிறாள்'), ஓர் எழுத்தாளனாக நடந்துகொள்ள முயன்றான். அதாவது, எந்த ஒரு நிலைமையும் தன்னை வந்து துன்புறுத்தாத வண்ணம், அதனைத் தூரத்திலேயே வைத்து விவரிக்கலாம் என்றிருந்தான். ஆனால், அது அவனுக்குச் சுலபமாகத் தெரியவில்லை. வேதனை இருக்கத்தான் செய்தது. இருந்தும் ஒருவித நக்கலோடு லெயாவின் மீதான அவநம்பிக்கையை மறக்க முயன்றான். உளவியல் நாவல்களில் வரும் கதாநாயகர்கள் போல் நடந்துகொண்டான் – உளவியல் நாவல்களை அவனுக்குப் பிடிக்காது என்பது வேறு விஷயம். அவற்றின் ஆசிரியர்கள் மனித மனதை முற்றிலுமாகப் புரிந்து கொண்டதுபோல் காட்டிக்கொள்கின்றார்களல்லவா?

கண்டுகொள்ளாமல் விட்டுவிடுவது சுலபமாகத் தெரிந்தது. ஆனால், வயது அதிகமாகிக்கொண்டிருக்கும்போது, அது கடினமாகிக்கொண்டிருப்பது புரிந்தது.

அன்று மாலையில்கூட ஒன்றையும் கண்டு கொண்டிருக்க மாட்டான். ஆனால், அவள்தான் மீண்டும் காதலிப்பதுபோன்ற ஒரு தோற்றத்தை ஏற்படுத்தினாள்.

பிப்ரவரி மாதத் தொடக்கம். கவிந்திருக்கும் இருள் தார் சாலையில் மின்னியது, வேறொரு உலகத்திற்கு அவனை அழைத்துச் சென்று, மறைய வைக்கத் துடிப்பதுபோல் இருந்தது. ஷுட்டோவ் ஒரு கூட்டத்தில் கலந்துகொண்டுவிட்டு, வீடு திரும்பிக் கொண்டிருந்தான். வெளியீட்டாளர் ஒருவர் அவன் எழுதிய நாவல் வணிகரீதியில் வெற்றி பெறும் வாய்ப்பு இல்லை என்று விளக்கி இருந்தார். மெட்ரோவில் கூட்ட நெரிசல் அதிகமாக இருந்ததால், மெனில்மோந்தான் வரை நடந்தே போய்க் கொண்டிருந்தான். இதற்கு மேலும் துன்பம் வந்தால் அவனால் பொறுத்துக்கொள்ள முடியாது. அப்படி வந்து விட்டால் என்ன செய்வான்? கழுத்தை அறுத்துக் கொள்வானா? அதெல்லாம் ஒரு நாவலில் வேண்டுமென்றால் நன்றாக இருக்கும். நிஜவாழ்க்கையில், அவர்கள் வசிக்கும் குடியிருப்பின் கீழிருக்கும் குப்பைத்

தொட்டியைக் கவிழ்ப்பதுபோல்தான் இருக்கும் – வீட்டுக் குப்பையை வெளியில் கொட்டியதுபோல் இருக்கும். கழுத்தை அறுத்துக்கொள்ளும் அளவுக்குத் துன்பம் அதிகரித்து விடவில்லை.

திரும்பி வந்து சுருள் வட்ட மாடிப்படியில் ஏறும்போது, அடுப்பில் விறகு எரியும் வாசம் மூக்கைத் துளைத்தது. அவன் வசிக்கும் புறாக்கூண்டிற்கு அப்பாலிருந்து மென்மையான இசையொன்று காற்றில் மிதந்து வந்தது. பூட்டுத் துவாரத்தைத் தேடிக்கொண்டிருக்கும்போது, இவையெல்லாம் அவன் மனதை ஆட்கொண்டன. அந்தக் கட்டடத்துக்குள் ஒரு விருந்து நடைபெற்றுக் கொண்டிருந்தது. அவனுக்குத்தான் கதவைத் திறக்க சரியான சாவி இல்லை.

லெயா விருந்து ஏற்பாடு செய்திருந்தாள். குளிரடுப்பு எரிந்தது. மெழுகுவர்த்திகள் ஏற்றப்பட்டிருந்தன. ஒரு மாயை நிலவியது. முன்புபோல் தனது வாசிப்பைப் பற்றி விவாதிக்கப்போவதுபோல் ஓர் எண்ணம் ஏற்பட்டது. உணவு வேளை முடிந்ததும், லெயா தன் குரலில் அளவுக்கு மீறிய ஆர்வம் பொங்கச் சொன்னாள்: 'செக்காவின் "வான்கா"வைப் படித்துவிட்டேன். மனதைப் பிழிந்து விட்டது. அழுது விட்டேன் . . . கண்ணீர் விட்டே அழுதேன்.'

ஷுட்டோவ் அவளைக் கவனித்துப் பார்த்தான். அட்டகாசமாகப் புகை பிடித்துக் கொண்டிருந்தாள். கால்களை மடக்கிக்கொண்டு ஒய்யாரமாகப் படுத்துக் கொண்டிருந்தாள் (இது ஒன்றும் புதிதான வர்ணனையன்று). இரண்டாண்டுக்கு முன் ஒருநாள், கார்தெலேஸ்தில் இருந்த தொலைபேசி நிலையத்தில், காசுக்காகத் திண்டாடியவள். அவளிடம்தான் எவ்வளவு மாற்றம். சூழ்நிலை ஏற்பட்டால், வெகு சீக்கிரமே மாற்றம் ஏற்படுத்திக்கொண்டு, சொந்தக்காலில் நிற்கும் தன்மை இளவயதில் வரக்கூடியது இயல்புதான். பிரான்ஸில் ஒத்த வயதுடைய பலரை ஒன்று சேர்ப்பது பத்திரிகையியல் துறைக்கு வழக்கமாகிவிட்டது. அதே சமயம் அது வயதான ஒருவனையும் சந்திக்க வைத்திருக்கிறது. அவன் அவளுக்குப் பயன்படுவான். தேவையில்லையெனில், அவன் நட்பைச் சுலபமாக வெட்டிவிடலாம். அவனை மகிழ்ச்சியடைய வைப்பதற்குத்தான் அன்று – அந்தக் குளிர்கால இரவில் – அவ்விளம்பெண் சுதந்திரமாகவும், அக்கறையோடும், அவன் வீட்டைத் தீப ஒளியில் மூழ்க வைத்திருக்கிறாள்...

'இதோ பார், லெயா. நான் செக்காவ் வெறியனல்ல.'

ஷுட்டோவ் குரல் சாதாரணமாக ஒலித்தாலும், அதில் ஓர் அழுத்தம் இருந்தது. தூக்கக் கலக்கத்தில் இருந்தாலும், அவள் அதனைக் கவனித்திருப்பாள்.

'அப்படியா – நான் நினைத்தேன் . . . எதற்கெடுத்தாலும், நீ அவரைத்தான் எடுத்துக் காட்டுவாய்! அவருடைய வாக்கியங்கள்தான் பசுமரத்தாணிபோல் பதியும் என்பாய். ஆமாம், நீ அப்படித்தானே பேசிக் கொண்டிருந்தாய்...'

அவன் முழங்கையை மேசை மீது ஊன்றிக்கொண்டு, நெற்றியைத் தடவிக்கொண்டே லெயாவைப் பார்த்தான். அவனுடைய அந்த வாடிய முகம் – மாலை முழுதும் அவதிப்பட்ட அந்த முகம்தான் – அவள் கண்களுக்குப் பட்டிருக்கும்.

'இல்லை, நான் அவர் எழுதும் பாணியைச் சொல்லவில்லை,' என்று பதிலளித்தான். 'அவர் ஈடு இணையற்ற கதைச் சொல்லிதான். சுருக்கிச் சொல்வார். விரித்துச் சொல்வார். நகைச்சுவையோடும் சொல்வார். அதெல்லாம் சரி. அவருக்குத் தலை வணங்குகிறேன்! இருந்தும், என்னை நெருடுவது என்னவென்றால், அவருடைய பச்சாதாபம். அவர் மனித நேயம் கொண்டவரென்பது உண்மை. ஆனால், ...செல்வச்செழுப்பில் வாழ்ந்த ஒரு பெண்மணி தன் பணத்தையெல்லாம் பாரிஸில் தொலைத்துவிட்டு, திரும்பி வந்து தன் 'செர்ரி' மரத் தோட்டத்தில் புலம்புகிறாள். அவளுக்காக செக்காவ் வருத்தப் படுகிறார்! அதேபோல் மூன்று கிராமப்புறப் பெண்கள், தங்கள் வீட்டை விட்டு, மாஸ்கோ போக முடியாமல் தவிப்பதைச் சித்திரிக்கிறார். டாக்டர்கள், வசதி படைத்தோர்கள், மாணவர்கள் – இதுபோன்றவர்கள்தான் ...'

நிறுத்து. அவர்களும் கஷ்டப்பட்ட மக்களே! அவர் சமுதாயம் அவர்கள் கனவுகளைத் தகர்த்தது என்பதைத்தானே எடுத்துக் காட்டுகிறார். எவ்வாறு அவர்கள் மதியற்றவர்களால் திணறடிக்கப்பட்டார்கள் என்பதைத்தானே விவரிக்கிறார் ...'

'உண்மைதான்... ஆனால், லெயா, நீ ஒன்றைக் கவனிக்க வேண்டும். செக்காவ் 1904 ஆம் ஆண்டு இறந்தார். கொஞ்ச நாள் – அதாவது பதினைந்து, இருபது ஆண்டுகள் கழித்து – அவர் கதாபாத்திரங்கள் பூத்துக் குலுங்கிய 'செர்ரி' மரத் தோட்டத்தில் புலம்பிக்கொண்டிருந்த அதே நாட்டில் ... ஆயிரமாயிரம் பேர் ஈவு இரக்கமின்றி அழிக்கப்பட்டனர். யாரும், நீ சொல்வதுபோல், அவர்கள் கனவு தகர்ந்தது பற்றிப் பேசவில்லையே.

'மன்னிக்கவும், ஐவன். நான் சொல்வதை நீ கண்டுபிடிக்கவில்லை. 'குலாகில்' இறந்தவர்கள் பற்றிச் செக்காவ் பேசவில்லை என்று குறை சொல்கிறாயா?'

'ஏன் சொல்லக் கூடாது? என் நாட்டில் பிற்காலத்தில் நடந்ததற்கு செக்காவ் பொறுப்பில்லை. நிச்சயமாகப் பொறுப்பில்லைதான். ஆதலால், செக்காவ் வேண்டுமானால் வசதி படைத்த – மென்மையான உணர்வுகொண்ட மக்களுக்காக அழுதுவிட்டுப் போகட்டும். நானோ லட்சக்கணக்கான ஏழை எளியவர்களுக்காக அழுகிறேன்!'

பின்னர் சமாதானமாகி – அமைதியாகி – முணுமுணுக்க ஆரம்பித்தான்.' நான் அந்த விஷயத்தை வேறுவிதமாக எடுத்துச் சொல்லி இருக்க வேண்டும்.. !'

லெயாவுக்குப் பிடித்த செக்காவின் 'வான்கா' ஷுட்டோவுக்கும் பிடித்த கதைகளில் ஒன்றாகும். ஆனால், பழைய நாட்களை நினைவூட்டும்

அந்த மாலை வேளையில், அது பற்றிப் பேச வேண்டுமா...? கூடாது! லெயா இளவயது வான்காவைப் பின்புலனாகக் கொண்டு தன் அன்பை வெளிப்படுத்த முற்படுகிறாள்போலும். 'ஒரு வேளை அவள் இப்படித்தான் விடைபெற நினைக்கிறாள்போலும். திடீர் முறிவைத் தடுத்து, இப்படிப்பட்ட மனோகரமான சூழலில் பிரிய வேண்டும் என்று நினைக்கின்றாள்போலிருக்கிறது. சொல்லப்போனால், அவள் ஒரு பொறி வைத்திருக்கிறாள். அதில் நான் வசமாக மாட்டிக்கொண்டேன். இத்தனை வயதாகியும், எழுத்தாளனான எனக்கு சாதாரண உளவியல்கூடத் தெரியவில்லையே! என்ன தெரிந்து என்ன பயன்?...'

'ஐவன், நீ எல்லாவற்றையும் தவறாகவே கண்டுபிடித்திருக்கிறாய். அந்தக் கதை குறுகிய மனம் கொண்ட செல்வந்தன் ஒருவனைப் பற்றிய கதையல்ல. கிராமத்துப் பையனொருவன் பட்டினத்திற்கு ஒரு பயிற்சியாளனாகப் போகிறான். அங்கு அவனுடைய முதலாளி அவனைக் கொடுமைப்படுத்துகிறான். சொந்தமென்று சொல்லிக்கொள்ள ஊரில் அவனுடைய தாத்தா மட்டுமே இருந்தார். அவருக்குக் கடிதம் எழுதினான். அவரது முகவரி தெரியாமல்: 'என் தாத்தா கான்ஸ்டாண்டின், கிராமம்,' என்று உறையில் குறிப்பிட்டுக் கடிதத்தை அனுப்பிவிட்டுப் பதிலுக்குக் காத்திருக்கிறான். அந்தக் காட்சி என்னை மிகவும் பாதித்தது! உனக்கு உணர்ச்சியில்லாமல் இருப்பது எனக்கு அதிர்ச்சியாய் இருக்கிறது. ரஷ்யனாக இருந்தும் நீ அக்கதையை ரசிக்காமல் போனது...

'நான் ரஷ்யனல்ல, லெயா. சோவியத் நாட்டவன். ஆகையால், மட்டமாகவும், முட்டாள்தனமாகவும், இரக்கமின்றியும் இருக்கிறேன். மிஷேல் ஸ்ட்ரோகோஃப், ப்ரின்ஸ் மிஷ்கின் ஆகியோருக்கும் எனக்கும் நிறைய வேறுபாடுகள் உண்டு. ஃபிரெஞ்சுக்காரர்கள் அவர்களையெல்லாம் போற்றிப் புகழ்கிறார்கள்.

லெயா அவனை ஓர் எதிரியைப்போல் முறைத்துப் பார்த்தாள். அவனது வருத்தம் நிறைந்த புன்னகையைக் கண்டுகொள்ளவில்லை.

'அது சரிதான். உன் தலைமுறையைச் சேர்ந்த ரஷ்யர்கள் எதேச்சதிகாரத்தால் பாதிக்கப்பட்டவர்கள். உங்களோடெல்லாம் பேச முடியாது. யதார்த்தமாகக்கூடப் பேச முடியாது. சகிப்புத்தன்மையை நீங்கள் கற்றுக்கொள்ளவே இல்லை. எல்லாமே கருப்பாக அல்லது வெள்ளையாக இருக்க வேண்டும். இதனால் சோர்வுதான் மிஞ்சும். உன்னைப் புரிய வைப்பதற்கு முடியைப் பிய்த்துக்கொள்ள வேண்டியதாய் இருக்கிறது...'

லெயா தண்டனையை உறுதி செய்யும் கட்டத்துக்குப் போய்க் கொண்டிருந்தாள். இன்னும் கொஞ்ச நேரத்தில் 'நான் பிரிகிறேன்' என்று முடிவு சொல்லிவிடுவாள். அவள் வாதிடக்கூடத் தேவையில்லை. அவன் தண்டனையைப் பெற்றுக்கொள்ளத்தான் வேண்டும். அவள் இல்லாத வீட்டை நினைத்துப் பார்க்க முடியுமா? 'இதற்குமேல் துன்பம் வந்தால் வாழ்வது கடினமாகி விடும்.'

இந்நிலையிலிருந்து பின்வாங்க பல வழிகளைச் சிந்தித்துப் பார்த்தான். மன்னிப்புக் கேட்கலாம். சிரிக்கலாம். வருந்துவதுபோல் பாசாங்கு செய்யலாம். பொதுவுடைமையால் பிறவியிலேயே பாதிக்கப்பட்டுவிட்டதாக ஒப்புக் கொள்ளலாம். இதுபோல் பல வழிகளிருந்தன ...

அதற்குள் அவள் சொன்னாள்: 'சோவியத் அடிமைத்தளையிலிருந்து மீளாதவரை ...' (ஷுட்டோவ் ஒரு நிமிடம் லெயாவின் கையைப் பார்த்தான்: 'அவள் கை எவ்வளவு அழகு என்று அவளுக்கே தெரியாது.')...' நீ சுதந்திரமாகச் செயல்படவில்லையானால், மற்றவர்களைக் கசக்கிப் பிழியத்தான் செய்வாய். மற்றவர்கள் உணர்ச்சிகளுக்கு மதிப்புக் கொடுக்கப் போவதில்லை. வான்கா தன் தாத்தாவுக்கு எழுதும் கடிதம் உண்மையிலேயே என் மனதை உலுக்கி விட்டது. ஆனால், உனக்கோ அது சாதாரணமாகப் படுகிறது. நாம் இது பற்றிப் பேசவேண்டும். உண்மையிலேயே இதெல்லாம் ...'

அவன் உள்ளுக்குள் அடக்கி வைத்த வார்த்தைகள் அவனைத் திணற வைத்தன. ஈனஸ்வரத்தில் தடுமாற்றம் நிறைந்த குரலில் பேசினான்: 'உண்மைதான், லெயா. நீ எப்போது வேண்டுமானாலும் அது பற்றிப் பேசலாம். ஆனால், அதற்குமுன் செக்காவ் பாணியில் உனக்கு ஒரு கதை சொல்கிறேன். கேள். இதனை எனக்கு ஒரு நண்பன் சொன்னான். அவன் ஓர் அனாதை. சிறு வயதில் அவனும், அவன் நண்பர்களும் கூட்டுப் பண்ணையொன்றில் கறிகாய்கள் எடுத்து வர அனுப்பப்பட்டனர். அன்று அவர்கள் ஒருவிதக் கிழங்கை வெட்டி எடுக்க வேண்டும். மண் கிட்டத்தட்ட பனியில் உறைந்த நிலையில் இருந்தது. எல்லோரும் சேற்று மண்ணைத் தோண்டிக்கொண்டிருந்தனர். அப்போது திடீரென மண்ணுக்கடியில் மண்டையோடு ஒன்றும், இராணுவ வீரன் ஒருவனின் இரும்புக் கவசமும் கண்டெடுக்கப்பட்டன. மேற்பார்வையாளர் அவனிடம் அவற்றை எடுத்துக்கொணடுபோய் நிர்வாகத்தினரிடம் ஒப்படைக்கச் சொன்னார். அவன் அவற்றை எடுத்துக் கொண்டு வயல்வெளியில் வெகுதூரம் நடந்து சென்றான். நிலங்கள் உழப்பட்டிருந்தன. அவன் சற்று நின்று பார்த்தான் ... அதனை எப்படிச் சொல்வது? தனியொருவனாகத்தான் நின்று கொண்டிருந்தான். வடக்கே வானம் கருத்திருந்தது. கண்ணுக்கு எட்டிய தூரம் வரை பனிமூடிய நிலங்கள். அவற்றுக்கிடையே ஒரு மண்டை ஓட்டையும், தலைக்கவசத்தையும் ஒரு பையில் வைத்துக்கொண்டு நின்றான். சிறுவனொருவன் இயலுலகத்தில் இவ்வாறு, அன்பு செலுத்த யாருமின்றி தனித்து விடப்பட்டு, வானம், சேற்றுடன் கூடிய வயல்வெளி ஆகியவற்றை எதிர்கொள்ளும்போது அவன் நிலைகுலைந்து போய்விட்டான். அவனுக்கென்று பிரபஞ்சத்தில் எவருமில்லை! கடிதம் எழுதி தன் கஷ்டத்தைப் பகிர்ந்துகொள்ள ஒரு பாட்டனாரும் இல்லை ... ஆகவே, பார்த்தாயா. எனக்கும், செக்காவுக்கும், அவருடைய வான்காவுக்கும் இடையே கடன் பாக்கி இல்லை ... நீ யூகித்திருப்பதுபோல், அந்தச் சிறுவன் நான்தான்.

ஆனால், இந்தக்கதையினால் தாக்கம் எதுவும் ஏற்படவில்லை. சொல்லப்போனால், பிரிவுக்கு, இதுவும் ஒரு காரணமாக இருக்கக்கூடும்.

விரும்பாத ஒருவனின் கடந்த காலத்தைப் பகிர்ந்துகொள்ள யாரும் முன்வரமாட்டார்கள்.

காயம் பட்ட ஒருவனால் எதுவும் செய்ய முடியாது. ஷுட்டோவ் இதனை இராணுவத்தில் இருந்தபோது கற்றுக் கொண்டான். வலியை முதலில் அடிபட்ட உடல்தான் எதிர்த்துப் போராடும். பின்னர், அந்த உடல் தோற்றுப் போய் முடங்கிவிடும். உறவில் விரிசல் ஏற்பட்டுக்கொண்டிருந்த கடைசி மாதங்களில், அடிபட்டவன் போல் அவன் தன் பலம் கொண்டவரை போராடிப்பார்த்தான். பின்னர் தேநீர் விடுதியொன்றில் அவன் முடங்கிவிட்டான். லெயா சொன்னாள்: 'ரஷ்ய மொழியில் "ஷுட்" என்றால் "கோமாளி" என்று. அவன் 'ஒரு பஃபூன்' – ஒரு பரிதாபமான கோமாளி,' என்று அவன் தனக்குள் சொல்லிக்கொண்டான். இப்போதுள்ள நிலையில், அப்படித்தான் சொல்லிக்கொள்ள வேண்டும்.

ஒரு சோகமான, சுவையற்ற வசந்த காலம் வந்தது. தெருக்கள் வெறிச்சோடிக் கிடந்தன. சோகம் பிற்பகல் மூன்று மணிக்கே வந்து, அவன் இருப்பிடத்தை ஆட்கொண்டு விட்டது. அவன் வாழ்க்கையின் அர்த்தம் அங்கு மட்டும்தான் ஏதோ கொஞ்சம் ஒட்டிக் கொண்டிருந்தது. அதுவும்கூட லெயா விட்டுவைத்திருந்த அட்டைப் பெட்டிகளின் புண்ணியத்தால்! ஆனால், அவற்றையும்கூட அவள் வந்து எடுத்துக்கொண்டு போய்விடப்போகிறாள்.

அவன் மனதில் நிலைகொண்ட இன்னொரு இடம் இருக்கின்றதென்றால், அது முப்பது ஆண்டுகளுக்கு முன், தான் பார்த்த லெனின்கிராட் தான். அங்கு இரண்டு உருவங்கள் கவிதை வாசித்துக்கொண்டு மெல்ல நடந்து சென்ற காட்சி அவன் மனதில் இன்னும் நிழலாடிக்கொண்டிருந்தது.

அந்நாடு இன்னும் இருக்கின்றதென்ற உணர்வை மதுவால்தான் வளர்க்க முடிந்தது. பொன்னிற இலைகள் மூடிய அந்த இடம் அவன் மனதில் ஊசலாடிக் கொண்டிருந்தது. பின்னர் அது நிதர்சனமானது. அதனால், ஒரு நாள் ஷுட்டோவ் அதுவரை கற்பனைகூடச் செய்யாத ஒன்றைச் செய்தான். முகவர் ஒருவர் மூலம், ரஷ்யா செல்ல 'விசா' வாங்கிவிட்டான். வாங்கியபின், இரண்டு வாரத்துக்கு ஒரு முறை கிளம்ப முயற்சிப்பான். டிக்கெட் எடுப்பான். ஆனால் போக மாட்டான்.

பின்னர், லெயா அவர்களுக்குள் இருந்த உறவை வெறும் நட்பாக மாற்றிய திறமையை நினைத்து வியக்க ஆரம்பித்தான். இரண்டு மாதங்களுக்குப்பின் அவள் திரும்பி வரும்போது, பழைய தோழி ஒருத்தி வருவதுபோல், மனதில் எவ்வித சலனமுமின்றி, சாதாரணமாக, பாலுணர்வுக்கு இடம் தராமல் வருகிறாள். அதே மனோபாவத்தோடுதான் மே மாத நடுவில் அவனிடம் தொலைபேசியில் பேசினாள். அவளோடு பேசியது, எப்போதோ சந்தித்த யாரோ ஒரு பெண்ணிடம் பேசுவது போன்ற இடைவெளியை ஏற்படுத்திவிட்டது தெரிந்தது. உரையாடலின் முடிவில், லெயா தான் இருப்பதை நினைவு படுத்திவிட்டாள் – அதுவும்கூட தேவை ஏற்பட்டதால்: 'நான் வாங்கிய ஒரு சின்ன மேசை உன்னிடம் இருக்கிறதல்லவா? அத்துடன், சுவர் மூலையில் போடும் புத்தக அலமாரியும் இருக்கிறது. நான் ஒரு நண்பனுடன் அங்கு வருவேன். அவனிடம் கார்

இருக்கிறது. ஆகவே முன்கூட்டியே சொல்லி விடுகிறேன்... அவனிடம் நாம் இருவரும் வெறும் நண்பர்கள்தான் என்று சொல்லி வைத்திருக்கிறேன். என்னுடைய தட்டுமுட்டுச் சாமான்களை யெல்லாம் தற்காலிகமாகத்தான் உன் வீட்டில் போட்டு வைத்திருப்பதாகச் சொல்லி இருக்கிறேன். நீ விரும்பவில்லையானால், அவன் மாடிக்கு ஏறி வர மாட்டான்...'

ஷுட்டோவுக்கு ஆவேசம் வந்தது. தன்னை ஒரு பொறாமை கொண்டவனாகப் பாவிப்பது அவனுக்குப் பிடிக்கவில்லை. ஆகையால், அவள் வந்தபோது, அவனையும் மேலே வரச்சொல்லி, அவன் எப்படி இருக்கிறான் என்று பார்த்துக்கொண்டான். வாட்ட சாட்டமாகவும், களையான முகத்துடன்தான் இருந்தான். அவனை வரவேற்றுவிட்டுச் சமையலறைக்குள் போய்விட்டான். அவனும் அவளும், தங்கள் அடுக்குமாடிக் குடியிருப்புப் பற்றிப் பேசிக்கொண்டார்கள். கொண்டு போகும் சாமான்களை எங்கெங்கு போடலாம் என்று விவாதித்துக் கொண்டிருந்தார்கள். ஷுட்டோவ் கற்பனை செய்து பார்த்தான். அவர்கள் குடியிருப்பு புதிதாக வர்ணம் பூசப்பட்டும், நறுமணம் வீசிக்கொண்டும் இருக்கும்... அவர்களின் இந்த ஆர்வம் அவன் மனதைப் பிழிந்தது. அவ்விளைஞன் சர்வ சாதாரணமாக அலமாரியை இடுப்பில் சுமந்து சென்றது ஷுட்டோவுக்கு அவன் வயதையும், சோர்வையும் நினைவூட்டியது.

அப்போது அவன் குடியிருப்பில் இருந்தவை சில அட்டைப் பெட்டிகளும், லெயாவின் துணிமணிகள் அடங்கிய ஒரு பையும், இரண்டு கட்டுப் புத்தகங்களும்தான். எப்போதாவது ஷுட்டோவ் அந்தப் புத்தகங் களிலிருந்து ஒன்றை உருவிப் படிப்பதுண்டு. அவற்றிலெல்லாம், காதலில் விழுவது, காதலர்கள் பிரிவது, அதனால் வரும் இன்பம், துன்பம், கடைசியில் ஞானோதயம் ஆகியவற்றைப் பற்றித்தான் இருக்கும். ஃபிரெஞ்சுக்காரர்கள் நாவல் என்று குறிப்பிடுவதெல்லாம் சிறு சிறு உளவியல் கட்டுரைகள்தான்.

இதுபோன்ற சாதாரண நாவலொன்றை அவனால் எழுதி இருக்க முடியும். அதில் லெயாவை ஃபிரெஞ்சு எழுத்தாளர் பல்ஸாக் நாவலில் வரும் ரஸ்திஞாக் போன்ற ஒரு சந்தர்ப்பவாதியாகவோ, அல்லது பொன் மனம் கொண்ட ஒருவனால் கை தூக்கிவிடப்பட்ட ஒரு வழுக்கி விழுந்த பெண்ணாகவே சித்திரிக்கலாம். வேறு என்ன எழுதிவிட முடியும்? தலைநகர் எனும் திக்குத் தெரியாத காட்டுக்குள் நுழைந்துவிட்ட இளம் பெண் ஒருத்தியாகவோ, சிடுமூஞ்சியாகிக் கொண்டிருக்கும் பெண்ணொருத்தி யாகவோ, நிலாவொளியில் ஒய்யாரமாகப் படுத்திருக்கும் பெண்ணாகவோ வருணிக்கலாம்... அல்லது வெளியூரிலிருந்து பாரிஸ் வந்து சீரழிந்த பெண்ணாக–பெர்னாட் ஷாவின் பிக்மாலியனில் வரும் விழிப்புணர்வு பெற்ற காலட்டியாகவோகூட எடுத்துக் காட்டலாம். அப்படிச் செய்தால், அது பொய்க்கூற்றாகிவிடும்.

ஒன்றுமட்டும்தான் மிகப் பெரிய உண்மை. அவளும் அந்த இளைஞனும் மேசையைத் தூக்கிச் சென்ற காட்சியையும், தெருவில் நின்றுகொண்டிருந்த காரை நோக்கிச் சென்ற காட்சியையும் அவன் மேலிருந்து பார்த்துக் கொண்டிருந்ததுதான் அந்த உண்மை. அம் மே மாத மாலையில், அவ்விருவரும் கிளம்பி, ஒளிமயமான பாதையில் பயணம்

செய்து வாழ்க்கையின் ஏராளமான சிறு சிறு சந்தோஷங்களை அனுபவிக்கப் போகிறார்கள். நினைக்கும்போது தொண்டையை அடைத்தது (இதுபோன்ற வருணனையை வேறு எழுத்தாளர்களிடம் படித்தபோது எத்தனையோ தடவை கிண்டல் செய்திருக்கிறான்!) அவ்விளம் காதலர்களின் அன்பு மகிழ்ச்சியாக இருக்க வேண்டும் என்று மனதில் வேண்டிக் கொண்டான்! அவர்கள் எடுத்துச் சென்ற மேசையைக் கீழே வைத்தார்கள். இளைஞன் காரின் பிற்பகுதியைத் திறந்தான். அச்சமயம் லெயா அவன் குடியிருப்பைப் பார்த்தாள். திறந்த வெளியைப் பார்த்தாள்... ஷுட்டோவ் உடனே தன் உடலை வளைத்துத் தன்னை மறைத்துக் கொண்டான். மூச்சு வாங்கியது — ஏதோ ஓர் ஓட்டப்பந்தயத்தில் கலந்துவிட்டு வந்ததுபோல்! சம்பந்தமின்றி இன்னொருவர் வாழ்க்கையில் தலையிட்டது போன்ற எண்ணம் வந்து வெட்கித் தலை குனிந்தான்.

அத்தருணத்திலிருந்து அவனுக்குப் போதுமென்ற மனம் வந்து விட்டது. இனிமேல், அவனுக்கு எந்த விருப்பமும் இருக்கப் போவதில்லை. பொறாமை படப் போவதில்லை. பொருட்கள் மீது ஆசை வைக்கப் போவதில்லை. போராடப் போவதில்லை. ஏதோ ஒரு நிம்மதி அவனை ஆட்கொண்டது.

அந்த நிம்மதி அவனிடம் தொடர்ந்து சில நாட்கள் நிலைத்திருந்தது. ஆனால், ஒரு வாரம் கழித்து, மீண்டும் லெயா தொலைபேசியில் அழைத்தாள். விட்டுச் சென்றதில் மிச்சமிருந்ததையும் எடுத்துச் செல்ல மறு நாள் வரலாமா என்று கேட்டாள். 'இதுதான் கடைசி முறை,' என்று உறுதியாகவும் சொன்னாள்.

கடைசி முறை... 'உயிர் அடங்குவதற்கு முன்னரே மரணம் என்பது இதுபோல் சில வாக்கியங்கள் மூலம் ஆரம்பித்துவிட்டது,' என்று அவன் தனக்குள் சொல்லிக் கொண்டான். லெயாவின் பொருட்கள் குவிந்திருந்த அந்த மூலைக்குச் சென்று, குனிந்து அவளுடைய பட்டு ரவிக்கையைத் தொட்டுப் பார்த்தான். தனக்குள் ஆசையும், காதலும் இன்னும் இருந்தனவென்று அவனுக்குத் தெரிந்தது... 'நான் இன்னும் மரக்கட்டையாகி விடவில்லை!' என்று வாய்விட்டுச் சொன்னான். படுத்துறங்கும் பெண்ணின் கையை இன்னும்கூட அவனால் ஆசையுடன் முத்தமிட முடியும்.

அதே சமயம், தொலைபேசி உரையாடலுக்குப் பின், அவள் வந்து முற்றிலுமாகக் காலி செய்யும்போது, அவன் அங்கு இருக்க விரும்பவில்லை. அவன் தன் சாவுக்குத் தானே சாட்சியாக இருக்க முடியாது என்பதைத் திட்டவட்டமாக உணர்ந்தான்.

அந்தப் பெயர்கள் எகிப்தியர்கள் பாப்பிரஸில் ஆயிரக்கணக்கான ஆண்டுகளுக்கு முன்னால் எழுதியிருப்பதை விட மர்மம் நிறைந்ததாக இருந்தன. வெகு நாட்களுக்கு முற்பட்ட முகவரிகள்! வேடிக்கையான சின்ன சின்ன தொலைபேசி எண்கள்! பழைய டிராவலிங் பேக்கிலிருந்து எடுத்த ஒரு நோட்டுப் புத்தகத்திலிருந்த அந்தக் குறிப்புகளைப் படித்துப் பழைய வாழ்க்கையை மீண்டும் உயிர்ப்பிக்க முயன்றான். அந்த பேக் அவன் இருபது ஆண்டுகளுக்க்கு முன் ரஷ்யாவை விட்டுக் கிளம்பும்போது அவனிடமிருந்தது... அது ஒரு பாப்பிரஸ்தான். ஆம் ஒப்பீடு மிகைப்படுத்தப் பட்டதன்று. ஏனென்றால், அதன் பிறகு ஒரு நாடே மறைந்து விட்டது. நகரங்களின் பெயர்கள் மாற்றப்பட்டுவிட்டன. முகவரிகளுக்குச் சொந்தமான அந்த முகங்கள் ஷுட்டோவின் நினைவில்தான் வாழ்கின்றன.

சன்னலைப் பார்க்கிறான். வானம் வெளுக்கத் தொடங்கியது. ஒரு முடிவுக்கு வந்தான். பத்து மணிக்கு லெயா அவள் நண்பனுடன் அங்கு வரும்போது, அங்கு யாரும் இருக்கக் கூடாது. அவன் பாஸ்போர்ட்டிலிருந்த விசாவின் காலக்கெடு இன்னும் முடியவில்லை. அவளுடைய ... அதாவது, பொன்னிற இலைகளுக்கிடையே மாலை இளஞ்சூரியன் ஒளிரும்போது பார்த்த பெண்ணினுடைய முகவரி கிடைத்ததும் கிளம்பிவிட வேண்டியதுதான்.

அவள் பெயர் யானா. படிப்பை முடித்ததும் லெனின்கிராடை விட்டுக் கிளம்பி வேலைக்காக ஊரல் பகுதிக்குப் போய்விட்டாள். அது மட்டும்தான் அவனுக்குத் தெரியும். வேறெதுவும் அவளைப்பற்றித் தெரியாது. நோட்டுப் புத்தகத்திலிருந்த குறியீட்டுக் குறிப்புகள் அந்தப் பெண்ணைக் கண்டுபிடிக்க உதவக்கூடும். படிப்படியாக சில நண்பர்களின் உதவியோடு கால வெள்ளத்தைக் கடந்து விடலாம்.

நண்பர்களில் ஒருவன் மேற்கு சைபீரியாவில் வசிக்கிறான். ஷுட்டோவ் அவனைத் தொடர்புகொள்கிறான். நள்ளிரவு வாக்கில் அவனை அழைத்ததற்கு மன்னிப்பும் கேட்டுக் கொள்கிறான். ஊரலுக்கு அப்பால் சூரியன் உச்சி வேளையில் இருந்தாற்போல் தெரிகிறது. ஆனால் அவனுடைய வியப்பை மேலும் அதிகரிக்கச் செய்த விஷயம் என்னவென்றால் அவன்

நண்பனுக்கு எந்த வியப்பும் இல்லாமல் இருந்ததுதான். 'நீ பாரிஸிலிருந்து அழைக்கிறாய். நான் கடந்த ஏப்ரலில் என் மனைவியுடன் அங்கு வந்திருந்தேன்... யார்? யானாவா? அவள் டாம்ஸ்க் பல்கலைக்கழகத்தில் பேராசிரியராக இருந்தாள் என்று நினைக்கிறேன்...' ஷுட்டோவ் மற்ற எண்களை வைத்து முயன்றபோது முகம் தெரியாதவர்களிடமெல்லாம் பேச வேண்டி இருந்தது. மூன்று, ஐந்து, பத்து கால மண்டலங்களைத் தாண்டிப் பேச வேண்டி இருந்தது. இருப்பினும், முதல் உரையாடல்தான் அவனிடம் மிக அதிக தாக்கத்தை ஏற்படுத்தியது. தன் வயதையொத்தவன் சர்வ சாதாரணமாக சைபீரியாவில் வாழ்க்கை நடத்திக்கொண்டு இரண்டு மூன்று மாதங்களுக்கு முன் பாரீஸுக்கு வந்து போயிருக்கிறான். அவனைச் சந்தித்திருக்கவும் முடியும்.

அவனுக்கு எதிரே கிறுக்கிய காகிதங்கள் நிறைய கிடக்கின்றன. அவன் தொலைபேசியில் தூரக்கிழக்கு விளாடிவாஸ்டோக்கை அழைக்கிறான். ஒரு குழந்தை தன் பாட்டியை அழைக்கும் குரல். வீட்டுக்குச் சொந்தக்காரன் தன்னோடு லெனின்கிராட் பல்கலைக்கழகத்தில் படித்தவன். முப்பது ஆண்டுகளுக்கு முன்! 'ஆக, எனக்குப் பாட்டனாக வேண்டிய வயது,' என்று தனக்குள் சொல்லிக் கொண்டான். புலம் பெயர்ந்ததால் அவனுக்கு வயது பற்றிய எண்ணமே வராமல் போய்விட்டது. அவனுடைய நண்பர்களெல்லாம் திருமணம் செய்துகொண்டு பிள்ளைகளோடும், பேரப்பிள்ளைகளோடும் வாழ்கின்றனர். அவன் மட்டும் வயதற்ற ஆவியாக வலம் வந்துகொண்டிருக்கிறான்.

'நன்றாகக் கேட்டுக்கொள், ஷுட்டோவ் , அவள் லெனின்கிராடுக்கு – சரி, சரி, செயிண்ட் பீட்டர்ஸ்பருக்குச் – சென்றாள். அங்கு பெட்ரோல் வியாபாரத்தில் ஈடுபட்டிருந்த ஒருவனைத் திருமணம் செய்துகொண்டாள். சரியாகப் போகவில்லை. பெட்ரோல் வியாபாரமல்ல. அவர்கள் மண வாழ்க்கை. ஆ, அவளுடைய நெருங்கிய தோழி ஒருத்தியின் தொலைபேசி எண் நினைவுக்கு வருகிறது. அவளால் உனக்கு உதவ முடியும்...'

ஐந்து நிமிடத்தில் யானாவின் தொலைபேசி எண் கிடைத்து விட்டது. ஒவ்வொரு இலக்கமும், மந்திரம் போட்டதுபோல் அவள் உருவத்தையும், இலையுதிர்கால பொன்னிறத்தையும், சொல்லாமல் விட்ட வார்த்தைகளையும் நினைவு படுத்தியது.

பாரிஸில் மணி 8.30. செயிண்ட் பீட்டர்ஸ்பர்கில் மணி 10:30. ஷுட்டோவ் எண்ணைச் சுழற்றினான். ஆனால், மறுமுனையில் மணியடிக்குமுன், தொலைபேசியைக் கீழே வைத்துவிட்டு, குளியலறைக்குப் போய் முகத்தைக் கொஞ்சம் குளிர் நீரினால் கழுவிவிட்டு, கொஞ்சம் தண்ணீரைக் குடித்துக் கொப்பளித்துத் துப்பினான். பின்னர், கண்ணாடி முன் நின்று தன் ஈரமாகிவிட்ட தலைமுடியைச் சரி செய்துகொண்டான். இரவில் தூக்கமில்லாததாலும், அதிகரித்துப் போன பதற்றத்தாலும், அருந்திய மதுவின் தாக்கத்தாலும் ஏற்பட்டிருந்த கலக்கத்திலிருந்து ஒரு தெளிவு பிறக்கிறது. விமானத்திலிருந்து பாரஷூட் இல்லாமலேயே வெளியில் குதிப்பது போன்ற உணர்வு அவனுக்கு ஏற்படுகிறது.

மீண்டும் எண்ணைச் சுழற்றுகிறான். செயிண்ட் பீட்டர்ஸ்பர்கில் ஒரு கைப்பேசி ஒலிக்கிறது. ஆண்குரலொன்று ‘பிரதம மந்திரியின் போயிங் விமானம் இப்போதுதான் தரை இறங்கியது. நகரத்தின் தெற்குப் பகுதியில் போக்குவரத்து முடங்கக்கூடும்...’ என்று சத்தமாக ஒலிக்கிறது. பின்னர், ஒரு பெண்குரல் ‘ஆம் ஆனால், பாலத்துக்கு அப்பால் உங்களுடைய இடது பக்கத்தில் – நெவ்ஸ்கியைத் தவிர்க்கவும்,’ என்றது. சற்று நேரம் கழித்து ஷுட்டோவுக்கு அந்த ஆண்குரல் தொலைக்காட்சி செய்தி வாசிப்பாளர் என்றும், பெண்குரல் கார் ஓட்டுநர் ஒருவரோடு பேசியது என்றும் தெரிய வந்தது.

‘ஹலோ. யார்? ஐவனா? உன்னைப் பற்றித்தான் அன்றைக்கு நினைத்துக் கொண்டேன். ஏன் தெரியுமா? சற்றுப் பொறு... வண்டியை ஓரிடத்தில் நிறுத்திவிடுகிறேன்..!’

அந்த இடைவெளியில் ஷுட்டோவ் தன் சிந்தனையை ஒருமுகப்படுத்தி, தரை இறங்கப் பார்க்கிறான். அவனுடைய பாதங்கள் தரையை நோக்கி இறங்குகின்றன. பாரஷுட் இழுத்துச் செல்கிறது. குடைத்துணி சரிகிறது. ஒருவாறாக பூமிக்கு வந்தாகிவிட்டது. நிதர்சனமும், நிச்சயமும் உறுதியாகி விட்டன.

‘ஆம், என் மகன் ஃபிரெஞ்சு புத்தகங்களை வலைதளத்தில் தேடும் போது, உன் பெயரைப் பார்த்திருக்கிறான். புத்தக வெளியீட்டாளர் ஒருவரிடம் விளம்பரப் பகுதியில் வேலை செய்கிறான். அப்போது ஒரு ரஷ்யப் பெயரைப் பார்த்திருக்கிறான். உன்னை எனக்குத் தெரியும் என்று சொல்லி இருக்கிறேன்...’

சாதாரணமாகச் சொல்லப்பட்ட இந்த வார்த்தைகள் அவனுக்கு அதிர்ச்சியளித்தன. வேதனையளித்தன. ஒரு குண்டூசியால் குத்துவதுபோல் இருந்தது. பெரிதாக ஒன்றுமில்லை. இருந்தும் பொறுத்துக்கொள்ள முடியவில்லை. யானாவிடம் இன்னும் பேசவில்லை. ‘நான் லெனின்கிரா... இல்லை செயிண்ட் பீட்டர்ஸ்பர்க்* இன்று வரவிருக்கிறேன்.’

‘அடப் பாவமே!’

வருத்தம் உண்மையாகத் தோன்றியது.

‘என்ன சொல்கிறாய்? நாம் சந்திக்க வேண்டாமா?’ என்று கடுமையான குரலில் கேட்டான்.

‘நிச்சயமாகச் சந்திக்க வேண்டும்! ‘பாவமே’ என்று சொன்னதற்குக் காரணம் விழாக் கொண்டாட்டத்தில் பாதி முடிந்ததும் வருகிறாயே என்பதற்காகத்தான்... இரு, இரு, எங்குப் போயிருந்தாய். எல்லோருமே அதுபற்றித்தான் பேசிக் கொண்டிருக்கிறார்கள். பிரிட்டீஷ் பிரதமர் பிளேரின் விமானம் இப்போதுதான் தரை இறங்கியது. இது இந்த நகரத்தின் முன்னூறாவது ஆண்டுவிழா... ஹோட்டலிலா தங்கி இருக்கிறாய்? அப்படியானால், கஷ்டம். பரவாயில்லை. சமாளித்துக் கொள்ளலாம்.

* லெனின்கிராட்தான் பின்னர் செயிண்ட் பீட்டர்ஸ்பர்க் என்று வழங்கப்படுகிறது.

நான் இப்போது ஹோட்டல் துறையில்தான் வேலை செய்கிறேன். இல்லையென்றால்... சரி. நீ இங்கு வரும்போது பார்த்துக் கொள்ளலாம். நான் இப்போது கிளம்ப வேண்டும். நேரமாகி விட்டது. என்னுடைய புதிய முகவரியைக் குறித்துக் கொள்...

பாரிஸை விட்டு ஷுட்டோவ் புறப்பட்டது தப்பி ஓடுவது போலத்தான். எந்த நிமிடமும் லெயா வரக்கூடும். அவளுடைய நண்பன் கதவைத் தட்டக் கூடும். கையில் கிடைத்ததையெல்லாம் பிரயாணப்பையில் போட்டுக் கொள்கிறான். குறிப்பொன்றை எழுதிப் பக்கத்துக் குடியிருப்பில் வசிக்கும் ஆஸ்திரேலியனிடம் கொடுத்து விட்டு, சாவியையும் ஒப்படைத்து விட்டு, வாடகைக் கார் பிடிக்க ஓடுகிறான். ஏர்போர்ட்டிலும், தொலைபேசியிலும், ஆண்டுகள் பல கழித்து, தன் தாய் மொழியில் பேசினான். ரஷ்ய விமான சேவை அதிகாரி பொறுமையாகப் பேசினார். விமானம் பாதிக்குமேல் காலியாக இருந்ததாம். முதல் நாள்தான் கூட்டம் அலைமோதியது. விழாவில் கலந்துகொள்ள எல்லோரும் முண்டியடித்துக்கொண்டு ஓடியிருக்கிறார்கள்.

விமானத்தில் போகும்போது, கொஞ்சம் தூக்கத்திலும், கொஞ்சம் மாயையிலும் இருந்தான். முப்பது ஆண்டுகளுக்குமுன் சந்தித்த ஒரு பெண். அமைதியும் அடக்கமும் கொண்டவள். கச்சிதமான முகம். முற்றிலுமே மாறிய சூழலில் அவள் நெவா ஆற்றின் கரையை ஒட்டிச் சென்று கொண்டிருந்தாள். அவனைப் பற்றிய நினைவு இப்போது அவளுக்கு வருகிறதா? தற்போது, அவள் ஹோட்டலில் வேலை பார்க்கிறாள் (அவன் கற்பனையில் அது சோவியத் கால ஹோட்டல். அதில் அவளுடைய இருக்கை வரவேற்பு அறையில் இருக்கிறது). அவளுக்கு ஒரு மகன், அவன் விளம்பர முகவராக (அதை ரஷ்ய மொழியில் எப்படிச் சொல்வது?) இருக்கிறான். அதைவிட முக்கியமான விஷயம், தனக்கும் அவளுக்கும் இடையே இருக்கும் இடைவெளியைப் பற்றி அவளுக்கு எந்தப் பதற்றமுமில்லாததுதான். பூங்காக்களில் – பால்டிக் கடலில் அஸ்தமிக்கும் சூரிய ஒளியில் – தாங்கள் சந்தித்துக் கொண்டது அவளுக்கு நினைவுக்கு வருமா?

பாதித் தூரம் கடந்தபின், அவன் தூங்கிவிட்டான். அவனுக்கு வேதனை தரும் கனவுகள் வந்து குவிந்தன. 'நான் அங்குப் போகாவிடில், தான் தொலைபேசியில் அழைத்தவர்களின் வாழ்க்கை எப்போதும்போல் தொடர்ந்து போய்க்கொண்டிருக்குமா? யானாவின் வாழ்க்கை? பின்புதான், ஏன் போகவேண்டும்?

II

ஷுட்டோவ் தன் மனதில், தான் சந்தித்த யானாவுக்கு முப்பது வயது கூட்டிக்கொன்டு கற்பனை செய்து பார்த்திருந்தான். வயது கூடியதால், அவள் முகத்தில் அங்குமிங்கும் சுருக்கங்கள் விழுந்திருக்க வேண்டும். ஒருவித வெண்மை படர்ந்திருக்க வேண்டும்... ஆனால், வீட்டுக் கதவை திறந்தவளோ, வயதாகி இருந்தாலும், அந்த வயது வேறு விதமாகத் தெரிந்தது. உடல் ரீதியாக, அவள் கனத்திருந்தாள். உடலில் ஒருவித இறுக்கம் தெரிந்தது. ஒரு வயதை எட்டியதும், பெண்களுக்கு வாழ்க்கையில் கடுமையான சூழலில் வேலை செய்ய வேண்டி இருந்தால், அவர்களுக்கு இது ஏற்படுவதைப் பார்த்திருக்கிறான். அந்தக் காலத்தில் ஸ்டீம் ரோலர் இயக்கும் பெண் ஒருத்தியைப் பார்த்திருக்கிறான்... யானா அவன் முகத்தில் முத்தமிட்டுவிட்டு, கீச்சுக் குரலில் வரவேற்றாள். அவளிடமிருந்த மாற்றத்தை உள்வாங்கிக் கொண்டு, சாம்பல் வெள்ளை முடியுடனிருந்த, அந்த ஒல்லியான இளம் பெண்ணை உற்றுப் பார்த்தான்.

'இவள் லெயா போலல்லவா இருக்கிறாள் !' என்று வியந்தான். அந்த அளவுக்கு அவனுக்கு வியப்பைத் தந்தது வேறெதுவும் இருக்க முடியாது. நிச்சயமாக முடியாது. நீண்டுகொண்டே போன நடைப்பகுதியோ, வரிசையாகக் காணப்பட்ட அறைகளோ (அரசு குடியிருப்புகள் போலிருக்கிறது), யானாவின் வரவேற்போ அவன் கவனத்தை அவ்வளவாகக் கவரவில்லை. 'வா, குளியல் தொட்டியைக் காட்டுகிறேன்...' என்று சொல்லிக்கொண்டே அவனை அழைத்துச் சென்றாள். அங்கு ஒரு பெரிய குளியலறை. அறையில் பாதியை அடைத்துக் கொண்டிருக்கும் பிரமாண்டமான முட்டை வடிவ குளியல் தொட்டி. அதனை இரண்டு பணியாளர்கள் பழுதுபார்த்துக் கொண்டிருந்தனர். 'பொன்னிறப் பூச்சு வேலையைப் பாழாக்கி விடாதீர்கள்,' என்று அவர்களிடம் செல்லமாக உத்தரவு பிறப்பித்தாள். 'சரி,' 'சரி', என்று அவர்கள் பவ்வியமாகச் சொன்னார்கள். ஷுட்டோவிடம் கண்ணசைத்து விட்டு அவனை ஒரு பெரிய காலி அறைக்கு அழைத்துச் சென்றாள்.

'இதைப் பார். இதுதான் வரவேற்பு அறை. இங்கு உன் சாமான்களை வைத்துவிட்டு வா. சுற்றிக் காட்டுகிறேன்.'

அவர்கள் தொடர்ந்து உள்ளே போனார்கள். எங்கும் கொத்துக் கொத்தாக ஹாலோஜன் மின்விளக்குகள்

பிரகாசித்தன. அதனை ஓர் அடுக்குமாடிக் குடியிருப்பு என்று சொல்வதற்குத் தயங்கினான். அவன் அங்கே தன் பொருட்களை வைத்ததும் சிறுபிள்ளைத் தனமான பயம் அவனை ஆட்கொண்டது. சக்கர வியூகம்போல் இருந்த அந்த இடத்தில் வைத்துவிட்ட அவன் சாமான்களை மீண்டும் எடுக்க முடியுமா என்று தன்னையே கேட்டுக் கொண்டான். யானா சிரித்துக்கொண்டும், விளக்கிக்கொண்டும் முன்னால் போய்க்கொண்டிருந்தாள். சமையலறை, சாப்பாட்டறை, இன்னொரு சாப்பாட்டறை என்று தொடர்ந்து வந்தன. ஒரு வேளை 'எங்களைத் தேடி நிறையப் பேர் வந்துவிட்டால் தேவைப்படுமே என்று சுமாராக இன்னொரு குளியலறையும் கட்டி இருக்கிறோம். அதே போல் இன்னொரு படுக்கையறை ...' அவள் 'எங்களைத் தேடி' என்று சொன்னாள். அவளுக்கு மணமாகிவிட்டதா என்று கேட்க தைரியமில்லை... அவள் ஹோட்டல் தொழிலில் ஈடுபட்டிருப்பதாகச் சொன்னாள். அவள் வீட்டில் வாடகைக்கு விட ஏதாவது ஓர் அறை இருக்குமோ? இப்புதிய சூழலை விளக்க அவனிடம் ரஷ்ய மொழி வார்த்தைகள் இல்லை.

அந்தக் குறையைக் கொஞ்ச நேரத்திற்கு முன்னால்தான் உணர்ந்தான். வாடகைக் கார் தடை செய்யப்பட்ட பகுதியின் எல்லையில் நிறுத்தி அவனை இறக்கிவிட்டாள். கொஞ்ச தூரம் பொழுதுபோக்காக, எல்லாவற்றையும் பார்த்துக்கொண்டு , மெல்ல நடந்துபோனான். அவன் வெளியூர்காரனாகையால், அவனுடைய நடையுடை பாவனை எல்லோர் கவனத்திலும் சிக்காமல் போக வாய்ப்பில்லை. ஆனாலும், யாரும் அவனைக் கண்டுகொள்ளாதது அவனுக்கு ஒரே வியப்பு! அவர்கள் உடை மேற்கத்திய உடையாகத்தான் இருந்தது. ஆனால் அதில் அவர்கள் கொஞ்சம் அதிகம் கவனம் செலுத்தியதுபோல் தெரிந்தது. இந்தக் கோடைக்காலக் கும்பலில் அவன் உடை சற்று கலைந்திருந்தது மட்டுமே அவனை வேறுபடுத்திக் காட்டி இருக்கும். ஒரு பதற்றம் ஏற்பட்டது. தன்னைத் தெருவில் நிற்கும் ஒருவனாகக் கருதி விடுவார்களோ என்று அவன் நினைத்ததுதான் அதற்குக் காரணம்...

'இங்கே பார். கூரையில் மேல் பகுதியைத் திறந்து விடலாம். வானத்தைப் பார்க்கலாம். சூரிய ஒளியைக் கொஞ்சம்கூட வீணாக்கக் கூடாது. நாம் ஃப்ளொரிடாவில் இல்லை...'

ஷுட்டோவ் யானாவைக் கூர்ந்து கவனிக்கிறான். அவன் கண்களுக்கு அவள் இன்னும் வகைபடுத்தப்படாத ஒரு புது இனம்போல் தோன்றினாள். லெயாவை ஞாபகப்படுத்தினாள் ... இல்லை. இது ஒரு தவறான ஒற்றுமை. அவள் ஓர் ஐரோப்பியப் பெண். உயரமானவள். பொன்னிறத் தலைமுடியுடையவள். முகச் சுருக்கங்கள் கச்சிதமாக மறைக்கப்பட்டுக் காணப்படுபவள்.

'ஆக, உன் குடும்பம் இங்குதான் வசிக்கிறது, இல்லையா?' அவன் அவளிடம் தங்களது கடந்தகாலத்தைப் பற்றித்தான் பேச விரும்பினான். இருப்பினும், இதுபோன்ற வழக்கமான ஆலாபனைகள் தேவைப்பட்டன.

'நாளைக்குத்தான் இங்கு வருவதாகத் திட்டமிட்டிருந்தோம். ஆனால், இந்த நிகழ்ச்சிகளால், எல்லாவற்றையும் தள்ளிப் போட வேண்டி இருந்தது... ஆகையால், இன்றிரவு வேண்டுமானால் இங்கு ... ஒரு நல்ல ஹோட்டல் கிடைப்பது அவ்வளவு சுலபமல்ல. எங்களது கட்டுப்பாட்டில் நான்கு

ஹோட்டல்கள் இருக்கின்றன. ஆனால், முக்கியப் பிரமுகர்களெல்லாம் வருவதால், ஏராளமான மெய்க்காப்பாளர்கள் ஒவ்வொரு வாசலையும் முற்றுகை இட்டிருக்கிறார்கள். ஆகவே, உன்னை எங்களது எளிமையான வீட்டில் தங்கிக் கொள்ளுமாறு கேட்டுக்கொள்கிறேன்! இரண்டு அறைகள் எல்லா வகையிலும் தயாராக இருக்கின்றன... இதோ, இது இன்னும் ஒரு நடைப்பகுதி. பல குடியிருப்புகளை ஒன்றாக இணைக்கும்போது, என் பையனுக்காக வேண்டி இரண்டு அறைகள் கொண்ட ஒரு பகுதியை ஒதுக்கி இருக்கிறோம்... விலேத், நாங்கள் உள்ளே வரலாமா?'

அந்தப் பையனின் முகம் பழக்கப்பட்ட முகமாகத் தெரிகிறது. டீ ஷர்ட், ஜீன்ஸ் அணிந்த இருபது வயது மதிக்கத்தக்கவனாக இருந்தான். சாம்பல் நிற தலைமுடி. லண்டனிலோ, ஆம்ஸ்டர்டாமிலோ , அமெரிக்க சிட்காமிலோ காணப்படும் இளைஞனின் தோற்றம்.

'விஸ்கி? மர்த்தினி? பீர்?' விலேத், முகத்தில் புன்னகையோடு, எதிரே இருந்த நிறைய பாட்டில்களைக் காட்டிக் கேட்டான். 'இதுதான் நிலைமையா?' என்று ஷுட்டோவ் தனக்குள் சொல்லிக் கொண்டான். 'கேலி செய்யப்படும் நிலைமைக்கு வந்துவிட்டோம்.' தொடக்கத்தில் ரஷ்யா மேனாட்டுப் பழக்கங்களைக் காப்பியடித்தது. இப்போது அவற்றை வெட்டி ஒட்டிக்கொண்டிருக்கிறது. சன்னல் அருகில் ஒரு கோட் ஸ்டாண்ட். அதற்கு மேல் ஆண்டி வரால் என்ற படைப்பாளியின் பரட்டைத்தலை. சாந்துக் கலவை உருவம். நேரெதிரே ஒரு சிவப்புத் துணியில் பொன்னெழுத்துக்களால்: 'பொதுவுடைமைப் போராட்டத்தில் வெற்றியை நோக்கி!' என்று எழுதப்பட்டிருந்தது. அருகில், மடோனாவின் போஸ்டர். இரண்டாம் உலகப்போர் மெடல்கள் அவர் மார்புப்பகுதியில் இணைக்கப்பட்டிருந்தன. ஒரு தொலைக்காட்சிப் பெட்டி. மூன்றடி அகலமிருக்கும். அதில் ஒரு கார் ரம்மியமாக சூரியோதயத்தை நோக்கிப் போய்க்கொண்டிருக்கிறது. கம்பீரமான ஆண்குரலொன்று 'சரியான நேரத்தைக் கடைப்பிடிக்க வேண்டும். ஒவ்வொரு நொடியும் முக்கியத்துவம் வாய்ந்தது!' என்று விளம்பர நோக்கில் முழங்கியது.

விலாத் கணினி முன் அமர்ந்தான். யானா அவன் தலையைக் கோதினாள். அவன் எரிச்சலோடு நகர்ந்தான். 'அம்மா, போதும்...' என்றான். தாயின் முகத்தில் ஏற்பட்ட உணர்ச்சியை ஷுட்டோவ் கவனித்துவிட்டுப் பெருமூச்சு விட்டான்.

'நிச்சயமாகத் தெரிகிறது. உங்கள் புத்தகங்கள் விற்பனையை ஐரோப்பாவில் சரியாகக் கையாளத் தெரியவில்லை,' என்று விலாத் சொன்னான். ஷுட்டோவ் குனிந்து கணினியைப் பார்த்தபோது, தன்னுடைய புகைப்படம் வந்தது கண்டு அதிர்ந்துபோனான்.

'நான் இன்னும்... பிரபலமாகவில்லை. மேலும்... என் நூல்கள் இணையதளத்தில் பட்டியலிடப்பட்டிருப்பது தெரியாது. என்னிடம் கணினியும் கிடையாது. எல்லாவற்றையும் கையால் எழுதி, தட்டச்சு செய்வேன்...' என்றான்.

விலாதும் அவன் அம்மாவும் அவனை நம்பாமல் சிரித்தனர். அவனுக்கு ஒரு விநோதமான நகைச்சுவை உணர்வு இருப்பதாக நினைத்துக் கொண்டார்கள்.

பக்கத்து அறையில் ஓர் இருமலை அடக்கும் சத்தம். கவனம் சற்று திரும்புகிறது. பாதி திறந்த கதவு வழியே ஷுட்டோவ் பார்வையை நழுவ விட்டான். சுவரை அலங்கரித்த வித விதமான பேப்பர். கட்டிலின் கால் பகுதியில் கரும் பச்சை போர்வை – அந்தக் காலத்தில், இரவு இரயில் பயணத்தின்போது கொடுக்கப்படுவது போன்ற ஒன்று...

'ஆம், இது ஃபிரெஞ்சு எழுத்தாளர் இயோனெஸ்கோ நாடகங்களில் வருவதுபோல்தான் இருக்கிறது!' என்றாள் – யானா அவன் கேள்வி கேட்கு முன்னரே! 'இல்லை, இல்லை. உனக்கு விளக்கிச் சொல்ல வேண்டும். நாங்கள் பொதுக்கூடங்களைக் காலி செய்துவிட்டு அங்கிருந்தவர்களை இரண்டு தளங்களில் குடிவைத்து விட்டோம். பதினோரு அறைகளை இணைத்து இருபத்தாறு பேர்களைக் குடிபெயரச் செய்திருக்கிறோம்!

சதுரங்க விளையாட்டைவிடக் குழப்பமானது இந்தச் சொத்து பராமரிப்பு மேலாண்மை என்பது. இது ஒரு மறு குடியமர்வு. சிலர் மூன்று தடவை மாற்றம் செய்யப்பட்டிருக்கிறார்கள். அதற்குள் எத்தனை ஆவணங்கள்! எத்தனை சிக்கல்கள்! எத்தனை பேருக்கு லஞ்சம்! விவரங்கள் தேவை இல்லை. கடைசியாக இரண்டு தளங்களும் எங்களைச் சார்ந்தவை. இந்த அறையும் எங்களுக்கென்று ஆனது – அதுவும் ஒரு கிரகப்பிரவேசப் பரிசுடன்! ஆம், இந்த வயோதிகரைத்தான் சொல்கிறேன் (பாவம், அவருக்குக் கைகால்கள் விளங்காது). பத்து நாளைக்கு முன்னால், அவர் முதியோர் இல்லத்தில் சேர்க்கப்பட இருந்தார். அதற்குள், மூன்றாவது நூற்றாண்டு கொண்டாட்டங்கள் தொடங்கி விட்டன. எல்லாம் மூடப்பட்டு விட்டன. விளைவு, எங்களுக்கு ஒட்டும் உறவும் இல்லாத இந்த வயோதிகரை நாங்கள் வைத்திருக்க வேண்டியதாயிற்று! நாளை மறுநாள் அவர் அப்புறப்படுத்தப் பட்டுவிடுவார். ஆனால், இதெல்லாம் இயோனெஸ்கோ நாடகங்களில் வருவதுபோல்தான் இருக்கிறது. உனக்கு நினைவிருக்கிறதா? அவர் நாடகமொன்றில், ஒரு பிணம் இருக்கும் – அதனை எவ்வாறு அகற்றுவதென்று எவருக்கும் தெரியாது.

இது ஒரு மேலோட்டமான ஒப்பீடு. அவள் சொன்னதற்கு மேலும் வலு சேர்க்க, யானா ஒரு கதவைத் தட்டினாள். 'கிரகரி லெவோவிக், உள்ளே வந்து, வணக்கம் சொல்லிவிட்டுப் போகலாமா?' என்று கேட்டுவிட்டு, ஷுட்டோவைப் பார்த்துச் சொன்னாள்: 'அவருக்குக் காது கொஞ்சம் கேட்காது என்று நினைக்கிறேன். மேலும் அவருக்கு ...பேசும் திறனும் போய்விட்டது போலிருக்கிறது.'

'பேசும் திறன்' என்று சொன்னது ஒரு பேச்சுக்குத்தான். 'அவர் ஊமை' அல்லது 'அவருக்குப் பேச்சாற்றல் முடங்கிவிட்டது' என்று சொல்லி இருக்கலாம். ஆனால், அவருடைய பதிலுக்குக் காத்திராமல், இருவரும் அறைக்குள் நுழைந்தனர்.

அங்கு நிக்கல் குழாயிலான கட்டிலில் முதியவர் ஒருவர் படுத்திருந்தார். அதுபோன்றவர்களையெல்லாம் இப்போது பார்க்க முடியாது. அருகிலிருந்த மேசையில் கசங்கிய நிலையில் டூபேக் ஒன்றும், கனமான மூக்குக் கண்ணாடியொன்றும் இருந்தன. அவரது பார்வை தெளிவாக ஷுட்டோவின் மீது பாய்ந்தது. யானா உரத்த குரலில்,

போலியான உற்சாகத்தை வெளிப்படுத்திக்கொண்டு சொன்னாள்: 'எல்லாம் தீர்மானமாகிவிட்டது. உங்களை எல்லோரும் நல்ல விதமாகப் பார்த்துக்கொள்ளப் போகிறார்கள். டாக்டர்கள் உங்களை கிராமப் புறத்திற்கு அழைத்துச் சென்று விடுவார்கள். அங்கு நீங்கள் பறவைகள் பாடுவதைக் கேட்கலாம்.' முதியவர் முகத்தில் எந்த மாற்றமும் இல்லை. எந்தப் பதற்றமும் இல்லை. அவர் எதையும் கண்டுகொண்டதாகத் தெரியவில்லை. பேசமுடியவில்லை யானாலும் முகஜாடையால் ஏதாவது சொல்லலாம். அதுவுமில்லை. அவருக்கு ஏதாவது புரிகிறதா? நிச்சயமாகப் புரிகிறது. ஆனால், அவரிடமிருந்து வந்த எதிர்வினையானது கண்களை மூடிக்கொள்வதுதான். 'நல்லது, நிறைய ஓய்வெடுத்துக் கொள்ளுங்கள். விலாத் இங்குதான் இருக்கப் போகிறான். ஏதாவது தேவைப்பட்டால், அவனிடம் கேட்கலாம்...' தலையைக் கொஞ்சம் அசைத்துவிட்டு, பார்க்க வந்த வேலை முடிந்ததாக யானா ஷுட்டோவிடம் சொல்கிறாள். திரும்பி வரும்போது, முதியவரின் கட்டிலில் ஒரு புத்தகம் இருப்பதை ஷுட்டோவ் பார்க்கிறான். அவர் அதனை ஓர் உயிரினத்தைத் தொடுவதுபோல் தொடுகிறார்.

கதவை மூடியபின் யானா புருவத்தை உயர்த்திப் பெருமூச்சு விடுகிறாள். 'அவர் தலைமுறையினர், இதுபோன்ற சமீபத்திய கிளர்ச்சிகள் வருமுன்னரே போயிருந்தால் நலமாக இருந்திருக்கும். அவருக்கு மாத ஓய்வூதியம் எவ்வளவு தெரியுமா? ஆயிரத்து இரு நூறு ரூப்ள். அதாவது நாற்பது டாலர். வாயடைத்துப் போகாதே. பெர்லின் வரை போய் போரில் கலந்து கொண்டவர். ஆனால், இன்று யாரும் அவரைக் கண்டுகொள்வதில்லை! அவர் குரலை நாம் கேட்க முடியாமல் போனது வெட்கக் கேடு. அவர் பாடகராக இருந்தார். லெனின்கிராட் முற்றுகையின்போது, அவர் தன் குழுவைக் கூட்டிக்கொண்டு இராணுவத் துருப்புகளுக்காகப் பாடச் சென்றாரென்று அக்கம்பக்கத்தினர் சொல்லக் கேட்டிருக்கிறோம்.

அவள் நடந்து சென்று, திறந்திருந்த ஒரு சன்னல் முன் நின்றாள். மே மாத மாலைத் தென்றல் இலையுதிர்காலம்போல் குளிர்ச்சியாக வீசியது. 'நாம் இளவயதினராய் இருந்தபோது, அவர் போன்றவர்களிடம் பேசுவதற்கு நேரமில்லாமல் இருந்தது. இப்போதோ அவரால் பேசமுடியவில்லை...'

ஷுட்டோவ் தான் இங்கு வந்ததே அவர்களுடைய இளமைக்காலத்தை நினைவு படுத்துவதற்குத்தான் என்று சொல்ல முயன்றான்...

'இது என்ன தெரியுமா?' யானா ஒரு சுற்றுலாத்தல வழிகாட்டிபோல் இடைவிடாது பேசினாள். நுழைவாயிலில் போடப்பட்டிருந்த ஒரு சாதாரண மேசையின் மீது ஒரு பளிங்குக் கை வைக்கப்பட்டிருந்தது. 'இது ஸ்லாலாவின் கை!' என்றாள். ஷுட்டோவ் முகத்தில் ஏற்பட்ட குழப்பத்தைப் பார்த்து, அவளுக்கு வியப்பு ஏற்பட்டது. ஸ்லாலாவின் கையைத் தெரிந்திராமல் இருப்பது ஒரு நல்ல ரசனை இல்லாததன் அறிகுறி என்பதுபோல் அவனை ஆச்சரியத்துடன் பார்த்தாள். ஆம், இது பிரபல செல்லோ இசைக் கலைஞர் ரொஸ்ட்ரோபோவிக்கின் கை. இது என்னுடைய யோசனை. இப்போதெல்லாம் அநேகம்பேர் விசிட்டிங் கார்டு கொடுத்துவிட்டுப் போகிறார்கள்... எங்களைப் பார்க்க வருபவர்கள், தங்கள் கார்டுகளை இதில் வைத்துவிட்டுப் போகலாம்... பொதுவாக,

இங்கெல்லாம் அவற்றை ஒரு மண்பாண்டத்தில் போடுவதுதான் வழக்கம். அதற்குப் பதில் இப்படிச் செய்தால் புதுவிதமாக இருக்கும்...' ஷுட்டோவ் தான் இளைஞனாக இருந்தபோது, ரஷ்யாவில் யாரும் விசிட்டிங் கார்டு பயன்படுத்திப் பார்த்ததில்லை. 'ஆம், தங்களுடைய சிறுவயதில்...'

'நான் இங்கு விழாவைக் காண வரவில்லை...' என்று சற்று அழுத்தமாகச் சொன்னான். அதற்குள் அவள் கைப்பேசி ஒலித்தது. 'இதோ வந்துவிட்டேன். வழியில் போக்குவரத்து நெரிசல். கூட்டத்தைப் பார்க்கலையா? இன்னும் கால் மணி நேரத்தில் வந்து விடுவேன்.'

அவள் ஷுட்டோவுக்கு இரண்டு அறைகளைக் காட்டி, அவற்றில் அவன் எதை வேண்டுமானாலும் தேர்ந்தெடுத்துக் கொள்ளலாம் என்று சொல்லிவிட்டுப் போய்விட்டாள். அவள் சுற்றிக் காட்டியதுகூட ஒருவகை சாக்குதான்.

அவள் பேசிக்கொண்டும், சிரித்துக்கொண்டும், மற்றவர்களிடம் உரையாடிக்கொண்டும் இருந்தது, அவன் கடந்த காலத்திற்குத் திரும்பிப் போகாமல் பார்த்துக் கொள்வதற்குத்தான். இருந்தும், அவன் அவர்களுடைய பழைய காலத்தை எவ்வாறோ நினைவுபடுத்தி, ஓர் உறவை ஏற்படுத்தி விட்டது தெரிந்தது. *'நான் உன்னைக் காதலிக்கிறேன், நதேன்கா,'* என்று செக்காவின் வரியை நினைத்து ஷுட்டோவ் மனதுக்குள் சிரித்துக்கொண்டான்.

யானா கிளம்பி ஐந்து நிமிடத்துக்குப் பின் அவனும் கிளம்பிவிட்டான். நகரத்தின் ஆகர்ஷன சக்தி அவனை மீண்டும் இழுத்து அதனுடைய வாழ்க்கையில் மூழ்கச் செய்யப் போகிறது. அவன் சிறு வயதில் பேசிய மொழியை மீண்டும் பேசப்போகிறான். தான் ஒரு பழைய நடிகன் என்ற எண்ணம் ஏற்படுகிறது. நீண்ட நாட்களாக ஒரு பெரிய நாடகத்தில் நடித்துக்கொண்டிருக்கிறான். இப்போது தான் அணிந்திருந்த அரிதாரத்தையெல்லாம் களைந்துவிட்டுக் கூட்டத்தோடு கூட்டமாகச் செல்கிறான்.

'அட்மிரல்டி' அருகில் காவல் துறையினர், அவனைப் போகவிடாமல் தடுக்கின்றனர். பக்கத்து வீதி வழியாகச் செல்ல முயற்சிக்கிறான். அதுவும் அடைக்கப்பட்டிருந்தது. 'பாலஸ் எம்பேங்க்மெண்ட்' பக்கம் போகிறான். மீண்டும் மிலியனியா வீதிக்கே திருப்பி விடப்படுகிறான். அவர்களோடு விவாதித்துப் பார்த்தான். காரணம் கேட்டான். பலனில்லை. விழா நடக்கும் இடத்துக்குப் போகும் முயற்சியைக் கைவிட்டான். விழா சில தெருக்கள் தாண்டிதான் நடந்துகொண்டிருந்தது. அது உச்ச கட்டத்துக்கும் போய்க்கொண்டிருந்தது. இருந்தும் அவனால் அங்குப் போக முடியவில்லை. ஒரு கெட்ட கனவு காண்பதுபோல் இருந்தது. 'நீங்கள் செய்தித்தாள்கள் படித்திருக்க வேண்டும்,' என்று காவல் துறையினர் கூறினர். 'அவற்றில்தான் எந்தெந்த சாலைகள் மூடப்பட்டிருக்கின்றன என்று தெளிவாகப் போட்டிருக்கிறார்களே. பார்க்கலையா?'

கால்போன போக்கில் போகிறான். வாண வேடிக்கைகளின் ஓசை – இலையுதிர்காலத்தில் நெவாஞ்விலிருந்து வீசும் பலத்த காற்று. இவற்றையெல்லாம் எதிர்கொள்கிறான். பின்னர் இரண்டு தம்பதிகள் போய்க்கொண்டிருப்பதைப் பார்க்கிறான். அவர்கள் பேசிக்கொள்வதைக்

கேட்டால், விழா நடக்கும் இடம் அவர்களுக்குத் தெரியும்போல் தோன்றியது. அவர்களை விசாரிக்கப் போகும்போது, அவர்கள் காரில் புறப்பட்டு விட்டார்கள்.

களைப்பு மிகுதியால், சம்மர் பூங்காவிற்கு வரும்போது, அங்கிருந்த இரும்பு கேட்டை மேலும் ஒரு காவல் துறை தடுப்பு என்று நினைத்துக் கொள்கிறான். அதன் இரும்புச் சட்டங்களைப் பிடித்துக்கொண்டு, இருண்ட சாலைகளில் இனிய நறுமணத்தை உள்ளுக்கிழுத்தான். கோடைக்காலத்திற்கான முன்னறிவுப்புப் போல இலைகள் துவண்டிருந்தன. வெகு நாட்களாக யோசனை செய்து வைத்திருந்த வார்த்தைகள் மீது நீண்ட நேரம் கவனத்தைச் செலுத்த வேண்டி இருந்தது. ‘இந்த மரங்களின் நிழலில் நான் முப்பதாண்டுகளுக்கு முன்...’ என்று பொருந்தும் விதத்தில் சொல்ல வேண்டும்.

ஏதோ ஒரு முனகல். இரும்பு கேட்டைவிட்டு நகர்ந்தான். என்ன செய்வதென்று யோசிக்கிறான். எதிரே ஓர் இளம்பெண். போதையில் இருந்தாள் போலும். அல்லது ... உடைந்த பாட்டில் துண்டில் காலை வைத்திருக்க வேண்டும். விழாக்காலமாதலால், தெருக்களில் நிறைய கண்ணாடித் துண்டுகள் சிதறிக் கிடந்தன. ‘இங்கெல்லாம், ரப்பர் பூட்ஸ்தான் அணிந்துகொண்டு வரவேண்டும்..’ என்று முனகினாள். ஷுட்டோவ் அவளை அருகிலிருந்த ஒரு படியில் அமரச் செய்து, காயம்பட்ட அவள் காலைத் தூக்கி வைத்து, விமானத்தில் வரும்போது அவனுக்குக் கொடுக்கப்பட்ட ஒரு டவலால் துடைக்கிறான். அப்பெண்ணுக்குப் பதினேழு அல்லது பதினெட்டு வயதிருக்கும். அதாவது, யானாவுக்கு அந்தக் காலத்தில் இருந்த வயது. அவன் நினைத்தது சரியே. அவள் குடித்துத்தான் இருந்தாள். தடுமாற்றம் இருந்தது. அவளை மெட்ரோ நிலையம் வரை கொண்டுபோய் விடுவதற்காக அவளோடு போகிறான். ரயில் வெகு சீக்கிரமே வந்துவிட்டது. அவளோடு ஒரு வார்த்தைகூடப் பேசமுடியவில்லை. கதவுகள் மூடும்போது அவளை மீண்டும் ஒரு முறை பார்த்தான். ஆனால், அவள் கவனம் வேறெங்கோ போய்விட்டது. அவள் வாழ்க்கையில் அவனுக்கு இடமில்லை. ஆனால், காயம்பட்ட அவள் மென்மையான பாதம் இன்னும் அவன் கையில் இருப்பதுபோல் இருந்தது.

நடுநிசியில் அவன் மீண்டும் யானாவின் புதிய மாடிக்குடியிருப்பு அறைக்குப் போனான். விலேத் காதில் ஒரு கைப்பேசியை வைத்துக்கொண்டே அவனுக்கு அறையைத் திறந்து விட்டான். உரையாடல் ஆங்கிலத்தில் இருந்தது. விலேத் பாஸ்டனில் யாருடனோ பேசிக்கொண்டிருந்தான். உரையாடலை நிறுத்தாமலேயே, ஷுட்டோவைச் சமையலறைப் பக்கம் அழைத்துச் சென்று, ‘காபி மேக்கரைக்’ காண்பித்துவிட்டு, ஃப்ரிட்ஜைத் திறந்து வேண்டியதை எடுத்துக்கொள்ளச் சொல்லிவிட்டு நகர்ந்தான்.

ஷுட்டோவ் சாப்பிடும்போது, எத்தனை விதமான உணவுகள் இருந்தன என்பதையும், காபி எவ்வளவு சுவையாக இருந்தது என்பதையும் நினைத்து வியந்தான். சோவியத் ரஷ்யா காலத்தில், ரஷ்யர்கள் மேற்கத்திய நாடுகளைப் பற்றிப் பேசும்போதெல்லாம், இது போன்றவற்றைத்தான் குறிப்பிட்டார்கள்... இப்போது அது சாத்தியமாகிவிட்டது. மேற்கத்திய நாகரிகத்தின் சாரத்தை அவன் அங்கிருந்தபோது கூடக் காணாத வகையில்

இங்குக் கொண்டுவந்துவிட்டார்கள். இந்த முரண்பாடு, அவன் காலத்தால் அதிகம் பின் தங்கி இல்லை என்று உணர வைத்தது.

படுக்கையறையை நோக்கிப் போகிறான். வழி தெரியவில்லை. சிரித்துக் கொள்கிறான். 'கதவுக்கு முன்னால் விரிக்கப்பட்டிருக்கும் மிதியடியில் – இப்புதுவுலகின் வாயில்படியில் – படுத்துக் கொண்டால் என்ன,' என்று அவனுக்குத் தோன்றுகிறது. பெரிய குளியலறைப் பைப்புகள் அருங்காட்சியகத்தில் இருப்பவை போல் மின்னுகின்றன. 'சிந்தியன் தங்கம்...' அவன் வாய் முணுமுணுக்கிறது. அவன் தொடர்ந்து சென்றான்.

இப்புது வாழ்க்கையை அவன் எவ்வாறு அணுக வேண்டும்? மகிழ்ச்சியுடனா? அல்லது பொருண்மை வெறி மிகுந்திருப்பதைப் பார்த்த வருத்தத்துடனா? இன்னும் பத்து ஆண்டுகளில், இதெல்லாம் இவ்விளைஞனுக்குச் சர்வசாதாரணமாகிவிடும். விலாத் எனும் இளைஞன் இன்று ஒய்யாரமாக சோபாவில் சாய்ந்துகொண்டு தொலைக்காட்சி பார்த்துக்கொண்டிருக்கிறான். அவன் கையில் பீர் இருக்கிறது. தொலைக் காட்சியில் அவன் சாய்ந்திருப்பது போலவே ஒருவன் ஓர் அழகிய பெண்ணை அணைக்கிறான். அவள் தோள்பட்டை கொஞ்சமாக வெளிப்படுகிறது. பின்னர், இருவரிடமிருந்தும் நீண்ட பெருமூச்சு. அவர்களின் லீலையை ஒரு விளம்பர இடைவேளை தடுக்கிறது. ஒரு குறிப்பிட்ட ஷாம்புவினால் அலசப்பட்ட தலைமுடி வந்துபோகிறது. டின் ஒன்றிலிருந்து வெளிப்படும் பளபளக்கும் ஏதோ ஒன்றின்மீது பூனையொன்று பாய்கிறது. உயரமான – அழகான – மாநிறமான இளைஞன் ஒருவன் ஒரு கப் காபியினை முகர்ந்து பார்க்கிறான். கார் ஒன்று சூரிய ஒளியில் மின்னுகிறது... ஷுட்டோவுக்கு ஒரு சொற்றொடர் வந்து வந்து போகிறது: "ஒவ்வொரு நொடியும் முக்கியம் ஆதலால் நேரத்தோடு போய்விட வேண்டும்!'.

முதியவரின் அறைக்கதவு கொஞ்சம் திறந்திருந்தது. உள்ளே ஓர் அசைவற்ற சரீரம். தலைமாட்டில் ஒரு விளக்கு, பக்கத்தில் ஒரு போர்வை. உள்ளே போகவேண்டுமா? அவரிடம் பேச்சுக் கொடுக்க வேண்டுமா? பேசினாலும், அவரிடமிருந்து பதில் வராது. ஆகவே, வெறும் வணக்கம் சொல்லிவிட்டு வந்து விடலாமா? ஷுட்டோவ, சற்றுத் தயங்கிவிட்டு, மேலே போகிறான். விலாத் அலுவலகத்திலிருந்து தொடங்கினால் அறையைக் கண்டுபிடிப்பது சுலபம்.

அவன் படுக்கையறையில், முன்பு அவன் சுற்றிப் பார்க்க வந்தபோது பார்க்காத ஒன்று அவன் கண்களில் பட்டது: வெள்ளைச் சாயம் பூசப்பட்டு வெள்ளிபோல் பளபளத்த மரத்தினாலான ஒரு புத்தக அலமாரி. அதில் ஏராளமான புத்தகங்கள் அடுக்கி வைக்கப்பட்டிருந்தன. ரஷ்யா மற்றும் வெளிநாடுகளில் பிரபலமான நூல்கள் – டீலக்ஸ் பைண்டிங்கில் – தங்கம்போல் மின்னின. விரலால் அவற்றை வருடுவதே ஓர் அபூர்வமான அனுபவம். புஷ்கின், கோகோல், டால்ஸ்டாய் – இப்படி ஏராளமானோர்களின் நாவல்கள் இருந்தன . . . அவற்றில் செக்காவ் நூலொன்றை எடுத்துப் புரட்டினான். அவன் தேடிய கதை அதில் இருந்தது. இரண்டு காதலர்கள் பனிச்சறுக்கில் இறங்குகின்றனர். அப்போது காதலன் சொல்கிறான்: 'உன்னை நான் காதலிக்கிறேன், நதேங்கா.'

காலையில் ஷுட்டோவ் யானாவைப் பின் தொடர்ந்து சென்றான். அவளோ தன் கைப்பேசியைக் காதில் வைத்தவாறே ஏராளமான வேலைகளில் ஈடுபட்டிருந்தாள். தடுமாறிக்கொண்டிருந்த ஒரு குழந்தையை விழாமல் பார்த்துக் கொண்டாள். வேலை செய்பவர்களிடம் குளியலறையில் பெயிண்ட் தரையில் சிந்துவதைக் காட்டினாள். காலை சாப்பாட்டுக்காக கெட்டிலை அடுப்பில் வைத்தாள். விலாதின் பெண் நண்பர் ஒருத்தியின் பாவாடையைச் சரி செய்ய முயற்சித்தாள்... பார்வை ஷுட்டோவ் பக்கம் திரும்பும்போது ஒரு புன்னகை செய்துவிட்டு தலையசைப்பிலேயே 'இதோ வருகிறேன், ஒரே நிமிடம்,' என்று சொன்னாள். பின்னர் மீண்டும் பரபரப்பானாள். வேலையாள் ஒருவர் வண்ணம் ஒன்றைப்பற்றி அவளது கருத்தைக் கேட்டார். விலாத் பணம் கேட்டான். ஒரு துணி மூட்டையோடு வந்த பெண் ஒருத்தி மறு நாள் வயோதிகரின் அறை காலியாகிவிடும் என்றாள். இக்காட்சிகளெல்லாம் அவள் கைப்பேசி வழியாக ஆணைகள் பிறப்பிப்பதைத் தடுக்கவில்லை: 'தற்காலிகமாக அவருக்கு ஓர் அறை வேண்டுமானால் இருபத்து ஆறை எடுத்துக்கொள்ளச் சொல்... அவருக்கு நாம் ஒதுக்கியிருக்கும் வழக்கமானஅறை அவருக்கு நிச்சயமாகப் போதும்... என்ன செய்யச் சொல்கிறாய்? நமது ஹோட்டல்களில் பதினைந்து அமைச்சர்கள் தங்கி இருக்கிறார்கள். அவர்கள் எல்லோருக்கும் பெரிய அறைகள் வேண்டுமென்றால்... புத்தினிடம் சொல்லி அவருடைய கான்ஸ்டன்டின் அரண்மனையில் தங்க வைத்துக்கொள்ளச் சொல். சரி, இவருக்கு மட்டும் வேறொரு அறை கொடுக்கவும். மற்றவர்களுக்கெல்லாம் இல்லை... என்ன நடக்கிறது என்று பார்ப்போம்!'

அடுத்த அழைப்பு வருவதற்குள் ஷுட்டோவிடம் இருவரும் சந்தித்து 'மனம் விட்டுப் பேச' எந்த உணவகத்தை முடிவு செய்திருக்கிறாள் என்பதைச் சொல்லிவிட்டாள். 'மனம் விட்டுப் பேச' என்றது ஒரு வழக்கமான சொற்றொடர் என்றாலும், அவன் மனதுக்கு அது இதமாக இருந்தது. அது ஒரு பெரிய வாக்கியமாக – பழைய நினைவுகளைக் கொண்டு வந்து – விறுவிறுப்பான அக்காலை நேரத்திற்குப் பொருந்தாத வண்ணம் நீண்டுகொண்டிருந்தது. 'கோடைப் பூங்காவில் மரங்களுக்கிடையே ஓர் ஒற்றையடிப் பாதை

வழியே போய்க்கொண்டிருந்தது நினைவுக்கு வருகிறதா?' என்று கேட்கத் தோன்றியது. அதற்குள் காற்று வழியே ஒரு முத்தத்தை அனுப்பிவிட்டு, 'கைப்பேசி இங்கு சரிப்பட்டு வரமாட்டேனென்கிறது. காரிலிருந்து உன்னைக் கூப்பிடுகிறேன்,' என்று கத்திக் கொண்டே அவள் லிப்டை நோக்கி விரைந்தாள்.

புது வாழ்வின் புத்துணர்ச்சி அவனை ஆட்கொண்டுவிட்டது. ஷுட்டோவ் தெருக்களில் நடக்கும்போது அப்புத்துணர்ச்சி போதைப் பொருளைவிட அதிகமாகத் திக்குமுக்காட வைத்தது. இளமை மீண்டும் திரும்பிவிட்டதுபோல் அவனிடம் ஒரு துடிப்பு ஏற்பட்டு, சிறுவன் ஒருவன் தூக்கி எறிந்த பந்தைத் தாவிப் பிடித்துவிட்டு அச்சிறுவனின் தாயைப் பார்த்து கண் சிமிட்டிவிட்டுப் போனான். ஐஸ் க்ரீம் வாங்கிச் சாப்பிட்டான். வழி தெரியாமல் தவித்த இரண்டு பெண்களுக்கு வலிய சென்று வழி காட்டினான். நெவ்ஸ்கி ப்ராஸ்பெக்ட்டுக்கு வந்தடைந்ததும் அவனுக்கு ஓர் அற்புதம் நிகழ்ந்தது. அவனையறியாமல் விழாவில் பங்கேற்கும் கூட்டத்துடன் ஒன்று கலந்தான். குளிர்கால அரண்மனைவரை அவனும் போனான். அந்தப் பங்கேற்பு உடலளவில்—ஸ்தூல நிலையில் நிகழ்ந்தது.

அது... முகத்தில் ஓர் உறுப்பு மாற்றம் நிகழ்ந்ததுபோல் இருந்தது! அவன் உணர்ச்சிகள் பளிச்சென்று அதில் தெரிந்தன. அவனுடைய புதிய முகத் தோற்றத்துக்குக் காரணம் அவன் மீது பட்ட மற்றவர்களின் பார்வையும், அவர்கள் சிரிப்பும், ஆரவாரமும், அணைப்புகளும்தான். ஸ்பரிச உறுப்பு மாற்றம் செய்துகொண்டவன் தெருவில் நடந்து செல்லும்போது இதுபோன்ற அச்சமும், ஆனந்தமும் கலந்த ஓர் உணர்வைத்தான் பெறுவானா? என்னைப் பார்த்துத் திரும்பிப் போகிறார்களா? அல்லது பரிதாபத்தோடு பார்க்கின்றார்களா? அப்படியெல்லாம் இல்லை. நானாக இல்லாத என்னை அவர்கள் பார்த்துப் புன்னகை செய்கிறார்கள். ஆகவே, நான் மீண்டும் அவர்களோடு வாழத் தகுதியானவன்தான்.

முதலில் ஷுட்டோவ் இதுபோல் ஸ்பரிச அளவில் உறுப்பு மாற்றம் செய்துகொண்டவன்போல் தடுமாற்றத்துடன்தான் நடந்து சென்றான். பின்னர், திடீரென சுற்றுப்புற உற்சாகம் அவனிடமிருந்த அச்ச உணர்வை அகற்றியது. பாண்டு வாத்தியங்கள் பல முழங்கியதும், அவற்றின் ஓசையில் எல்லோரும் முக பாவத்தாலும் சைகைகளாலும் கும்மாளமிட்டனர். இதிலிருந்து எல்லோரும் தொடர்ந்து ஒரு வியப்பிலிருந்தனர் என்பது தெளிவாகியது. ரப்பரால் வடிவமைக்கப்பட்ட பிரமாண்டமான பசு ஒன்று எட்டுக் கால்களோடு மேலே காற்றில் மிதந்தது. அதன் மடியிலிருந்து திரவமொன்று கூட்டத்தின் மீது சொட்டு சொட்டாக விழுந்துகொண்டிருந்தது. மக்கள் ஆரவாரம் செய்தார்கள். குடைகளை விரித்து தங்களைக் காத்துக்கொண்டார்கள். சற்று தூரத்தில் கூட்டத்தைப் பிளந்துகொண்டு பேரரசன் பீட்டரைப்போல் மாறுவேடமணிந்தவர்களின் ஊர்வலம் சென்றது! அவர்கள் இராணுவ கோட்டும், மும்முனைகள் கொண்ட தொப்பியும், முகத்தில் பூனை மீசையும், கையில் ஒரு பிரம்பும் வைத்துக்கொண்டு சென்றனர். அவர்களில் பெரும்பாலும் சார் மன்னர் போலவே ஆறு அடி ஆறு அங்குல உயரத்தில் இருந்தனர். பெண் ஒருத்தியும், சிறுவர்கள் சிலரும்கூட 'சார்' மன்னர் போல் உடையணிந்து

சென்றனர். தெருவின் திருப்பமொன்றில் அவர்களோடு ‘ப்ரெசில் நடனக்காரிகள்’ சிலர் கலந்துகொண்டார்கள். அவர்கள் நிர்வாணத்தைச் சிறகுகள்தான் மறைத்திருந்தன. ‘சார்’ மன்னர் வேடமிட்டவர்களின் சீருடை நடனக்காரிகளின் தொடையையும், பின்புறத்தையும் உரசிச் சென்றது. பின்னர் அவர்கள் டோப்பாக்கள் அணிந்த அரசவை உறுப்பினர்களுக்கு வழி விட்டனர். அவர்கள் தலையில் சூரிய ஒளிபட்டுச் சிதறியது. தெருக்களெல்லாம் கிரினோலினால் கழுவப்பட்டிருந்தன. அவர்கள் போனதும் மீண்டும் ஒரு காற்றடைக்கப்பட்ட பெரிய உருவம். டைனசோரா? இல்லை. இல்லை. அது ஒரு கப்பல். அதன் பின் பகுதியில் ‘ஒரோரா’ என்று எழுதப்பட்டிருந்தது. ‘இது அக்டோபர் புரட்சியைக் குறிக்கிறது,’ என்று தாயொருத்தி சுமார் பன்னிரண்டு வயதிருக்கும் தன் மகனுக்கு விளக்கமளித்துக் கொண்டிருந்தாள். அப்புரட்சியைப் பற்றி அந்தக் காலத்தில் முதல் வகுப்பிலேயே தெரிந்து வைத்திருக்க வேண்டும். அதனைப்பற்றிப் பெரிய பையனொருவனுக்கு விளக்குவதென்பது உண்மையில் ஒரு புது யுகம் பிறந்திருப்பதைக் காட்டியது... மறதி நல்லதுதான். நீங்கள் உங்கள் போர்களையும், புரட்சிகளையும் நினைவுபடுத்தாதீர்கள்!

இசை முழக்கங்களுக்கிடையே ஒலிபெருக்கிகள் முழங்கின. ஷுட்டோவிற்குச் சம்மதம்தான். ‘மாபெரும் மே புரட்சிக்கு உங்களை அழைக்கிறோம். எல்லோரும் அரண்மனை சதுக்கத்துக்கு வாருங்கள். செயின்ட் பீட்டர்ஸ் மேயரின் கழுத்தை வெட்டப்போகிறோம்.’ எங்கும் சிரிப்பொலி. முகமூடிகளில் ஒரு சலனம். இன்னொரு ‘மாமன்னன் பீட்டர்’ குதிரை மீது போவது எல்லோர் கண்களிலும் பட்டது.

கீழே, தரை மட்டத்தில், ஒரு கீச்சுக் குரல் ஒன்று ‘எனக்கு வழி விடுங்கள்; நான் போகணும்; நேரமாகிவிட்டது,’ என்று கத்தியது. கத்தியவன் வயதான சித்திரக்குள்ளன் ஒருவன். அவன் ‘சார்’ மன்னன் அவைக்களத்து கோமாளிபோல் உடுத்தி இருந்தான். வேகமாக நகர்ந்து சென்ற அக்கோமாளி கூட்டத்தைத் தன் குட்டையான கைகளால் இடித்துத் தள்ளிக்கொண்டே போனான். பிரெசீலிய நடன மங்கை ஒருத்தி தன்னுடைய வளையல்களையும், தோகைகளையும் அசைத்து அவனுக்கு வழிவிடும் வகையில் முன்னால் சென்றாள். அவர்களுக்காக அரண்மனை சதுக்கத்தில் எல்லோரும் காத்திருப்பது தெரிந்தது. அவர்களின் அவசரம் நகைக்கும்படியாகவும், உள்ளத்தைத் தொடும்படியாகவும் இருந்தது. அச்சித்திரக் குள்ளனுக்கு வழிவிடும்போது, ஷுட்டோவுக்கு, ‘ஷுட்’ என்ற சொல் ஞாபகத்துக்கு வந்தது. ஒரு ‘பஃபூன்’ என்று சொல்லிக்கொண்டான். அரை நிர்வாண நடன மங்கை அவனை இடித்துத் தள்ளிக் கொண்டு போகும்போது, அவளுடைய தோகைகள் அவன் கன்னத்தை வருடிச் சென்றன. இளமையின் வீரியத்தை அந்த நறுமணம் வீசிய உடல் அவனுக்கு உணர்த்தினாலும், அவள் முகத்தில் ஓர் இனம்புரியாத சோகம் குடிகொண்டிருப்பதைப் பார்த்தான்.

‘உங்களைத்தான், ஏன் நீங்கள் மற்றவர்களைப்போல் கலகலப்பாக இல்லை? என்ன துணிச்சல்? சிரித்தமுகத்தோடு இல்லையென்றால் அந்தக் கூட்டத்தைச் சேர்ந்தவர் என்று அர்த்தம்!’ என்று ஒருவர் சொல்லிவிட்டு ஷுட்டோவின் கையைப் பிடித்தார். கையை விலக்க

முயன்றுவிட்டுப் பின் அவனும் அந்த விளையாட்டில் பங்கெடுக்கிறான். மரண தண்டனை நிறைவேற்றுபவர்கள் போல் வேஷமிட்ட சிலர் அவனைச் சூழ்ந்துகொண்டனர். அவனுக்கு அப்போது ஒலிபெருக்கியில் சொல்லப்பட்ட வார்த்தைகள் நினைவுக்கு வருகின்றன. கலகலப்பாக இல்லாதவர்கள் இவ்விழாவுக்கு எதிரிகள். அவர்கள் தலைகளைக் கொய்ய வேண்டும். அவர்கள் வார்த்தைகளில் குரூரம் இல்லை. நகைச்சுவை மட்டுமே இருந்தது. கையில் ஒரு பிளாஸ்டிக் கோடரியை வைத்துக்கொண்டு, கும்பல் கூக்குரல் எழுப்பியது... அவர்களில் ஒருவர் 'நீங்கள் நீண்ட நாட்களாக செயின்ட் பீட்டர்ஸ்பர்கில் இல்லையா?' என்று சொல்லி விட்டுப் பதிலுக்குக் காத்திராமல் அவசரம் அவசரமாக மேலும் சிலரை உசுப்பேற்றி மகிழ்ச்சியில் கலந்து கொள்ள வைக்கப் போய்க்கொண்டிருந்தார்.

அரண்மனை சதுக்கத்துக்குச் சென்றதும், ஷுட்டோவ் மாற்றங் களுக்கான மூல காரணத்தைக் கண்டுபிடிக்க முயன்றான். நீண்டநாள் அடக்கி வைத்திருந்த சக்தியின் பீறிட்ட வெளிப்பாடுதான் எல்லாவற்றிற்கும் காரணம். சர்வாதிகாரமென்ற மோசமான பைத்தியக்காரத்தனத்தின் இலக்கணத்திலிருந்து விடுபட்டு வாழ்க்கையின் இலக்கணத்துக்குள் நுழைய முற்பட்டிருக்கின்றனர். செயிண்ட் பீட்டர்ஸ்பர்க் நகரத் தந்தை பலிபீடத்தில் ஏறுகிறார் – ஆம், அவரேதான்! (இது பாரிஸிலோ, நியூயார்க்கிலோ நடக்குமா?). பட்டாசு சத்தம் வானைப் பிளக்கின்றது. ஜனங்கள் ஓ வென கத்துகிறார்கள். நகரத் தந்தை பெருமையுடன் புன்னகைக்கிறார். தண்டனை தருபவன் அவர் பக்கம் பிரமாண்டமான கத்தரிக்கோலை அவர் கழுத்துக்குக் கொண்டுபோகிறான்... அவர் அணிந்திருந்த 'டை'யை வெட்டுகிறான்! வெட்டப்பட்ட அந்த டையைப் பார்த்த மக்கள் மீண்டும் பரவசமாகிக் கத்துகிறார்கள். ஒலிபெருக்கியில் ஒருவர் 'ஜிஊக்ஸி டை' என்று உரக்கக் கூறுகிறார். ஷுட்டோவுக்கு ஆச்சரியம். கைதட்டிக்கொண்டு ஆயிரமாயிரம் மனிதர்களோடு ஒன்றுகலக்கிறான். அச்சமயம் பார்த்து சித்திரக்குள்ளன் மூச்சு வாங்க ஓடிவந்து அங்குப் போடப்பட்டிருந்த சிம்மாசனத்தில் ஏறுகிறான். மாஜிஸ்ட்ரேட் ஒருவர் பாரம்பரிய உடையில் வந்து அவனை நகரத்துக்கு ஆளுநராக அறிவிக்கிறார்.

யானாவைப் பார்க்கப் போகும் வழியில், 'இதெல்லாம் ஒரு கூட்டுப் பேய்விரட்டு' என்று ஷுட்டோவ் நினைக்கிறான். நையாண்டியான இம்மூன்று நாள் மே புரட்சி நாற்பது – ஐம்பது ஆண்டுகால கொடுங் கோலாட்சியை – உண்மையான புரட்சியின் வன்முறையை வீழ்த்துவதாகப் பொருள்படும். அணுகுண்டின் சத்தத்தை மறக்கத்தான் இந்தப் பட்டாசு சத்தம். கொஞ்ச காலத்துக்கு முன்னாலெல்லாம் இரவில் வந்து கதவைத்தட்டி, அரைகுறை தூக்கத்தில் இருந்தவர்களை எழுப்பி, கறுப்பு நிற வண்டியில் ஏற்றிச் சென்றதைக் குறிப்பதற்குத்தான் இதுபோன்ற போலிக் கொலையாளிகளை மகிழ்ச்சியோடு தெருவில் நடந்துபோக வைக்கிறார்கள்.

குளிர்கால அரண்மனைக்குப் பின்னால் 'குடும்பப் படம்' என்று எழுதப்பட்டிருந்தது. அங்கு மடக்கு நாற்காலிகளில் மாமன்னன் பீட்டர்,

லெனின், ஸ்டாலின், சற்றுத் தள்ளி வழுக்கைத் தலையின் நடுவில் ஒரு மச்சத்துடன் கோர்பாச்சேவ் ஆகியோர் அமர்ந்திருந்தனர். ஸ்டாலின் வாயில் 'பைப்' வைத்துக்கொண்டே யாருடனோ கைப்பேசி மூலம் பேசிக்கொண்டிருந்தார். (விடுபட்ட தொடர்புகளாக) இரண்டாம் நிக்காலஸூம், பிரெஷ்னேவும் நிறைய பீர் பாட்டில்களுடன் வந்து அவர்களுடன் சேர்ந்துகொண்டனர். ஒரே சிரிப்பு. காமராவின் 'பிளாஷ்கள்'. மினி ஸ்கர்ட் அணிந்து அறிவிப்பாளராகச் செயல்பட்ட இளம்பெண் ஒருத்தி, 'பெரியோர்களே, தாய்மார்களே, வரலாற்றால் வஞ்சிக்கப்பட்டவர்களுக்குக் காசு போடுங்கள். டாலராகக்கூடக் கொடுக்கலாம்...' என்று சொல்லிக்கொண்டே போனாள்.

'ஒருவாறாக வரலாற்றுப் பக்கத்தைத் திருப்பிவிட்டார்கள்,' என்று ஷூட்டோவ் தனக்குள் சொல்லிக்கொண்டான். தான் முந்தைய பக்கங்களில் காய்ந்த மலர் போல விடப்பட்டு விடுவோமோ என்ற பயம் வந்தது. அது விட்டு விடக்கூடாது—வேகமாகச் செல்லவேண்டும் என்ற எண்ணத்தைத் தந்தது.

'நீ சட்டை மாற்றிக் கொள்ளவில்லையா?'

'இல்லை, அது வந்து... இந்த சட்டை ஒன்றைத்தான் எடுத்து வந்தேன்.'

'அப்படியா?'

இசை முழக்கத்தில், அவர்கள் வார்த்தைகள் காதில் விழவில்லை. தன் சட்டை நுனியை தடவிக்கொண்டே அவன் வருத்தத்தோடு புன்னகைத்தான். பையில் கலைந்து போகும் எழுத்துக்களைக்கொண்ட பேப்பர் திணிக்கப்பட்டிருந்தது... உணவக பணியாளர்களுக்கு யானாவைத் தெரிந்தது. அவளுக்கு மரியாதை கலந்த வணக்கத்தை வந்து தெரிவித்துவிட்டுப் போனார்கள். சில வாடிக்கையாளர்கள்கூட அவளுக்குத் தலையாட்டிவிட்டுப் போனார்கள். இவர்களெல்லாம் அவள் ஆட்கள் என்று ஷூட்டோவ் நினைத்தான். புதிய ரஷ்யாவில் இவர்களை மற்றவர்களிடமிருந்து பிரித்துப் பார்ப்பதற்கு என்ன அளவுகோல் வைத்திருக்கின்றார்கள் என்று அவனால் யூகிக்க முடியவில்லை. வெறும் நட்புதானா? அல்லது தொழில் முறை உறவுகளா? அரசியலா?

அவர்கள் மொட்டை மாடியில் போய் உட்கார்ந்தார்கள். அங்கிருந்து பூங்கா நன்றாகத் தெரிந்தது. அங்கு மகிழ்ச்சி பொங்க இசை முழங்கிக்கொண்டிருந்தது. ஆகவே, இது உணவகத்தின் தவறன்று. பணியாளர்களின் தலைவன் வந்து மன்னிப்பு கேட்டுக்கொண்டான். 'இந்த முன்னூறாவது ஆண்டு விழா...' என்று யானா பெருமூச்சு விட்டாள்.

அவர்கள் பேசுவதை ஒருவருக்கொருவர் புரிந்துகொள்ள கத்திப் பேச வேண்டி இருந்தது. ஆனால், ஷூட்டோவால் அவர்களைப்போல் சொல்லத் தெரியாது. ஆகவே மற்றவர்கள் செய்வதுபோலவே செய்ய வேண்டும். அவர்கள் சிரிப்பதுபோலவே சிரிக்க வேண்டும். சாப்பிட வேண்டும், கத்தவேண்டும், சைகைகள் காட்ட வேண்டும். அவ்வப்போது நிகழ்ந்த உரையாடல்கள் மூலம் ஷூட்டோவ் ஏற்கெனவே தெரிந்து

வைத்திருந்ததைத்தான் தெரிந்துகொள்ள முடிந்தது. அதாவது, அவர்கள் மனதிற்குள் ஒருவர் மீது ஒருவருக்கு இருந்த காதல் விவகாரத்திற்குப் பின் யானாவின் வாழ்க்கை, தொழில், திருமணம், மகனின் பிறப்பு, விவாகரத்து, மீண்டும் செய்ன்ட் பீட்டர்ஸ்பர்க் ஆகிவிட்ட லெனின்கிராடுக்குத் திரும்புதல் ... ஆகிய செய்திகள்.

ஆண்டுகள் உருண்டோடிவிட்டதால் உள்ளுக்குள் தடுமாறும் வார்த்தைகள் மேலும் மெலிந்து விட்டன. சுற்றிலுமிருந்த சத்தத்தை மீறி ஒலிக்க முடியவில்லை. 'அன்று மாலை, பீட்டர்ஹோஃபில், ஃபின்லாந்து வளைகுடாவின் மீது படிந்திருந்த பொன்னிறப் பனிமூட்டம் ... உனக்கு நினைவுக்கு வருகின்றதா?' என்று அவன் கேட்க நினைத்தான். அவனுக்குத் தெரியாத ஒன்றும் தெரியவருகின்றது. அதாவது, யானா தொழில் புரியும் ஹோட்டல்களின் தொகுப்பு அவளுடையதுதான் என்ற செய்தி. தனிப்பட்ட முறையில் அவளுடையதன்று – அவள் வாழ்க்கையைப் பற்றிப் பேசும்போது அவள் குறிப்பிடும் அந்த மர்மமான 'எங்களுக்குச்' சொந்தமானது. அவளுடைய கூட்டாளிக்கும் அவளுக்குமா? அல்லது, அது அவளுடைய குடும்பச் சொத்தா? இசையின் இரைச்சலைவிட மொழியின் தடையால்தான் அவனுடைய புரிதல் கடினமாகின்றது.

திடீரென இரைச்சல் அடங்குகின்றது, ஓர் ஆச்சரியமான நிசப்தம். இலைகள் அசைவதின் சலசலப்பு காதில் விழுகின்றது ... கைப்பேசிகள் சிணுங்குகின்றன – ஏதோ இந்த நிசப்தத்திற்காகத்தான் அனைத்து அழைப்புகளும் காத்திருந்தன போலும். இல்லை. மக்களால் இதுவரை அவற்றைக் கேட்க முடியாததுதான் காரணம். எல்லோரும் ஒரே சமயம் பதில் சொல்கிறார்கள் – தங்கள் பேச்சாற்றலை மீண்டும் பெற்றுவிட்ட மகிழ்ச்சியில்!

யானாவுக்கும் அழைப்பு வருகிறது. அவள் பதில் சொல்லும் தொனியிலிருந்து, யாரிடமிருந்து அது வந்ததென்று ஷ¬ட்டோவால் கண்டுபிடிக்க முடிந்தது. அவளுடைய சற்றே எரிச்சலான பேச்சு அவள் அவளுடைய ஹோட்டல் ஒன்றில் பணிபுரியும் ஒருவரிடம்தான் பேசுகிறாள் என்பதைக் காட்டுகிறது. பின்னர் அவள் அடக்கி வாசிப்பது அந்த ஆளின் கோபத்தைத் தணிக்கத்தான் என்பதும், ஆகையால் அவரும் ஆற்றல் மிக்க அந்த 'எங்களில்' ஒருவராகத்தான் இருக்க வேண்டுமென்பதும் வெளிப்படையாகத் தெரிந்தது. அவர் ஒரு 'பார்ட்னர்' என்பதில் சந்தேகமில்லை. அல்லது அவள் முப்பது வருடத்திற்கு முன் காதலித்த ஒருவனைத் தன் கணவனிடம் மறைக்க விரும்புகிறாளா? இருக்காது. அப்படி நினைப்பது முட்டாள்தனம் ...

தொலைபேசியைச் சற்றுத் தள்ளி வைத்தாள். தான் வந்த காரணத்தைச் சொல்வதற்கு நேரம் கிடைத்திருக்கிறது என்று நம்பினான். ஆனால் அவள்தான் பேசினாள்: 'நாளைக்கு கிரகப்பிரவேசம் வைத்திருக்கிறோம். வீடு இன்னும் முடிக்கப்படவில்லை. மேசைகள்கூடப் போடவில்லை. எல்லாம் அப்படி அப்படியே கிடக்கின்றன. மாலையில் எங்கள் கிராமப்புற வீட்டுக்கு எல்லோரையும் அழைத்திருக்கிறோம் ... ஊரின் முக்கியப் புள்ளிகளில் சிலர் வருவார்கள். உனக்கு அது பிடிக்குமா என்று

தெரியவில்லை. உனக்கு யாரையும் தெரியாது ... மேயர் வருவார் ...' ஷுட்டோவுக்கு மேயரைத் தெரியும்: அவர் 'டை'யைத்தானே நிகழ்ச்சியின் போது அறுத்தார்கள் ...

யானாவைத் தம்பதியாக வந்த இருவர் வாழ்த்தினர். அவர்கள் பார்வை ஷுட்டோவின் மீது விழுந்தது: யார் இவர்? ரஷ்யரா? ஒழுங்காகக் கூட உடுத்தி இல்லையே? வெளிநாட்டுக்காரராக இருக்குமோ? அதே சமயம், மேற்கத்திய நாட்டிலிருந்து வருபவர்களிடம் காணப்படும் சகஜ நிலையும் காணப்படவில்லையே? ஷுட்டோவ் அவர்கள் நினைப்பதை அவர்கள் முகத்திலிருந்து தெரிந்துகொண்டான். யானா நெளிவது தெரிந்தது. அவளால் அவனை வகைப்படுத்த முடியவில்லை. தன் நண்பர்களுக்கு அவனை அறிமுகப்படுத்துவது கடினமாக இருந்தது. அவனுக்கென்று இன்னும் ஒரு சமுதாய அடையாளம் இல்லை. தம்பதியினர் போனதும், அவன் இயல்பு நிலைக்குத் திரும்பினான். பழைய பள்ளித்தோழனாக மாறினான். 'உன் 'டாச்சா*'வை எங்குக் கட்டி இருக்கிறாய்? நான் வரலாமென்றிருக்கிறேன்.' யானா தயங்கினாள். ஏன் அவனை அழைத்தோம் என்று வருந்துவதுபோல் தெரிந்தது. 'அது ஒரு பழைய 'இஸ்பா**'. இடம் போதவில்லை. எட்டு ஏக்கரைவிடக் குறைவு. ஃபின்லாந்து வளைகுடா பகுதியில் ...'

யாரோ ஒருவர் வந்து யானாவின் முன் நின்று பேச ஆரம்பிக்கிறார். ஷுட்டோவுக்கு நினைவு வருகிறது: 'ஃபின்லாந்து வளைகுடா மீது ஒரு பொன்னிறப் பனி மூட்டம் ...'

வந்தவன் அழகானவன். இளம் வயது (நாற்பதுக்கும் குறைவு அல்லது, மிருதுவான – தோல் வழுவழுப்பாக வந்துவிடும் வசதி படைத்தவர்களின் வயது). 'உயரம், மாநிறம், மடத்தனம்,' என்று ஷுட்டோவ் நினைத்தான். (லெயா இப்படிச் சொல்லும்போது இருவரும் சிரித்துக்கொள்வார்கள் ...) அதிலுள்ள விஷமத்தனம் அவர்களுக்கு ஒரு குற்ற உணர்வைத்தரும். இவ்விளைஞன் உண்மையில் ஆண்மை குறித்த அமெரிக்க அளவுகோலின்படி, ஃபிரெஞ்சுக்காரர்கள் சொல்வது போல் பி–கிரேட் சினிமா கதாநாயகனாக ஏற்றுக்கொள்ளப்படலாம் ... அப்பழுக்கற்ற – இலேசான கோட் அணிந்த அவன் மனதைக் கொள்ளை கொள்ளும் அதே நேரத்தில் தன்னால் பாதிக்கப்பட்டவர்களின் மனம் கோணாமல் இருக்கும் விதத்தில் பார்த்துக் கொண்டான். யானாவின் குரலில் செயற்கையான அசட்டைத்தன்மை காணப்பட்டது. அன்புடன் கெஞ்சும் தொனியில் பேசினாள். குறிப்பாக, அவனைப் பார்க்கும்போது, அவள் முகமும் அவள் பார்வையும் கூட்டத்தில் தொலைந்துபோன ஒரு காதலனை இழந்ததுபோன்ற உணர்வை ஏற்படுத்தியது. இசை மீண்டும் முழங்க ஆரம்பித்ததும் அவள் எழுந்து அவனருகில் செல்கிறாள். அவர்கள் பேசும் வார்த்தைகள் காதில் கேட்காதபோதும், அவள் முகத்தில் ஒருவித ஏக்கம் தெளிவாகத் தெரிந்தது.

'அவன் அவளுடைய காதலன்தான் ...' இவ்வுண்மை திடீரென அவன் கண்ணுக்குப் பட்டது அவனுக்கு எரிச்சலைத் தந்தது. ஆயினும், இனியும் கற்பனையுலகில் மிதந்து தன்னை ஏமாற்றிக்கொள்ள அவன் விரும்பவில்லை.

---

* வசதி படைத்த நகரவாசியின் கிராமத்து பங்களா அல்லது வீடு

** மரச்சட்டங்களாலான குடிசை வீடு

'ஃபின்லாந்து வளைகுடா மீது ஒரு பொன்னிறப் பனி மூட்டம்...' இது அவள் நினைவுக்கு வரும் என்று நினைப்பது முட்டாள்தனம். அவள் தன் பணியாளர்களிடம் பேசும்போதும், கணவனிடம் பேசும்போதும், இந்த உயரமான – மாநிற – அழகிய ஆண்மகனிடம் பேசும்போதும் வெவ்வேறு குரலில் பேசுகிறாள் என்பது அவன் மனதில் பதிந்துவிட்டது. அவள் ஒரே நேரத்தில் பல்வேறு வாழ்க்கைகள் வாழ்கிறாள். அது அவளுக்கு உற்சாகத்தைத் தருகிறது. அத்தருணத்தில் அவள் தன்னைவிட உயரமான காதலனுக்கெதிரில் நிற்கும்போது, அவள் சரீரம் அவனிடம் சரணடையத் துடிப்பது தெரிந்தது. ஷுட்டோவ் சந்தர்ப்பத்தை நழுவவிட்ட ஒரு நடிகனைப் போல் தன்னைப் பாவித்துக்கொள்கிறான்.

அவ்விளைஞன் யானாவின் கன்னத்தைத் தன் உதடுகளால் உரசிவிட்டுப் போகிறான். அவள் பிரமித்து நின்ற ஷுட்டோவின் பக்கம் பார்த்துக்கொண்டே அருகிலிருந்த இருக்கையில் அமர்கிறாள். இருவரும் ஒன்றும் பேசிக்கொள்ளாமல் காபி அருந்துகிறார்கள்... காருக்குச் சென்ற அவளைப் பின்தொடர்ந்த ஷுட்டோவ், மயக்கத்திலிருந்த அவளிடம் ஜாக்கிரதையாகப் போகும்படி எச்சரிக்கலாம் என்று ஒரு கணம் நினைத்தான். ஆனால் அதற்குள் அவள் சுதாரித்துக்கொண்டு 'பங்குதாரர்கள் கூட்டம்' இருக்கிறதென்று சொல்லிக்கொண்டே காருக்கு விரைந்தாள். போகும்போது, அவனிடம் 'பூங்காவின் வழியே பிரதான சாலைக்குப் போய் இடது பக்கம் திரும்பு, மறந்துவிடாதே' என்று அவனைக் கால்நடையாகப் போகச் சொல்லிவிட்டாள். அவள் அகன்றதும், அவன் இலையுதிர்கால சருகுகளினூடே தன் பாதை எப்படி இருந்தது என்று நினைவுக்குக் கொண்டுவந்தான்...

பூங்காவை விட்டு வெளியேறும்போது பிரெசீலிய நடனக்காரர்களைப் பார்த்தான். அவர்கள் ஒரு சிறிய வேனில் ஏறினார்கள். அவர்களில் சித்திரக்குள்ளனுக்கு வழிவிட வைத்துக்கொண்டு போனவளும் இருந்தாள். அவளைச் ஷுட்டோவ் கண்டுபிடித்துவிட்டான். அவள் இப்போது தோகைகளை அகற்றி விட்டிருந்தாள். அரிதாரத்தைக் களைந்திருந்தாள். அவள் முகம் மிகவும் இளமையாகக் காட்சியளித்தது. ஆனால், முன்பு பார்த்ததுபோலவே, அவள் முகத்தில் ஒரு சோகம் குடிகொண்டிருந்தது. ஷுட்டோவ் அதில் ஒரு கனிவையும் கண்டான். ஒரு வேளை, விசித்திரமான வகையில், அது அவனைப் பார்த்ததனால் ஏற்பட்டிருக்கலாம்...

யானாவுடைய புதுக் குடியிருப்பின் கதவைத் திறந்தபோது, விலாதின் குரல் கேட்டது: 'நான் சொல்வதைக் கேள். பின் அட்டையை அழகுபடுத்த இரண்டு அரை நிர்வாணப் பெண்கள் தேவை. பின்னர் பதிப்பகத்தாரைக் கூப்பிடு. அவர்கள் அதனைக் கட்டுரையோடு இணைக்க விரும்பவில்லையானால், நம் விளம்பரத்தை திரும்பப் பெற்றுக் கொள்வோம்...' வியப்பில் ஷுட்டோவ் குரல் வந்த திசை நோக்கிச் செல்கிறான். அந்தச் சின்ன படுக்கையறையைக் கடக்கும்போது, அங்கு அதே முதியவர் அவன் கண்ணில் பட்டார். அதே போர்வையைப் போர்த்திக்கொண்டு, ஒரு புத்தகத்தைக் கையில் வைத்திருந்தார்.

ஒவ்வொரு தலைப்பினோடும் ஒரு பெண்ணின் பெயர் சேர்க்கப்பட்டிருக்கிறது: தத்தியானா அல்லது தீயணைக்கும் பெண், டெபோராவும் இன்பத்தின் இரசாயனமும், பெல்லா அல்லது தடைக்கட்டுகள் இல்லாதவள்... விலாத் தன்னுடைய பதிப்பகத்தின் புதிய வெளியீடுகளைச் ஷுட்டோவுக்குக் காட்டினான். நபோக்கோவின் அடா அல்லது ஆசைத் தீ என்ற தலைப்புதான் அவர்களுக்கு இந்தக் கருத்தைத் தந்தது என்று விலாத் ஒப்புக்கொண்டான். ஆனால், நாபோக்கோவ் கூட அந்தத் தலைப்பைப் பெண்கள் நவீனம் ஒன்றிலிருந்துதான் எடுத்திருந்தார்... அவ்விளைஞன் பேசிய மொழியை ஷுட்டோவ் இதற்குமுன் ரஷ்யாவில் கேட்டதில்லை: 'சந்தைப் பகுப்பாய்வு,' 'புத்தகத் தொழில் முன்னேற்றம்'... புதிய தொகுதிகளுக்கு அவர்களுக்குத் தேவை 'தலைமுறை இடைவெளி'யாம். அது மிகவும் பரந்துபட்டதாம். முப்பது வயதுக்கும் ஐம்பது வயதுக்கும் இடைப்பட்ட பெண் வாசகர்கள், அதிலும் அவர்கள் 'அதிக அளவுக்கு அறிவு ஜீவியாக இருக்கக் கூடாதாம் (விலாத் பார்வையில் இதனை அவர்கள் ஒரு பாராட்டாக எடுத்துக் கொள்ள வேண்டும்). குறைந்த அளவில் இருக்கும் ஆண் வாசகர்களுக்கு ஏதோ ஒரு பாலுணர்வு பிரச்சினை இருக்கும். அவர்கள் அப்புத்தகங்களை சத்தமில்லாமல் படிப்பார்களாம்.

ஷுட்டோவின் முகத்தில் ஒரு வித குழப்பத்தைப் பார்த்த விலாத், கூடுதல் விளக்கம் கொடுத்தான்: 'சரி, அதே சமயம் எங்களிடம் கருத்தூன்றிப் படிக்கச் செய்யும் வகைகளும் உண்டு!' வரலாற்றுப் புதினங்கள், குடும்பக் கதைகள், அரசியல் நாவல்கள்... ஆகியவையெல்லாம் அப்படிப் பட்டவைதான்... ஷுட்டோவுக்கு 'வகை' என்ற சொல்தான் சற்றுக் கலக்கத்தை ஏற்படுத்தியது. விலாத் விளக்குகிறான்: அவையெல்லாம்... அதனை எவ்வாறு ரஷ்ய மொழியில் சொல்வது? ...ஆம், அவையெல்லாம் 'லேபல்'கள்தான். பெல்லா, தத்தியானாவெல்லாம் அவ்வப்போது வந்து போக வேண்டும். அப்படித்தான் வாசிக்கும் பழக்கத்தை ஏற்படுத்தி, மக்களுக்கு மட்டற்ற ஆர்வத்தை ஏற்படுத்த இயலும். பிரச்சினை என்னவென்றால், இந்தப் புத்தகங்கள் ஒவ்வொன்றும் ஐந்நூறு பக்கங்கள் வரை நீளும். எந்த ஒரு எழுத்தாளனாலும் தாக்குப் பிடிக்க முடியாது – அவன் என்

தாத்தா சொல்வதுபோல் ஸ்தகானோவிட்டாக இருந்தாலொழிய! ஆகவே, அவர்களில் பெரும்பாலானோர் ஒரே பெயரில், கூடுமான வரையில் ஓர் அமெரிக்கப் பெயரை வைத்துக்கொண்டு எழுதுகின்றனர். அது ஒரு வகை...'

இவ்விளக்கத்தால் ஷுட்டோவ் மேலும் மேலும் யோசனையில் ஆழ்வதை விலாத் பார்க்கிறான். குனிந்து அங்குத் தரையில் விரிக்கப் பட்டிருந்த கம்பளத்தின் மீது சிதறிக் கிடந்த புத்தகங்கள் பலவற்றை எடுத்துக் காட்டுகிறான். 'இங்கே பளுவான புத்தகங்களும் இருக்கின்றன.' ஷுட்டோவ் சில தலைப்புகளைக் கவனமாகப் பார்க்கிறான்: கிரெம்ளின் இரகஸ்யங்கள், ஸ்டாலின், இறைவனுக்கும் சாத்தானுக்குமிடையே, இரண்டாம் நிக்காலஸ்: ஒரு தியாகியின் மாசின்மை...

'அவர் உண்மையில் மாசற்றவர் என்று நினைக்கிறாயா?' ஷுட்டோவ் தான் சிந்திப்பதை விட்டு விட்டுக் கேட்டான்.

'நிச்சயமாக. சமீபத்தில் அவருக்குப் புனிதர் பட்டம் கொடுத்தார்கள்!'

'ரஷ்யாவைப் புரட்சிக்கு இட்டுச் சென்றதாலா..?'

'இல்லை. பொறுங்கள். புரட்சி என்பது ரஷ்யாவிற்கு வெளியே தீட்டப்பட்ட ஒரு சதி. இதோ இந்தப் புத்தகம் அதைத் தெளிவாக விளக்குகின்றது...'

அப்புத்தகத்தின் அட்டையில் இரத்த சிவப்பு நிழல்கள். புரட்சிக்குப் பின்னால் சில மறையியல் சக்திகள். ஷுட்டோவ் உள்ளுக்குள் சிரித்துக் கொள்கிறான்.

'பயங்கரம்!'

'அதைத்தான் எதிர்பார்க்கிறார்கள். வெளியீட்டுக்காக நான் கொடுத்த விளம்பரத்தையும் நீங்கள் பார்க்க வேண்டும். அதில் ரஷ்யத் துறவி யொருவர் ஒரு படத்தின் முன் நின்று வழிபடுகிறார். அவரைச் சுற்றி பிசாசுகள் நடனமாடுகின்றன...'

'அது வரலாற்று உண்மையை ஒட்டி இல்லையே! நமக்கு முக்கியம் உண்மை. அந்த உண்மைதான் வாசகன் புத்தகத்தை வாங்க வழி செய்யும். என்னுடைய முதலாளியின் குறிக்கோள் என்னவென்று தெரியுமா? கண் தெரியாதவர்கள் மட்டுமே நம் புத்தகங்களை வாங்காமலிருந்தால் மன்னிக்கலாம்.' கிட்டத்தட்ட அப்படித்தான் நடந்து வருகிறது. ஆனால், அதற்குக் கற்பனை வளம் இருக்கவேண்டும். ஸ்டாலினைப் பற்றிய ஒரு புத்தகத்தை வெளியிடும்போது, கருங்கடல் அருகிலிருந்த ஸ்டாலினின் 'டாச்சா'வில் கூட்டிப் பெருக்கும் ஒரு பெண்மணியைக் கண்டுபிடித்தேன். கற்பனை செய்துப்பாருங்கள்! அவர் இப்போது நூறு வயதான பாட்டியாக இருக்கிறார். இருப்பினும் அவரை எப்படியோ தொலைக்காட்சிக்குக் கொண்டுவந்து விட்டேன். அவரை நேர்காணல் கண்டவர் (அவரும் எங்கள் எழுத்தாளர்களில் ஒருவர்) கேட்ட கேள்விகள் அப்பெண்மணி ஏதோ ஸ்டாலினின் காதலியாக இருந்தவர்போன்ற தோற்றத்தை ஏற்படுத்தும். ஒளிபரப்பாகியதற்கு மறுநாள் எல்லாப் புத்தகங்களும்

விற்றுப் போய்விட்டன. அதுதான் வரலாற்று உண்மை. பெல்லா அல்லது தடைக்கட்டுகள் இல்லாதவள் என்னும் நாவலை எடுத்துக் கொள்வோம். அது மாஸ்கோவிலுள்ள தாதாக்கள் போகும் விபச்சார விடுதி. அதனை வெளியிடும்போது தொலைக்காட்சியில் ஐந்து விபச்சாரிகளைப் பேச வைத்தோம். அவர்களனைவரும் புத்தகத்தில் உள்ள எல்லாச் செய்திகளும் உண்மை என்று சத்தியம் செய்தார்கள்.

விலாதின் ஆர்வம் தொடர்கிறது. ஷுட்டோவால் போஸ்டர்கள், ஆள் உயர புகைப்படங்களையெல்லாம் தாங்கிப் பிடிக்க கைகளில் பலமில்லை: இரண்டாம் நிக்காலஸ் புதிதாக அறிவிக்கப்பட்ட புனிதர்போல் தலையைச் சுற்றி ஒரு ஒளி வட்டத்தோடு காட்சியளித்தார். ஸ்டாலின் பக்கத்தில் ஒரு பெண்ணிருந்தாள். அவளுக்குப் பின்னால் ஒரு கொள்ளைக்காரி காட்சியளித்தாள். செக்கச் செவேலென்றிருந்த பெரிய மார்பகங்களை அவள் திறந்து காட்டிக்கொண்டிருந்தாள். அவற்றிற்கிடையே ஒரு துப்பாக்கியின் அடிப்பாகம் தெரிந்தது.

‘மீண்டும் அதே கூத்துதான்,’ என்று ஷுட்டோவ் சொல்லிக் கொண்டான். அவனுக்கு இன்னும் மாற்றத்தினால் ஏற்பட்ட மயக்கம் தீரவில்லை. இந்த விலாதுக்குத்தான் எவ்வளவு ஆற்றல்! அத்துடன் ‘வேக்குவம் கிளீனர்’ விற்பதுபோல் அலட்டிக் கொள்ளாமல் புத்தக வியாபாரம் செய்யும் போக்கும் இருக்கிறது. சில ஆண்டுகளுக்குள்ளாகவே புற்றீசல்கள்போல் இந்தப் பிரசுரங்கள் முளைத்துவிட்டன! அவர்களுக்கு இப்போதே அமரிக்க பாணி தந்திரங்கள் தெரிந்து விட்டன ...

திடீரென, தான் வைத்திருந்த ஆவணங்களுக்கிடையே, ஷுட்டோவின் கண்களுக்குப் பூங்காவின் படம் ஒன்று தென்பட்டது. இலையுதிர்காலத்தில் குவிந்து கிடந்த இலைகளுக்கிடையே நிறைய சிற்பங்கள் இருந்தன. கோடைப் பூங்கா ... இந்தப்படம் ஏராளமான வண்ணப்படங்களுக்கு மத்தியில் மறைந்திருக்கிறது. அவற்றில் பெண்களைப் பெண்கள் அணைத்துக் கொள்வதும், ஆண்கள் ஆண்களுக்குள் அன்புடன் முத்தங்கள் பரிமாறிக் கொள்வதுமாகக் காட்சியளித்தார்கள் ...

‘இத்தொகுதி பாலுணர்வு சிறுபான்மையினர் பற்றியது,’ என்று விலாத் விவரித்தான். ‘நான் சொன்னதுபோல், யாரும் எங்களிடமிருந்து தப்பிக்க முடியாது,’ என்று சொல்லிவிட்டுச் சிரித்தான்.

கார்னிவலின்போது தலையைக் கொய்தவர்களின் நினைவு அப்போது வந்தது. யாரும் கவலை தோய்ந்த முகத்துடன் இருக்கக் கூடாது. ஒப்பீடு ஒருவித கலக்கத்தை ஏற்படுத்தியது.

‘விலாத், உனக்குத் தெரியுமா? நான் சிறுவனாக இருந்தபோது, ஏராளமான கவிஞர்களின் நூல்கள் வெளிவந்தன. நிறையப் பிரதிகள் விற்பனையாகின என்று சொல்ல முடியாது. ஆனாலும் ... அதை எப்படிச் சொல்வது? ... ஆம், என் போன்ற வாசகர்களிடம் ஒருவித ஆரவம் இருந்தது. பெரும்பாலும் மட்டமான காகிதத்தில்தான் பிரசுரிப்பார்கள். ஆனால், கவிதைதான் எங்களுக்கு பைபிள் ...’

‘நீங்கள் சொல்லும் நூல்கள் எப்படி இருக்கும் என்று தெரிகிறது. அவற்றை வயதானவர்கள் பெருமூச்சு விட்டுக்கொண்டே “உயர்ந்த இலக்கியம்” என்பார்கள். நான் என்ன நினைக்கிறேன் என்று சொல்லவா? முன்னொரு நாள் இதே வேலையைச் செய்த அமெரிக்கப் பெண் ஒருத்தியைச் சந்தித்தேன். அவள் இது போன்ற விஷயங்கள் நிறையச் சொன்னாள். அவள் கருத்தின்படி, மட்டமான புத்தகங்கள் நிறைய வெளியிட்டால்தான் உயர் இலக்கிய நூல்கள் வெளியிட முடியும் என்று வாதிட்டாள்! இதுபோன்றவர்களுக்கு இரண்டு முகங்கள் இருந்ததைச் சுட்டிக்காட்டுவதற்கு மார்க்ஸை எடுத்துக் காட்டினேன்: நிதர்சனமான பயன்கள்தான் உண்மையின் உரைகல். பதிப்பகத்துறையில், உண்மையான பயன் என்பது எத்தனை பிரதிகள் விற்கின்றன என்பதைப் பொறுத்ததுதான். சரியா? மட்டமான புத்தகங்கள் விற்பனையாகின்றன என்றால், அவை உண்மையில் தேவைப்படுகின்றன என்றுதான் பொருள். அப்படி நான் சொல்லும்போது, அவள் முகத்தைப் பார்க்க வேண்டுமே!’

சத்தம்போட்டுச் சிரிக்கிறான். பின்னர் தொலைக்காட்சியைப் பார்த்து ‘நீங்கள் சொல்லும் கவிஞர்களை நான் வெளியிடுவதாக வைத்துக் கொண்டால், என்னால், இதுபோன்ற கார்களை வாங்கவே முடியாது,’ என்றான்.

தொலைக்காட்சித் திரையில் (ஓசை நிறுத்தப் பட்டிருந்தது) ஒரு கார் சூரியோதத்தை நோக்கி ஓடிக்கொண்டிருந்தது. ‘நேரம் தவறவிடக்கூடாது: ஒவ்வொரு வினாடியும் முக்கியம்தான்!’ விலாதின் கைப்பேசியிலிருந்து ஜாஸ் இசை. அதனைத்தொடர்ந்து கொச்சை ஆங்கிலம். ஷுட்டோவுக்குப் புரியவில்லை. விலாத் கையால் தொலைபேசியை மூடிக்கொண்டு ஷுட்டோவுக்குக் கண்ணைக் காட்டுகிறான். பின்னர் மெதுவாக ‘விளையாட்டுக்காகச் சொன்னேன்’ என்று சொல்கிறான். ஆமாம். அந்தக் காரைப் பற்றிச் சொன்னது விளையாட்டுக்காகத்தான் என்று ஷுட்டோவ் நினைக்கிறான். விலாத் தன் மடியிலிருந்த புகைப்படங்களையெல்லாம் தள்ளி வைக்கிறான். ஷுட்கா என்றால் விளையாட்டு. தன் பெயருக்கும் அதே வேர்ச் சொல்...

கதவுக்குப் பின்னால், அவ்வயோதிகர் இருந்த இடத்திலிருந்து, ஒரு கோப்பையில் ஸ்பூன் ஒன்று மோதும் ஓசை கேட்கிறது.

ஷு¬ட்டோவ் தன் அறைக்குத் திரும்பிப் போகிறான். அவன் மனதில் அசைபோடுகின்ற கேள்விகளுக்கேற்ப அவன் போகின்ற வேகமும் ஒத்துப் போகிறது. நிகழ்ச்சியும் அதனால் கற்ற பாடமும்... விலாதிடம் அவன் ஒன்று சொல்லாமல் விட்டுவிட்டான். அதாவது, அந்தக் காலத்தில் ஒரு கவிதைத் தொகுதியினால் ஒருவர் வாழ்க்கையே மாறியதுண்டு என்றும், ஒரு தனிப்பாடல் அதன் ஆசிரியரின் சாவுக்குக் காரணமாக இருந்ததென்றும் சொல்லி இருக்க வேண்டும். பாடல் வரிகளின் நீளத்தைப் பொறுத்து வடதுருவப் பனிவெளியில் கழிக்க வேண்டிய தண்டனையும் நீடித்தது. அங்கு கவிஞர்கள் பலரின் சாவும் சம்பவித்தது...

அப்போது விலாதின் பரிகாசமான பதில் எப்படி இருக்கும் என்றும் கற்பனை செய்து பார்த்தான். 'அப்போ, அதுதான் சரி என்று நினைக்கிறீர்களா?' என்பதுதான் பதிலாக இருக்கும். இது ஒரு வெகுளித்தனமான கேள்வி. பதில் சொல்வது கடினம். 'குலாக்'தான் நல்ல இலக்கியத்திற்கு அளவுகோலா? வேதனைதான் உண்மைக்கு உரைகல்லா? மேலும், வாழ்க்கையையும் புத்தகங்களையும் யாரால் மதிப்பிட முடியும். கையிலிருந்த கொஞ்ச காசைக்கொண்டு தடை செய்யப்பட்ட கவிஞன் ஒருவன் ஓர் அட்டைக்காகிதத்தில் எழுதியதை வாங்கிப் படிப்பவனைவிட எந்த விதத்தில் விலாதின் வாழ்க்கை மட்டமானது என்று சொல்ல முடியும்? இப்போதுள்ள ரஷ்ய இளைஞர்களுக்கு எந்தப் புத்தகமும் தடை செய்யப்பட்டதன்று. அவர்கள் நிறைய பிரயாணம் செய்கின்றனர் (விலாத் கொஞ்ச நாளைக்கு முன்னர்தான் பாஸ்டன் போய்விட்டு வந்திருந்தான்), நிறையச் சாப்பிடுகிறார்கள். நிறையப் படிக்கிறார்கள். அவர்களுக்கு எவ்விதத் தாழ்வு மனப்பான்மையும் கிடையாது...

கீழ்த்தரமாக, வாழ்க்கை கசந்துபோன வயோதிகன் ஒருவனைப்போல ஷு¬ட்டோவுக்குச் சிந்திக்க விருப்பமில்லை. முப்பது ஆண்டுகளுக்கு முன்னால் இருந்த ஒரு சோவியத் இளைஞனைப் பார்த்து, விலாத் பொறாமைப்படத் தேவை இல்லை. அக்காலத்து இளைஞர்களைப் பார்த்து கனவு காண்பதற்கும் ஒன்றுமில்லை. ஒன்றுமே இல்லை—ஒன்றைத் தவிர, அதாவது பழுப்பேறிய பக்கங்களில், பூங்காவின் பொன்னிற ஒளியைப் பிரகாசிக்கச் செய்யும் கவிதை

வரிகளின் தொகுப்பொன்று...' தான் 'அதைச் சொல்லி இருக்க வேண்டும்,' என்று நினைத்தான் ஷுட்டோவ், ஆனால், அதே சமயம், அதனைச் சொல்வதற்குத் தேவையான வார்த்தைகள் கிடைக்கவில்லை என்பதையும் உணர்ந்தான். ஏதோ ஒரு மொழித் தளை ஏற்பட்டு அவன் தன் பாழாய்ப் போன பழங்காலச் செழுமையைச் சொல்ல முடியாமல் தவித்தான்.

ஜன்னலைத் திறக்கிறான். கொண்டாட்டங்கள் முடியும் தருவாயில் இருப்பதைக் குறிக்கும் பின்னணி ஓசை அவன் காதில் விழுகிறது. கோலாகலம் குறைகின்றது. தெருவீதி நாடகங்கள் ஓய்ந்தடங்குகின்றன. தம்பதிகளும் நண்பர்கள் கூட்டமும் வீடு திரும்பிக்கொண்டிருக்கின்றனர். கீழே போய் அவர்களிடம் மனம் விட்டுப் பேச வேண்டும்போல் இருந்தது: 'நான் இருபது வருடம் கோமா நிலையிலிருந்துவிட்டு இப்போதுதான் வருகிறேன். எனக்கு ஒன்றும் புரியவில்லை. விளக்கினால் தேவலாம்,' என்று சொல்ல வேண்டும். மனதுக்குள் சிரித்துக்கொண்டு ஜன்னலை மூடுகிறான். கலகலப்பு எதுவுமின்றி பிரமாண்டமான 'ஃபிளேட் ஸ்க்ரீன்' கொண்ட தொலைக்காட்சியைச் செயல்படவைக்கிறான். காதைச் செவிடாக்கக் கூடிய ஓசை. சில நிமிடங்கள் அச்சத்தில் உறைந்து பின்னர் சத்தத்தைக் குறைக்கிறான். இந்த அறையில் ஏராளமான பொருட்கள், ஆனால், ஒன்றைக் கூடப் பயன்படுத்தத் தெரியவில்லை என்ற புரிதல் அவனுக்கு ஏற்பட்டது.

திரையில் நன்றாக வளர்க்கப்பட்ட பெரிய நாய் ஒன்று. இரைத்துக் கொண்டிருக்கும் நீண்ட, கர்வமிக்க வாய். அதன் கழுத்தில் மீது நகச்சாயம் பூசப்பட்ட விரல்கள் ஒரு சங்கிலியை அணிவிக்கின்றன. பெண் ஒருத்தி தோன்றுகிறாள். அந்தச் சங்கிலியின் விலை 14.500 டாலர். பதினான்காயிரத்து ஐந்நூறு டாலர் என்று தொகுப்பாளர் உறுதி செய்துவிட்டு அதில் சேர்க்கப்பட்டிருந்த கற்களைப் பற்றிச் சொல்கிறார். அதனைத் தொடர்ந்து, இன்னும் சில மாடல்கள்: பவழம், மரகதம், வைரம்... அரிதான கற்கள் கொண்டவை அடுக்கடுக்காக வருகின்றன. அடுத்த காட்சியில் வேறொரு நாய். அதன் உடல்மீதுள்ள ரோமங்கள் கச்சிதமாக வெட்டப்பட்டிருந்தன. குளிரைத் தாக்குப் பிடிக்கும் வகையில், அந்த நாய்க்கு வேறுவித அணிகலன் அணிவிக்கப்பட்டிருந்தது. நரி உரோமத்தால் ஆனது. பீவர் அல்லது 'சேபிள்' உடை... கால் முட்டி உறையும் அதே தரத்தில்... நிகழ்ச்சியில் பழக்கத்துக்குக் கொண்டுவர முடியாத மேலும் பல இனங்களைக் காட்டிக்கொண்டே போனார்கள். ஒரு சிவிங்கப்புலி. அதன் நகங்களைக் கத்திரிக்க வேண்டும். இல்லையேல் உங்கள் கம்பளங்களையும், மேசை நாற்காலிகளையும் பாழாக்கிவிடும். ஆகவே ஒரு கால்நடை மருத்துவர் அதன் நகங்களைச் சீவிக்கொண்டிருந்தார்... அடுத்ததாக ஒரு குட்டையான நீர்யானை. அது நலமாய் உயிர் வாழ்வதற்கு ஈரப்பதம் இருக்க வேண்டும். அதற்காக ஒரு ஹைக்ரோ மீட்டர் தேவைப்பட்டது. ஒரு மலைப்பாம்பு. அதன் மேனி பளபளக்க பல்வேறு வகை ஊட்டச்சத்துக்கள் கொடுக்க வேண்டும்...

ஷுட்டோவுக்கு நிகழ்ச்சியைப் பார்க்கப் பார்க்க கோபம் அதிகரித்தது. ஆனால், அது அவன் நினைத்ததை விட ஆழமான விஷயங்களைக் கொண்டிருந்தது. வசதி படைத்தவர்கள் வீட்டு வளர்ப்புப் பிராணிகளைப் பற்றிய இந்நிகழ்ச்சியில் ஒரு விவாதத்துக்கு ஏற்பாடு செய்யப்பட்டிருந்தது.

வாதிப்பதற்கு இருவர், அவர்களில் ஒருவர் சாதகமாகவும், மற்றொருவர் எதிர்ப்பாகவும் பேச வேண்டும். இடையிடையே பார்வையாளர்கள் குறுக்கிட்டுப் பேசலாம். 'யாரும் தப்பிக்க முடியாது,' என்று ஷுட்டோவ் தனக்குள் சொல்லிக்கொண்டது நினைவுக்கு வந்தது. வசதி குறைவான குடும்பத்தைச் சேர்ந்த ஒருவர் கோபப்பட்டார். அவருக்குச் சாதகமாக விமர்சகர் ஒருவர் பேசினார். வசதி படைத்தவர்கள் அந்த நிகழ்ச்சிக்குச் சாதகமாக விவாதித்தனர். அவர்களுடைய கருத்தை வரவேற்றார் மற்றொரு விமர்சகர். கடைசியில் ஒரு சமரசத்துக்கு வந்தார்கள். பைத்தியக்காரர்கள் சிலர் தங்கள் வளர்ப்பு நாய்களுக்கு வைரநகை போட்டுப் பார்க்க விரும்பினால், அது அவர்கள் விருப்பம். இது ஜனநாயகம். ஷுட்டோவுக்கும் அந்த நிலைப்பாடு சரியாகவே தோன்றியது. ஆகவே அவனுடைய கோபம் அர்த்தமற்றதென்று தோன்றியது. புதிதாக முளைத்த இந்தச் செழுமையால் சில வீண் செலவுகள் அதிகரித்தன. அதனைக் கண்டிக்கத் தகுந்த ஒழுக்கக் கட்டுப்பாடு தனக்கிருக்கிறதென்று நினைப்பது குழந்தைத்தனத்தையே காட்டும்.

இந்த இயந்திரமயம் எவ்வளவு அற்புதமானது! ஒரு சானலிலிருந்து இன்னொரு சானலுக்கு மாறுவதுதான் எவ்வளவு சுலபம், என்று எண்ணிப் பார்க்கிறான். மூளைக்கும் மயக்க மருந்து கொடுத்ததுபோல் கிளர்ச்சி செய்யும் அறிவு அடங்கி விடுகிறது. எல்லாவிதக் கருத்துகளும் முன் வைக்கப்படுகின்றன. பேராலயம் ஒன்றுக்குள் மரபுசார் பாதிரியார்கள் ஊர்வலமாகப் போகின்றனர். கிரேக்கர்கள் மூன்றாவது நூற்றாண்டுக்காக வேண்டி புனிதர் ஆந்திரேயின் உடல் எச்சக்கூறுகளைக் கொண்டு வந்திருக்கிறார்கள். அதே சானலில் இரண்டு லெஸ்பிய ராக் பாடகர்கள் விளக்கமொன்று கொடுத்துக் கொண்டிருக்கிறார்கள்: லண்டனில் அவர்களுடைய ஷோவை சற்று அடக்கி வாசிக்க வேண்டியதாக இருந்ததாம், ஏனெனில், ஐரோப்பியப் பார்வையாளர்கள் அதிகமாகவே சங்கோஜப்படுபவர்களாம். 'அடக்கி வாசிக்காத' ஷோவில், ஒரு பெண் இன்னொரு பெண்ணின் மீதமர்ந்து தடவக்கூடாத இடங்களில் தடவிக் கொடுத்துக்கொண்டு ஒலிபெருக்கியில் முழக்கமிட்டுக் கொண்டிருந்தாள்... ஓர் இரவுக் காட்சியில் மொட்டைத்தலையுடன், 'நாஜி' சல்யூட் அடித்தார்கள்... அமெரிக்க நகைச்சுவை நிகழ்ச்சியொன்றில் மூன்று முட்டாள்கள் – அவர்களில் இருவர் வெள்ளையர்கள், ஒருவர் கறுப்பர் – ஒருவருக்கொருவர் பைத்தியக்காரத்தனமாக உளறிக் கொண்டிருந்தார்கள். இடை இடையே ஏற்கெனவே பதிவு செய்யப்பட்ட சிரிப்பொலி... இத்தருணத்தில், மேலும் சில நாய்கள் வந்தன. அவற்றின் மீது வைர நகைகள் இல்லை. கிரோவ் அரங்கத்தில் ஏதாவது வெடிமருந்து வைக்கப் பட்டிருக்கிறதா என்று கண்டுபிடிக்க வந்த நாய்கள் அவை. ஏனெனில், அங்குத்தான் நாற்பத்தைந்து தேசத் தலைவர்கள் கூடவிருந்தனர். பின்னர் ஒரு கால்பந்து விளையாட்டு. இரண்டாம் நிக்காலஸின் ஆங்கிலக் கொள்ளுப் பேரனொருவன் செயிண்ட் பீட்டர்ஸ்பர்குக்கு அபூர்வமான பழைய காரொன்றில் வந்துகொண்டிருந்தான். பிறகு ஒரு காமப் படம் ரஷ்ய மொழியில் காட்டப்பட்டபோது ஏதோ வீட்டு உபயோகப்பொருளுக்கு ஆலோசனை செய்வதுபோலிருந்தது. அதிக முக்கியத்துவம் வாய்ந்த

பிரமுகர்கள் மாமன்னன் பீட்டர் குதிரைமேலிருக்கும் சிலை முன் வந்துகொண்டிருந்தனர். மழைத் தூறல். பிரிட்டீஷ் பிரதமர் பிளேர் ஒரு குடையை விரித்து தன் மனைவி நனையாமல் பார்த்துக்கொள்கிறார். ரஷ்யத்தலைவர் புட்டின் சளைக்காமல் நடக்கிறார். ஃபிரெஞ்சு குடியரசுத் தலைவர் ஷிராக் ஓட்டமும் நடையுமாக வருகிறார். அவர் ஹெர்மிட்டேஜ் கலைப்பொருள் கூடத்தில் பழைய பொருட்களின் மீதிருந்த ஆர்வத்தால் சற்று அதிக நேரம் கழித்துவிட்டார் என்று ஓர் ஒளிபரப்பாளர் விளக்கமளித்தார்... இன்னுமொரு கால்பந்து போட்டி. 'காலத்தோடு வரவேண்டும்: ஒவ்வொரு விநாடியும் முக்கியத்துவம் வாய்ந்தது...' கருப்பு வெள்ளையில் இரண்டாம் உலகப் போர் காட்சிகளில் சில: ஸ்டாலின் ஒரு மேடையின் மீது நிற்க, இராணுவ வீரர்கள் மாஸ்கோவைக் காக்க அணிவகுத்துச் செல்கின்றார்கள். திருமதி புட்டீனுடன் ஓர் உரையாடல்: 'பெண்கள் தங்கள் உடை தயாரிப்பவர்களைத் தாங்களாகவே தேர்ந்தெடுத்துக்கொள்ள வேண்டும். அப்போதுதான் பொது நிகழ்ச்சியின்போது மற்ற மேலிடத்துப் பெண்கள் அணிந்திருக்கும் 'ஈவ் சேன் லொரான்' டிரஸ்ஸையே தாமும் அணிந்திருப்பதைத் தடுக்க முடியும்...' கோடைப் பூங்காவிலிருந்து வரும் ஒளிபரப்பில் 18ஆம் நூற்றாண்டு அரண்மனைவாசிகள் வலம் வருவது காட்டப்பட்டது. ஆண்கள் பொய்முடி அணிந்திருந்தனர். பெண்கள் (கவிழ்த்துப் போட்ட கூடைபோன்ற) கிரினலின் பாவாடை உடுத்திக் கொண்டு வந்தனர். எல்லோருமே சிறு சிறு கண்ணாடிகள் அணிந்திருந்தனர்.

ஷுட்டோவ் எழுந்தான். பூங்காவில் ஒரு நடைபாதை முடிவில் ஒரு சிலை இருந்ததைக் கண்டுபிடித்து விட்டான்... முப்பது வருடமாகியும் எதுவுமே மாறவில்லை. அல்லது எல்லாமே மாறிவிட்டது. மாற்றத்தின் அர்த்தமும் அவனுக்குத் தெளிவாகியது. ரஷ்யா அதற்கும், அதன் விதிப்பயனுக்குமிடையே குறுக்கிட்ட அறுபது எழுபது ஆண்டு கால நிகழ்ச்சிகளைத் துடைக்க முயல்கின்றது. விலாதிடமிருந்த புத்தகங்கள் பலவற்றில் ரஷ்யாவின் விதியை நாசப்படுத்திய சோவியத் குறுக்கீடு பற்றிக் குறிப்பிடப்பட்டிருந்தது. ஆம். அழகான ஆறு ஒன்று. அதனை அச்சமும், அறிவுசார் அடிமைத்தனமும், ஆயிரமாயிரம் கொலைகளும், கலந்து சேறும் சகதியுமாக ஆக்கிவிட்டன. 'உண்மை என்னவென்றால், விலாத் என்ற அந்த இளைஞனின் மனம் பேயுருகொண்ட சோவியத் தைக் காட்டிலும் தொலைக்காட்சியில் பார்த்த கிரினலின்களுடன் தான் நெருக்கமாக இருந்தது. சோவியத் டைனசாரைவிட இரண்டாம் நிக்கலஸின் ஆங்கிலக் கொள்ளுப்பேரனுடன்தான் சில ஒற்றுமைகள் கொண்டிருந்தான்...' ஷுட்டோவ் மனதுக்குள் சிரித்துக்கொண்டான். தெளிவு மனதைக் காயப்படுத்தியது. அவனைக் கண்டுகொள்ளாமலேயே வரலாறு தன் போக்கைத் தொடர்ந்து மீண்டும் தூய்மையாகின்றது... அவனோ எல்லோரும் மறக்க விரும்பும் அம்மோசமான காலகட்டத்தின் சேற்றிலேயே உழன்றுகொண்டிருந்தான். 'நான் வந்தது தவறு,' என்று தனக்குள்ளேயே சொல்லிக் கொண்டான். எங்கு வந்திருக்கிறான்? புறாக்கூடு போன்ற பாரிஸ் குடியிருப்பிலிருந்து இந்தப் படாடோபமான குடியிருப்புக்குத்தான் வந்திருக்கிறான். ஆனால் அங்கிருந்ததை விட இங்கு

மேலும் அந்நியனாக உணர்கிறான். 'யானாவைப் பார்க்க வந்தபோது ...' அவன் தொலைக்காட்சி கடிகாரத்தைப் பார்க்கிறான். இரவு மணி 10.30. ரெஸ்டராண்டில் தன்னை 8 மணிக்குப் பார்ப்பதாக வாக்களித்திருந்தாள்.

தெருவெங்கும் வட தேசங்களில் நிலவும் மங்கிய ஒளி. பொடி நடையாக நடந்துபோகும்போது தான் தாய விளையாட்டில் கடைசியாக ஒரு முறை உருளையை உருட்டப்போகிறோம் என்ற நினைவு வருகிறது.

ஹெர்மிட்டேஜ் இரவு முழுதும் திறந்திருக்குமென்று தொலைக்காட்சியில் அறிவிக்கப்பட்டது. அங்குப்போய், அக்கூட்டத்துடன் கலந்து அவர்கள் திருப்பிச் சொல்லிக்கொண்டிருந்த ஒரு கோஷத்தைக் கேட்டுச் சிரித்துக் கொண்டான்: 'வாருங்கள், குளிர்காலக் கோட்டையைத் தகர்ப்போம்.' கார்னிவல் கொண்டாட்டத்தின் நினைவு அவனுக்குத் திரும்பி வருகிறது. அத்துடன் இனத்தோடு சேரும் சுக உணர்வும், இருபது ஆண்டுகள் கழித்து அந்த உலகத்தோடு தொடர்புகொள்கிறோம் என்ற நம்பிக்கையும் அவனுக்கு உதிக்கின்றன. ஏதோ ஓர் ஓவியத்துக்குமுன் யாரோ ஒருவரைப் பார்த்தாலும், அவருடன் அவன் பேச்சுக் கொடுத்தான் ...

உள்ளே அடியெடுத்து வைத்தவுடன், அவன் சிலையாக உறைந்து போனான். ஏதோ இரயில் நிலையத்தில் இருப்பதுபோன்ற உணர்வு. சிலர் தரையிலமர்ந்துகொண்டும், சுவரில் சாய்ந்துகொண்டும் இருந்தனர். இன்னும் சிலர் தூங்கி வழிந்துகொண்டும் இருந்தனர். மற்றவர்கள் ஜன்னல் ஓரத்தில் அமர்ந்துகொண்டு வானத்தை நோட்டம் விட்டுக் கொண்டிருந்தனர். நெவாவுக்கு மேல் ஒலி–ஒளி காட்சியொன்றைக் காட்டப்போவதாக வாக்களித்திருந்தார்கள். வாலிப வயதில் ஓர் ஆணும் ஒரு பெண்ணும் பிரமாண்டமான நீலக்கல் பூச்சாடிற்குப் பின்னால் சுவாரசியமாக முத்தம் கொடுத்துக் கொண்டிருந்தனர். சுற்றுலா பயணி ஒருவர் – அவர் அறை கால்சட்டை அணிந்திருந்தார் – உரத்த குரலில் ஜெர்மன் மொழியில், அவரைப்போலவே உடையணிந்திருந்த பெண் நண்பர் ஒருவரிடம் பேசிக்கொண்டிருந்தார். அப்பெண்மணி (அவள் அணிந்திருந்த கால்சட்டை மூன்று மடங்கு அகலமாக இருந்தது) பெரிய 'சாண்ட்விச்'சைக் கடித்தபடியே அவர் சொன்னதிற்கெல்லாம் தலையாட்டிக்கொண்டிருந்தாள். ஆசியர்கள் கூட்டமொன்று வந்தது. அவர்கள் அறையிலிருந்த ஒவ்வொரு படத்தையும் படம்பிடித்துக்கொண்டிருந்தார்கள். கணவன் ஒருவன் தன் மனைவிக்கு, 'மெட்ரோ ஐந்து மணிக்குத்தான்; ஆகவே இங்கேயே இரவைக் கழித்து விடலாம்,' என்று யோசனை சொல்லிக்கொண்டிருந்தான். க்ரினலின் அணிந்த பெண்களும், பெரிய மீசை வைத்திருந்த பழைய இராணுவ வீரர்களும், ஒரு காலத்தில் அரண்மனையில் வலம் வந்த ஆவி மனிதர்கள்போல் வந்துகொண்டிருந்தார்கள். ஆனால், ஏற்கெனவே களைப்படைந்திருந்த மக்கள் கூட்டம் அவர்கள்மீது கவனம் செலுத்தவில்லை.

ஷுட்டோவ் யோசனை செய்துகொண்டே நடந்தான். ரஷ்யா ஒளிமயமான எதிர்காலத்தை நோக்கித் திரும்புகின்றது என்று எண்ணியது ஏதோ அவசரப்பட்ட முடிவு என்று கருதினான். ஏனென்றால், இன்னும் கூட அவர்கள் பாணியில் குழப்பங்கள் இருந்தன. நடைமுறை வாழ்க்கை என்று ஒன்றும் இல்லை. புதியபாணிக்கு இப்போதுதான் தட்டுத் தடுமாறி

போய்க்கொண்டிருக்கிறார்கள்... கண்ணாடிப் பெட்டிக்கு முன் ஒரு சிறு பெண் அதில் வைக்கப்பட்டிருந்த பொருட்களைப் பார்த்து சிரித்துக் கொண்டிருந்தாள். அவன் காதுகளைத் தீட்டிவைத்துக் கேட்கிறான். அச்சிறுபெண் சிரிக்கவில்லை. உண்மையில் விக்கி விக்கி அழுகிறது – சத்தமின்றி தேம்பியழுகிறது. அவளுடைய பெற்றோர்கள் ஒரு 'பெரிய பானை' இருந்த அறையில் இருந்தபோது காணாமல் போய்விட்டார்கள். அவன் கண்காணிப்பாளர் ஒருவரிடம் சொல்லலாம் என்று நினைத்தான். பின்னர்தான் அவனுக்கு அந்தப் 'பெரிய பானை' அவன் சற்றுமுன் பார்த்த நீலக்கல் பூச்சாடியாகத்தான் இருக்கும் என்று யூகித்தான். சிறுமியை அழைத்துக்கொண்டு பூச்சாடியை நோக்கிச் சென்றான். அங்கு அவ்விளம் தம்பதியினர் இன்னும் அணைத்துக்கொண்டே இருந்தனர்... சிறுமியை அவர்களிடம் விட்டுவிட்டுப் போகும்போது, அவள் பார்வையிலும் தனக்கிருப்பதைப் போலவே ஓர் இனம் புரியாத வேதனை இருப்பதைக் கண்டான்.

அருங்காட்சியகத்தை விட்டு வெளியேறியதும், போய்க் கொண்டிருந்த கும்பல் அவனையும் தள்ளிக்கொண்டே போனது. ஆயிரமாயிரம் பேர், முண்டியடித்துக் கொண்டுபோய் வானத்தைப் பார்த்த வண்ணம் நின்றுகொண்டிருந்தனர். அங்கு ஒரு ஜப்பானிய கலைஞர் வாண வேடிக்கையில் தன் கலைத்திறனைக் காண்பிக்கவிருந்தார். மேலும் மேலும் கூட்டம் அதிகரித்தது. முடிந்தவர்கள் மரங்களின் மீதும் ஏறினர். 'இக்காட்சிக்கான செலவு மூன்று மில்லியன் டாலராகும்' என்று ஒருவர் சொல்லிக்கொண்டிருந்தார். கோரசாக சிலர் கலைஞர்களுக்கான சன்மானத்தையும் சேர்த்துக்கொண்டார்கள். மேலும் இருட்டானால்தான் வாண வேடிக்கையின் சுவாரசியம் தெரியும். மேகங்கள் குவிகின்றன. ஆனால் நெவாவில்லிருந்து வரும் காற்று அவற்றை உடனேயே கலைத்து விடுகின்றது. காத்திருந்த மக்கள் ஜப்பானியக் கலைஞரைத் திட்டிவிட்டுக் கலைந்து செல்கின்றனர்.

கார்னிவலுக்குப் போக எஞ்சி இருந்த ஆர்வத்தை இப்போது எதிலும் ஈடுபாடில்லாமல் அங்குமிங்கும் விழாவின் கடைசி நிகழ்ச்சியான வாணவேடிக்கையை எதிர்பார்த்துச் செல்லும் கூட்டத்தில்தான் பார்க்க முடிந்தது. அரண்மனை சதுக்கத்தில், ஷுட்டோவ் கடந்தகால கலகக்காரப் பாடகன் பாடும் பாட்டைக் கேட்கிறான். பழைய பல்லவிதான்: முகாம்கள், சிறைகள், இரத்தம் சிந்துதல் போன்றவைதான் அவன் பாட்டில் இருந்தன. கூட்டத்திலுள்ளோர் சிரித்துக்கொண்டும், கொட்டாவி விட்டுக்கொண்டும் நகர்ந்து போய் நெவ்ஸ்கி ப்ராஸ்பெக்டில் கூடுகின்றனர். பின்னர் பிரிகிறார்கள். திரும்பிப்போகின்றவர்களின் கும்பல் ஷுட்டோவையும் தள்ளிக்கொண்டு போகின்றது. அவன் பார்த்துக்கொண்டிருந்த காட்சி திடீரென ஒரு மாயாஜாலமாக மாறியது எப்போது என்று அவனுக்குத் தெரியவில்லை. ஒருவேளை நீர்–நில விலங்குகள் போல் ஒரு பட்டாளம் வந்து மறுநாள் உலகத்தலைவர்களின் ஊர்வலம் நிகழவிருந்த இடத்தைச் சோதனை செய்தபோது மாறி இருக்கலாம். அல்லது தெருக்களிலிருந்து சிறுநீர் நாற்றம் தாங்கமுடியாமல் போய் சிலர்: 'மேல்தட்டுமக்களுக்குப் பட்டுக் கம்பளம் விரித்த கழிப்பறைகள், ஆனால் பொதுமக்களுக்கென்று

கழிப்பறைகளே இல்லை' என்று முதியவர் ஒருவர் விளையாட்டாகச் சுட்டிக் காட்டியபோதாக இருக்கலாம். 'ஆங்கிலேய அணை'யை நெருங்கும்போது தடுப்பின் காரணமாகக் காவல்துறையினர் மக்களை வேறுதிசையில் திரும்பிக்கொண்டிருந்தனர். அங்கு முன்னாள் சோவியத் குடியரசுத் தலைவர்களுக்காக ஓர் உல்லாசக் கப்பல் நிறுத்தி வைக்கப்பட்டிருந்தது. 'இரவு ஒன்றுக்கு ஆறாயிரம் டாலர்கள் செலவில் ஒன்பது பெரிய அறைகள்,' என்று ஒரு பெண்மணி வேடிக்கையாகச் சிரித்துக்கொண்டே சொன்னார். 'அதனை நான் தினசரியில் படித்தேன்.' அவளுடைய தோழன் அவளை அப்படி இறுகக் கட்டிப்பிடித்தான். 'கேவலம்' என்று அவன் கடிந்துகொண்டான். 'ஓராண்டுகூட முடியவில்லை, இப்படியா? புஷைப் பார். அஸ்டோரியா ஹோட்டல் முழுமையும் ஆக்கிரமித்துக் கொண்டார் ...'

மழை வலுக்க ஆரம்பித்தது. மக்கள் சிறு சிறு குழுக்களாக அங்குமிங்கும் பிரிந்து ஓடுகிறார்கள். அவர்களில் ஒருவர் ஷுட்டோவை 'ஃபீல்ட் ஆஃப் மார்ஸ்' பக்கம் தள்ளிவிடுகிறார். அப்போது அவன் இளைஞர்கள் வட்டமடித்துக்கொண்டிருந்த மைதானத்தைக் கடந்து செல்கிறான். அவர்கள் குடித்துவிட்டுக் காலிபாட்டில்களைத் தூக்கி எறிந்துகொண்டிருந்தார்கள். கலவரம் செய்தார்கள். இறந்தவர்களுக்கான நினைவிடத்தில் எரிந்துகொண்டிருந்த சுடரொளியைத் தாண்டிச் சென்றார்கள். அவர்களில் ஒருவன் பட்டனைக் கழற்றிவிட்டு சுடரொளிமீது சிறுநீர் கழிக்கப்போனான். ஷுட்டோவ் அவனைத் திட்ட முயன்றான். ஆனால், அங்கிருந்த சத்தத்தில் அவன் குரல் யாருக்கும் கேட்கவில்லை. கேட்டுவிட்ட சிலர் அவன் மீது பாய்ந்தார்கள். அவனைத் திட்டினார்கள். 'கிழவா, உன்னை அறுத்து உப்புக் கண்டம் போட்டுவிடுவோம்,' என்று கத்தினார்கள். அவன் அங்கிருந்து நகர்ந்தான். அவமதிப்பை வெளியில் காட்டிக் கொள்ளாதவாறு இருக்க நடையின் வேகத்தைக் குறைத்துக் கொண்டான்.

சற்று நேரத்துக்கெல்லாம் நெவா மீதான பாலங்களைத் தூக்கப் போனார்கள். தொடர்பிழந்த தீவுகளிடையே மாட்டிக்கொள்ளாமலிருக்க சுற்றி வளைத்து வேக வேகமாகப் போய் அங்கு அரங்கேறிக்கொண்டிருந்த வானளாவிய கச்சேரிக்கு மங்களம் பாடிவிட்டுத் தப்பித்தான்.

லிப்டில் ஏறும்போது தன் முகத்தைப் பார்த்து 'இப்போது எனக்கு எல்லாம் புரிகிறது' என்று தத்துவார்த்தமாகச் சொல்லிக்கொண்டான். யாரைச் சமாதானப்படுத்த நினைத்தான் என்று அவனுக்கே தெரியவில்லை. ஆனால், அந்தப் பொய் அவன் கண்ணீரைக் கட்டுப்படுத்திக் கொள்ள உதவியது.

விலாத் அவனை மிதமிஞ்சிய பரிவுடன் வரவேற்றான். 'மாலை சாப்பாட்டுக்கு எல்லாம் தயார் செய்து வைத்திருக்கிறேன். 'ஸ்மோக்ட் ஸ்டர்ஜன்'. உங்களுக்கு அது வேண்டாமென்றால் ... ஒயின் இருக்கிறது. ஆனால், எல்லா ஃபிரெஞ்சுக்காரர்களையும்போல் நீங்களும் தேர்வு செய்துதான் சாப்பிடுவீர்களில்லையா ... அம்மா கூப்பிட்டார். ஆனால் அவரால் விடைபெற்றுக்கொண்டு வரமுடியவில்லை. மேலும் ஒரு நிகழ்ச்சி இருக்கிறதாம். செயின்ட் பீட்டர்ஸ்பர்க் இரவில் எப்படி இருந்தது.

அவனுடைய அன்பான வார்த்தைகள் ஷுட்டோவின் உள்ளத்தைத் தொட்டன. அவன் தான் உணர்ச்சிவசப்படுவதைக் கட்டுப்படுத்திக் கொண்டான். யாரிடமாவது மனம் திறந்து தனது பயனற்றுப் போன பயணம், யானாவிடம் மீண்டும் இணைய முடியாத சோகம், ஆகிய எல்லாவற்றையும் சொல்லிவிட வேண்டும்போல் இருந்தது. சமையலறை மேசையருகில் போய் அமர்ந்தான். அவன் தலைமுறை ரஷ்யர்களின் உறங்காத இரவுகளில், ஆன்மீகமும், போதையும் கலந்த சிந்தனைகள் பரிமாறிக் கொள்ளப்படும். அவன் பேச ஆரம்பித்தான்: கோடைப் பூங்காவில் கிரினிலன்களின் ஊர்வலங்கள், அப்போதிருந்த நகரத்தில் தேர்த்திருவிழாக்களில்லாத தெருவீதிகள். ஆனாலும்...

ஆனால் இளைஞன் கூர்ந்து கேளாததைக் ஷுட்டோவ் கவனித்து விட்டான். விலாத் எழுந்து நின்று மறைமுகமாகத் தன் கைக்கடிகாரத்தைப் பார்த்தான். பின்னர், தாங்க முடியாமல் சொன்னான்: 'வேண்டுமானால் அதுபற்றியெல்லாம் நாளைக்குப் பேசலாம். நிறைய நேரம் இருக்கிறது... விஷயம் என்னவென்றால்... உங்களிடம் ஓர் உதவி கேட்கவேண்டும்... நான் நான்கு நாளாக வீட்டிலிருந்து தனியாகவே வேலை செய்கிறேன். அது அவ்வளவு சுலபமில்லை...' விலாத் அவன் தொழில் குறித்த தன் ஆலோசனையையோ, ஓர் எழுத்தாளனைப் பற்றி அல்லது ஒரு மொழிபெயர்ப்புபற்றித் தன் கருத்தையோ கேட்கப் போகிறான் என்று ஷுட்டோவ் நினைத்தான். இலக்கியத்தில் நிறைய அனுபவம் பெற்றிருந்த ஷுட்டோவ் அதனை நினைத்து ஒரு நிமிடம் பெருமிதப்பட்டான்... பின்னர்தான் விலாத் என்ன சொல்ல வந்தான் என்று தெரியவந்தது.

'நான் சொல்ல வந்தது என்னவென்றால், நான் இங்கேயே அடைந்து கிடப்பதற்குக் காரணம் அந்த வயோதிகர்தான். நாங்கள் இங்குக் குடியேறும் நேரம்பார்த்து அவருக்கு ஏதாவது ஆகிவிடுமோ என்று அம்மா பயப்படுகிறார்... (குரலைச் சற்று தாழ்த்தி) அவர் மண்டையைப் போட்டுவிடுவார் என்று பயமில்லை. அதனைச் சமாளித்துவிடலாம். ஒரு டாக்டரைக் கூப்பிட்டு ரிப்போர்ட் வாங்கிக்கொள்ளலாம். அத்துடன் முடிந்துவிடும். பெரிய பிரச்சினையாக இருப்பது என்னவென்றால்... அவர் பேசுவதில்லை. அவர் மனதில் என்ன எண்ணங்கள் உதித்துக்கொண்டிருக்கின்றன என்று யாருக்குத் தெரியும்? அவரே ஒரு கத்தியை வைத்து அவர் கழுத்தை அறுத்துக்கொள்வதாக வைத்துக்கொள்வோம். அவர் இரண்டு கைகளும் நல்ல நிலையில் இருக்கின்றன. ஆகையால், அவர் அதனைச் செய்யக் கூடியவர். தன்னைத் துன்புறுத்துகிறார்கள் என்றோ அல்லது வேறெதுவோ சொல்லிவிடக்கூடும். மேலும் என் 'மாற்றாந்தகப்பன்' பெரிய பொறுப்பில் இருக்கும்போது, அதுபெரிய விஷயமாகிவிடும். அம்மாவுக்கு அதே கவலை. என்னால் முடிந்தவரை அவரைத் தேற்றிப் பார்க்கிறேன்... நான் அமெரிக்காவிலிருந்து வந்ததிலிருந்து என்னுடைய காதலியைப் போய்ப் பார்க்க முடியவில்லை. சரி. அவள் இன்று காலையில் இங்கு வந்து அவளுக்காக நான் வாங்கி வந்திருந்த துணிகளைப் போட்டுப் பார்த்தாள். ஆனால், இங்கு வந்திருந்த கூட்டத்துக்கு மத்தியில்... எங்களுக்குத் தனிமை இல்லை...

ஷுட்டோவும் அந்தக் 'கூட்டத்தில் இருந்தவன்தான்'. விலாத் தாமதிக்காமல் தன் நிலையை விளக்கிவிட்டான். 'இந்தப் பெரியவருக்கு முன் அவளுக்கு ஒரு முத்தம்கூடக் கொடுக்க முடியவில்லை! என் நிலையைப் பார்த்தீர்களா? இங்கு எல்லோரும் கொண்டாட்டத்திலும், கோலாகலத்திலும் இருக்கிறார்கள். ஆனால், நான் இந்தக் கிழத்தைப் பார்த்துக் கொண்டிருக்க வேண்டி இருக்கிறது! ஆகையால்தான் நிகழ்ச்சிகளையெல்லாம், தொலைக்காட்சியில் பார்த்துக் கொண்டிருக்கிறேன். ஜெயிலில் இருப்பதைவிடக் கேவலமான நிலை. பின்னர் என் காதலி என்னை அழைத்து நேரடியாகவே: 'நானா அல்லது அந்தச் சவமா என்று நீயே முடிவு செய்துகொள்,' என்று சொல்லிவிட்டாள். பெண்கள் எப்போதும் உச்சத்துக்குப் போவது சகஜம்தான்... இருந்தாலும், இதுதான் நிலைமை. ஆகையால், உங்களிடம் ஒரு பெரிய உதவி கேட்கப் போகிறேன். காலைவரை நீங்கள் இந்தக் கிழவரைப் பார்த்துக்கொண்டால் போதும்... என் மீது ஆணையாகச் சொல்கிறேன். காலை ஆறரை மணிக்கு வந்து உங்களைப் போகச் சொல்லிவிடுகிறேன். எட்டு மணிக்கு மருத்துவர்கள் வந்து அவரை அழைத்துக்கொண்டு போய்விடுவார்கள் ...உங்களால் முடியுமா? பிரச்சினை ஒன்றும் இருக்காதல்லவா?'

ஷுட்டோவ் அவனுக்கு ஆறுதலாகப் பேசினான். கால வேறுபாட்டைச் சுட்டிக்காட்டினான் (பாரிஸில் நான் காலை இரண்டு மணிக்குத் தூங்கப் போவேன். அதாவது, இங்குக் காலை நான்கு மணி). விலாது பதற்றத்துடன் நன்றி சொல்லிவிட்டு, என்ன செய்ய வேண்டுமென்று விளக்கினான். 'அவருக்குச் சாப்பாடு கொடுத்தாகிவிட்டது. இனிமேல், அவர் சிறுநீர் கழிக்கும் சட்டி நிறைந்துவிட்டால்... ஆனால் அவர் அதிகமாக சிறுநீர் கழிப்பதில்லை. என் வாழ்நாள் முழுதும் உங்களுக்குக் கடமைபட்டிருப்பேன்! அடுத்த முறை செயிண்ட் பீட்டர்ஸ்பர்க் வருவதென்றால், தயங்காமல்...'

கதவு சாத்தப்படுகிறது. மாடிப்படி இறக்கத்திலேயே அவன் தன காதலியிடம் பேசுவது காதில் விழுந்தது. கைப்பேசியில் அவன் நல்ல செய்தியை உரக்கச் சொல்லிக்கொண்டிருந்தான்.

விலாத் அலுவலகத்துக்கு எதிரே, தொலைக்காட்சியில் ஒரு ஆப்பெரா நிகழ்ச்சி ஓடிக்கொண்டிருந்தது (நாற்பத்தைந்து உலகத்தலைவர்கள் வியர்வை சிந்தும் பவரோத்தியின் நெற்றியைப் பார்க்கிறார்கள்). கிழவரின் படுக்கையறைக் கதவு பாதி திறந்திருந்தது, அதன் வழியே பார்க்கும்போது அவர் ஒரு பச்சைப் போர்வை போர்த்தி இருந்தார். அவர் கையில் ஒரு புத்தகம் இருந்தது. அவ்வப்போது பக்கங்கள் திறக்கப்படும் ஓசையும் கேட்டது.

ஷுட்டோவ் உள்ளுக்குள் சிரித்துக் கொள்கிறான். கிழவர் செவிடு மட்டுமல்லாமல் ஊமையும்கூட. நினைக்கும்போது சிரிப்பு பீரிட்டு வந்தது. அடக்கிக்கொண்டான். நீண்ட நாள் கழித்து ஒரு பெண்ணைப் பார்க்கும் அழகான காட்சி வெறும் கேலிக்கூத்தாக மாறிவிட்டதை உணர்கிறான். அவன் இங்கு வந்தது ஒரு சோக யாத்திரிகனாக. இங்கு அவனைச் சூழ்ந்திருப்பது அமெரிக்கர்களின் அதீத படாடோபமும்,

ரஷ்ய கோமாளித்தனமும்தான். அந்தப் புதிய தேசத்தைப் புரிந்துகொள்ள விழைந்தான். ஆனால் அது சோவியத்தின் மிச்சம் மீதிகளைப் போலவும், அங்குப் படுத்த படுக்கையாக இருந்தவரைப் போலவும், அவனையும் வெறுத்து ஒதுக்கியது.

வாய்விட்டுச் சிரித்தான். அப்படிச் செய்துதான் இழந்த சொர்க்கத்தை நினைத்து அவனால் அழாமல் இருக்க முடியும். ஒரு சொர்க்கமா? அது அனாதை ஆசிரமத்தில் கழித்த குழந்தைப் பருவமா? அல்லது ஏழைமையில் கழித்த இளமைக்காலமா? அல்லது இரண்டு முள்வேலிகளுக் கிடையே மாட்டிக்கொண்ட இந்நாட்டின் வரலாறா? எது சொர்க்கம். அழுதுவிடாமலிருக்க சிரிப்பே மருந்து. விழுந்து விழுந்து சிரிக்க சந்தர்ப்பங்கள் இல்லாமலில்லை. தொலைக்காட்சியில் குண்டுப் பாடகன் பவரோத்தியின் மீதே பதிந்துகொண்டிருந்த காமிராக்கள் இப்போது பெர்லுஸ்கோனி என்ற வேறொரு பாடகன் மீது பதிகின்றது. அவன் கண்களைப் பாதி மூடிக்கொண்டு பாடுவதைப் புட்டின் ரசித்துப் பார்க்கிறார். ஷுட்டோவ் சேனல்களை மாற்றுகிறான். அந்த நிகழ்ச்சி பழைய டிராம் கார்களின் அணுவகுப்பைப் பற்றியது. நாஜிக்கள் லெனின்கிராடை முற்றுகை இட்டபோது, அவைதான் பசியால் இறந்தவர்களின் சடலங்களை ஏற்றிச் சென்றன. ஷுட்டோவ் வேறொரு சேனலுக்குப் போகிறான். ஓர் இந்தியத் திரைப்படம். அதில் ஒரு சொகுசான மோட்டார் சைக்கிளிலிருந்து ஒருவன் தன் எதிரியைப் பந்தாடுகிறான். அவனைப்பார்த்து ஒரு பெண் பரவசத்தில் ஆழ்ந்துகொண்டிருக்கிறாள். சி என் என்: அதில் பங்குச்சந்தை ஏறுவது காட்டப்படுகிறது. தளபதி ஒருவன் நீட்டி முழக்கி அமைதியை மீட்பதுபற்றிப் பேசுகிறான். சி என் என்னின் ரஷ்ய பதிப்பாகிய சேனலில் திரும்பத் திரும்ப அதே செய்திகளைச் சொல்லிக்கொண்டிருக்கின்றனர். திருமதி புட்டீன் பெண்கள் தங்களுக்கென்று தனித்தனி உடை தயாரிப்பாளர்களைத் தேர்ந்தெடுப்பதும், மறைந்த புனிதர் ஆந்திரேயின் எச்சமிச்சக் கூறுகளை கிரேக்கர்கள் ஒப்படைப்பதும், பெண் ராக் ஸ்டார் இருவர் பிரிட்டீஷ் பொது மக்களின் பிற்போக்குப் பார்வையைக் கண்டிப்பதும்தான் முக்கியச் செய்திகளாகக் காட்டப்படுகின்றன... வேறொரு சேனலுக்கு மாற்றும்போது, அதில் ஒரு பாலியல் படம். புணர்ச்சியில் ஈடுபட்ட இருவரின் உடல்களும் தொடர்ந்து பல மணிநேரங்களாக இணைந்திருப்பதுபோன்ற தோற்றத்தைத் தந்தன. பிறகு பூனைக்காக டப்பாவில் அடைக்கப்பட்ட உணவுக்கான விளம்பரம். பைக்கில் சுற்றும் ஒருவன் தன் 'சோபை இழந்த' தலை முடிக்கு உயிரூட்டக்கூடிய ஷாம்பைப் போட்டு அலசினான். கார் ஒன்று சூரிய திசையை நோக்கி விரைந்தது, 'ஒவ்வொரு நொடியும் முக்கியம் ஆதலால் நேரத்தோடு போய்விட வேண்டும்!' என்ற வாசகத்திற்கேற்ப! தண்டனைக் கொலையாளி ஒருவன் செயிண்ட் பீட்டர்ஸ்பர்க் மேயரின் 'டை'யைத் துண்டிக்கிறான். அமெரிக்க நகைச்சுவை நாடகமொன்றில் வயிறு பெருத்த கறுப்பரின இளைஞனொருவன், அதே வயதுடைய இரண்டு வெள்ளையரின மடையன்களை வயிறு குலுங்க சிரிக்க வைத்துக்கொண்டிருந்தான். ஒரு பால்டிக் நாட்டில் எஸ்.எஸ். படையினரின் அணிவகுப்பு. ஒரு ஷேவிங் கிரீம் விளம்பரம்...

ஷுட்டோவ் தொலைக்காட்சி முன்னால் சாப்பிடுகிறான் (ஒயின் நன்றாகவே இருந்தது – அவன் எதையும் தேர்ந்தெடுத்து சாப்பிடக் கூடிய ஃபிரெஞ்சுக்காரனாக இருந்தபோதும்கூட! சுகமாக இருந்தது.) கிட்டத்தட்ட மகிழ்ச்சியுடனேயே இருந்தான். மடத்தனமான நிகழ்ச்சிகள் காட்டப்பட்டாலும் அவன் மனதில் இறுக்கமில்லை. அவன் தெரிந்து கொள்ள விரும்பிய இரகசியம் வெகு சாதாரணமானதுதான். ரஷ்யா உலக அரங்கில் தனக்குரிய பங்கையும், தனது அடையாளத்தையும், தனது கொனஷ்டைகளையும் மீண்டும் பெற்றுவிட்டது. முன்னூறாவது ஆண்டுவிழா ஆடல் பாடலுடன் களைகட்டிக்கொண்டிருந்தது. நாற்பத்தைந்து உலகத்தலைவர்கள் வொட்கா, மீன் முட்டைகளால் தயாரிக்கும் 'கவியார்' முதலியவற்றைச் சுவைத்துவிட்டு, சைக்கோவ்ஸ்கியால் சோர்வுற்றிருந்தார்கள். பில்கேட்ஸும் அவர் பணமும் இங்குச் சில ஆண்டுகளிலேயே செல்வந்தனாகிவிட்ட நம்மவர் முன் ஒன்றுமில்லை!

வீட்டு மிருக ஆர்வத்தை விமர்சனம் செய்த நெறியாளர்கள் இருவரும் மீண்டும் தோன்றினர். செல்வந்தர்களின் இப்போதைய விடுமுறை ஆர்வங்களைப் பற்றிப் பேசினார்கள். முந்நூறு அடி நீளமுள்ள 'யாட்'. அதில் ஹெலிகாப்டர் இருக்கும். சின்ன நீர்மூழ்கிக் கப்பலொன்று இருக்கும். ஒரு நீச்சல் குளம். அதன் ஓரமெல்லாம் பொன்னாலானது. அதில் நண்பர்கள் குளிக்கும்போது 'ஷம்பாஞ்' நிறைந்திருக்கும். செய்தித் தொகுப்பாளர்கள் அவற்றின் அமைப்பைபற்றியும், அவை உருவாக்கப்பட்ட ஆண்டைப் பற்றியும் விவாதித்துக் கொண்டிருந்தார்கள் ... மீண்டும் ஒரு 'கிளிக்': போர்க்காலத்தில் ட்ராம் வண்டி ஒன்று பசியால் வாடும் நகரம் ஒன்றைக் கடந்து செல்கிறது.

ஷுட்டோவின் சிரிப்பு அடங்கி ஒரு நிம்மதிப் பெருமூச்சில் முடிகிறது. மூளையைப் போட்டுக் கலக்கிக்கொள்வதில் பயனில்லை. உலகம் ஒரு கார்னிவல், அதில் ரஷ்யர்களும் சேர்ந்துகொண்டார்கள். அதனை ஏற்றுக்கொள்ளத்தான் வேண்டும். எல்லோரும் சேர்ந்து பயணிக்க வேண்டும்! ராட்டினம் சுழல்கிறது. தன்னைப் போன்ற தொல் பழங்கால மனிதர்கள்தான் கடந்த நூற்றாண்டைப் பற்றிக் கவலை படுவார்கள். பழைமைவாதிகள் பால்டிக் கடலின் மீது படர்ந்திருக்கும் பனியைப் பற்றிக் கனவு கண்டுகொண்டிருக்கும் வேளையில், ராட்டினத்தின் வேகம் அவர்களைப் புறந்தள்ளி மண்ணைக் கவ்வ வைத்துவிடும்.

கிழவர் அறையிலிருந்து ஒரு சின்ன இருமல் சத்தமும், புத்தகத்தின் பக்கத்தைத் திருப்பும் சத்தமும் காதில் விழுகின்றன. பாதி திறந்த கதவு வழியே ஷுட்டோவ் பார்க்கிறான். சிறுநீர் நீர் சட்டி நிறைந்திருக்கும் நேரமா? உள்ளே போய் அவரிடம் வணக்கம் சொல்லிவிட்டு சிறிது நேரம் பேசிக்கொண்டிருக்க வேண்டுமா? அந்த ஊமை மனித ஜடம் அங்கிருந்தது அவனுக்கு ஒருவித நெருடலைத் தந்தது.

'காரணம், நாங்கள் ஒரே காலகட்டத்தைச் சேர்ந்தவர்களாய் இருப்பதாகும் ...' எனினும், இப்படிப்பட்ட எண்ணம் அவனுக்கு நிம்மதியளிப்பதாக அமையவில்லை. அதனைச் சற்று திருத்தியமைக்க

வேண்டும். இந்தக் கிழவர் அவர் மட்டுமே ஒரு காலகட்டத்தைக் குறிக்கிறார். யானா கூறியதிலிருந்து பார்த்தால், பச்சைப் போர்வைக்கும் முடங்கிக் கிடக்கும் இந்த நிழலுருவத்தைச் சுலபமாகக் கற்பனை செய்துபார்க்கலாம். இவர் சிறுவயதில் 'காயரி'ல் பாடி இராணுவ வீரர்களை மகிழ்வித்திருக் கிறார். பனிக்கட்டிகளால் மூடப்பட்ட சமவெளியில் வெட்டப்பட்ட பதுங்கும் படுகுழிகள், வெடிமருந்து பெட்டிகளை அடுக்கி வைக்க சில மேசைகள். குளிர் நடுக்கத்தை மறைத்துக்கொண்டு, சில பண்டைய இலக்கியப் பாடல்களைப் பாடும் பாடகர்கள். அதன் பின்... அவருக்கு என்ன ஆனது? எல்லோருக்கும் வந்த நிலைதான் ஏற்பட்டிருக்கும். அதாவது, லெனின்கிராட் முற்றுகையிடப்பட்டதும், திடகாத்திரமான ஆண்கள் எல்லாம் பனிகட்டிகள் நிறைந்த பாலைவனம் போன்ற சமவெளிகளில் போராடினர். பின்னர் வருடக்கணக்கில் கொஞ்சம் கொஞ்சமாக பெர்லின் நோக்கி முன்னேறினர். யானா சொல்வது உண்மையானால், அங்குதான் அவர் பங்கேற்ற போரின் முடிவு. பின்னர் என்ன? நாட்டின் மறு சீரமைப்பு, திருமணம், குழந்தை குட்டிகள், வேலை, எல்லாம் வழக்கம்போல்தான் தொடர்ந்திருக்கும். கடைசியில் வயோதிகம்... சுவாரசியமற்ற வாழ்க்கை. இதே மனிதன் இளவயதில் ஹிட்லர் நாட்டைப் பாலைவனமாக்கத் திட்டமிட்டதைப் பார்த்திருக்கிறான். இரண்டரையாண்டு முற்றுகை. பத்து லட்சத்துக்கு மேல் சாவு எண்ணிக்கை. ஒவ்வொரு நாளும் ஒரு சிறு நகரம் அழிக்கப்பட்டது. பயங்கரக் குளிர்காலம். தெருமுனையிலும், சந்து பொந்துகளிலும், மரணம் காத்துக்கொண்டிருந்தது. பனி மூடிய பெருநகரத்தில் உணவு இல்லை. வெப்பமில்லை. போக்குவரத்து இல்லை. அடுக்குமாடி குடியிருப்புகளிலெல்லாம் பிணங்கள். தொடர்ந்து குண்டு வீச்சு. ஆனால் நாடகக்கூடங்கள் தொடர்ந்து நிகழ்ச்சிகள் நடத்திக்கொண்டிருந்தன. ஆயுதத் தொழிற்சாலைகளில் பதினான்கு மணி நேரம் வேலை செய்துவிட்டு மக்கள் அங்குத்தான் போய்க் கொண்டிருந்தனர்... முன்பெல்லாம் பள்ளிக்கூடங்களில், தினம் தினம் சீரழிந்து கொண்டிருந்த அந்த நகரம் எதிர்ப்பைக் கைவிடாமல் இருந்தது பற்றிச் சொல்லிக்கொடுப்பார்கள்.

முதியவர் இருமினார். பின்னர் அவர் அருகிலிருந்த மேசை மீது காபி கப்பை நகர்த்துவது காதில் விழுந்தது. அவர் வாழ்க்கையைப் பற்றி என்ன கருத்துச் சொல்ல முடியும்? ஷுட்டோவ் தன் மனதில் முன்னுக்குப் பின் முரணான எண்ணங்கள் எழுவதைக் கட்டுப்படுத்த முடியவில்லை. அது வீர வாழ்க்கையா? ஆமாம், ஆனால் அது ஓர் அர்த்தமற்ற தியாகம். ஐயம் எதுவுமின்றி, தன்னலமற்ற பெரும் தியாகம்தான் அது. அர்த்தமற்றது என்று சொல்வதற்குக் காரணம், எந்த நாட்டுக்காக அவர் போரிட்டாரோ அந்த நாடு இன்று இல்லை. நாளைக்கு இந்தக் கிழவர் ஏதோ ஒரு கிராமப்புற முதியோர் இல்லத்தில், கைவிடப்பட்ட – ஊனமுற்றவர்கள் மத்தியில் கொண்டுபோய்விடப்படுவார். அங்குள்ள பணிப்பெண்கள் அம்முதியவர்களுக்குக் கொடுக்கப்படவிருக்கும் பொருள்களை தங்கள் வீட்டுக்குக் கொண்டுபோய்விடுவார்கள். என்ன மகத்தான முடிவு!

மீண்டும் பக்கத்தைப் புரட்டும் சத்தம். ஷுட்டோவுக்குக் கோபம். தன்னுடைய சிறுவயதில், இதுபோல் விதிப்பயனில் நம்பிக்கை வைக்கும்

ரஷ்யர்களைப் பார்த்திருக்கிறான். ஆம். நாளையே, இந்த மனிதன் தூக்கி எறியப்படலாம். இருப்பினும் அவர் விடாமல் தன்னுடைய டீ யைக் குடித்துக்கொண்டும், மஞ்சள் நிறமாகிவிட்ட தன் புத்தகத்தைப் படித்துக்கொண்டும் இருக்கிறார். அவருக்குப் பூலோக சொர்க்கம் கிடைக்குமென்று ஆசை காட்டி, அவர் வாழ்க்கையின் உன்னதமான நாட்களை வீணடித்து விட்டார்கள். கடைசியில் அவரைப் புறநகர் ரயில் பெட்டிகளில் காணப்படும் புழுதி போன்ற இடத்தில் கொண்டுவந்து விட்டுவிட்டார்கள். ஆனால், அவர் சளைக்கவில்லை. அவருக்குக் கால்களும், நாக்கும் சரியில்லை. அவரால் எதிர்த்துப் போராட முடியாது. அவருக்குக் கொடுக்கப்படும் ஓய்வூதியத்தொகை யானாவின் நண்பர்கள் இரவு விடுதிகாவலருக்குக் கொடுக்கப்படும் 'டிப்ஸ்'க்குத்தான் சமானம். அதுபற்றிக் கூட அவர் புலம்பாமல் படித்துக் கொண்டிருக்கிறார். எதுவும் கேட்கவில்லை. எது பற்றியும் குறை கூறவில்லை. அவர் தியாகத்தின் பயனாய் அவரைச் சுற்றித் துளிர்விட்டுக்கொண்டிருக்கும் புது வாழ்வைப்பற்றி அவர் மோசமான விமர்சனமொன்றையும் முன்வைக்கவில்லை. அந்தப் புது வாழ்வைத்தான் ஷுட்டோவ் தொலைக்காட்சியில் பார்க்கிறான். நாற்பத்தைந்து நாட்டுத் தலைவர்களும் 'அரியணை ஹாலுக்கு' விருந்துண்ணப் போகும்போது அவர்கள் முன் பொன்னிற சாயம் பூசிய கலைஞர்கள் அட்டகாசமாக அணிவகுத்துச் செல்கிறார்கள்... ஆனால், அந்த முதியவருக்கு இதெல்லாம் நடப்பது தெரியுமா? தெரிந்தால், ஒரு வேளை இது போன்ற சமயங்களில் ஊமை மனிதர்கள் விரக்தியாலும் வேதனையாலும் ஓ வென்று கத்திவிடுவதுபோல் கத்திவிடுவாரோ? ஆம், அவர் அந்தக் காட்சிகளையெல்லாம் பார்க்கத்தான் வேண்டும்!

ஷுட்டோவ் மேலும் யோசனை செய்துகொண்டிருக்காமல், செயலில் இறங்குகிறான். ஒயர்களை விலக்கிவிட்டு, தொலைக்காட்சிப் பெட்டியை முதியவர் அறைக்குள் தள்ளி அவர் கால்மாட்டிற்கருகில் கொண்டுபோய் நிறுத்தி, மீண்டும் அதனைச் செயல்படவைக்கிறான். சற்று தூரத்தில்போய் உட்கார்ந்து, அந்த 'அன்னியர்' என்ன செய்கிறார் என்று கவனித்தான்.

அவர் ஒன்றும் பெரிதாக வியப்படைந்ததாகத் தெரியவில்லை. தன் கண்ணாடியைக் கழற்றிவிட்டு, தன்னுடைய அடக்கமான பார்வையை ஷுட்டோவ் மீது படர விடுகிறார். அப்பார்வையில் கனிவுடன் கூடிய அலட்சியம்தான் இருந்தது. புத்தகத்தை மூடினார். தொலைக்காட்சிப் பெட்டியை எந்த வெறுப்போ—தெரிந்துகொள்ளும் ஆர்வமோ—இல்லாமல் பார்த்தார்.

ஷுட்டோவ் சேனல்களை மாற்றிக்கொண்டே இருந்தான். முதியவரின் முகபாவத்தில் எந்த மாற்றமும் இல்லை. இரண்டாம் நிக்கலஸின் கொள்ளுப் பேரன் செயிண்ட் பீட்டர்ஸ்பர்க் வருகிறான். கிரேக்க பாதிரிமார்கள் புனிதரின் எச்சமிச்சங்களை எடுத்துக்கொண்டு வருகிறார்கள். ஓரின சேர்க்கையை விரும்பும் இரண்டு ராக் பாடகிகள் ஆங்கிலேயர்களின் மிதமிஞ்சிய நாணத்தைச் சாடுகிறார்கள். பெர்லுஸ்கோனி பவாரோத்தியுடன் டுயட் பாடுகிறார். ரஷ்ய சிலவராட்சி உறுப்பினர் ஒருவர் ஆல்ப்ஸ் மலையில் ஆறு 'சேலட்'கள் வாங்குகிறார்... இவற்றில் எந்தக் காட்சியும்

முதியவரின் முகபாவத்தில் எந்த மாற்றத்தையும் கொண்டுவரவில்லை. கண்கள் குழியடைந்து கிடந்தன. நீண்ட மூக்கு எந்தச் சலனத்தையும் காட்டவில்லை. 'அவர் செவிடு போலிருக்கிறது,' என்று ஷுட்டோவ் தனக்குள் சொல்லிக்கொண்டான். ஆனால், தொலைக்காட்சிப் பெட்டியின் பதிந்திருக்கும் அவர் பார்வை அவர் செவிடு அல்லவென்றும், எல்லாவற்றை யும் புரிந்துகொள்கின்றார் என்பதையும் உணர்த்தியது.

அதீத யதார்த்தம் கொண்ட பைத்தியக்காரத்தனமான காட்சி அவருடைய முகத்திரையில் ஏதாவது சலனத்தை ஏற்படுத்தி இருக்க வேண்டும். முதலில் ஓர் அழகான ஜாதிநாயொன்று வருகிறது. அதன் எஜமானன் தன் விருந்தினர்களை உற்சாகப்படுத்தும் பொருட்டு, 'கவியார்' உணர்வு கொடுக்கிறான். அவர் முகத்தில் எந்த மாற்றமுமில்லை. மேகமூட்டங்களைக் கலைக்க, நகராட்சி மில்லியன் கணக்கில் டாலர்களைச் செலவழித்திருந்தது... அவர் முகம் அப்படியேதான் இருந்தது. சான்சலர் ஸ்க்ரோடர் புட்டினோடு கைகோர்த்துக் கொண்டு பீட்டர்ஹாஃப் அரண்மனைக்குச் செல்கிறார். அது இருந்த இடம் ஒரு காலத்தில் நாஜிக்களால் தரைமட்டமாக்கப்பட்டிருந்தது. முதியவர் முகத்தில் ஏதாவது கோபமோ, விரக்தியோ தெரிகிறதா என்று ஷுட்டோவ் கவனித்துப் பார்த்தான். ஒன்றுமில்லை. திருமதி புட்டின், 'பெண்கள் தங்கள் உடை தயாரிப்பாளர்களைத் தாங்களாகவே தெரிவு செய்துகொள்ள வேண்டும்' என்று சொல்கிறார். லெனின்கிராட் முற்றுகையின்போது பிணங்களை ஏற்றிச் சென்ற பழைய டிராம் வண்டியொன்று போகின்றது... முதியவரின் கண்கள் கூர்ந்து கவனிக்கின்றன. இன்றைய பார்வையாளர்களுக்குப் படாத ஒன்றை அவர் பார்ப்பதுபோல் தோன்றியது.

கார்னிவல் காட்சிகள். ஒரு பாலினச் சேர்க்கைப் படம். சி.என்.என். ஹெலிகாப்டரிலிருந்து புஷ் இறங்குவதைக் காட்டுகிறது. முந்நூறாவது ஆண்டு கொண்டாட்டத்தைக் குறிக்கும் நிகழ்ச்சி. முற்றுகையிலிருந்து மீண்டவர் ஒருவர் அக்காலத்தில் வழங்கப்பட்ட தினசரி ரேஷன் அளவை விளக்குகிறார். அது வெறும் 125 கிராம் எடையுள்ள ரொட்டியாகும். 'ஆர்த்தடாக்ஸ்' பாதிரியார் ஒருவர் விளக்கம் கொடுத்துக்கொண்டிருந்தார்: முற்றுகையின் மிக மோசமான வேளைகளில் அவர் 'அவர் லேடி ஒஃப் கஸா'னின் உருவபொம்மையை நகரத்தைச் சுற்றி ஊர்வலமாக எடுத்துச் செல்ல ஏற்பாடு செய்திருந்தார். அதனால்தான் லெனின்கிராட் விழவில்லை...

கிழவரின் முகத்திரையில் ஓர் இறுக்கம் தெரிந்தது. தன்னால் அந்த அமைதியான கிழவருடன் தொடர்பு ஏற்படுத்த முடியும் என்ற நம்பிக்கை ஷுட்டோவுக்குள் அரும்பியது.

ஒரு கால்பந்து போட்டி. ஒன்பது உலகத்தலைவர்களுக்காக ஒதுக்கப்பட்ட அறைகளைக் கொண்ட 'சில்வர் விஷ்பெர்' என்ற கப்பலின் காட்சி. ராக் பாடகிகள் இருவரும் ஒருவர்மேல் ஒருவர். மரீன்ஸ்கி அரங்கில் ரெனே ஃப்ளேமிங் யூஜின் ஒனெகினின் தத்தியானா பாட்டின் இசை...

முதியவரின் முகத்திரை ஒரு நிமிட சலனத்துக்குப் பின் மீண்டும் மூடிக்கொண்டு தனிமைக்குப் போய்விடுகிறது. தொலைக்காட்சியில்

நிகழ்ச்சிகள் தொடர்கின்றன. 'ஹெர்மிட்டேஜ்' கலைக் கூடத்தில் 'கிரினலின்' அணிந்த பெண்கள் நுழைகிறார்கள். பீட்டர்ஃபில் வாண வேடிக்கை. சிவப்பு சதுக்கத்தில் நிகழ்ச்சி முடிந்ததும் புட்டின் மக்கார்ட்னேவுடன் கைக்குலுக்குகிறார். 'பால், உங்கள் பாட்டு எங்களுக்கு எப்போதும் ஒரு சுதந்திரக் காற்று ...' என்று சொல்கிறார்.

அபத்தத்தின் எல்லைகளுக்கு வந்துவிட்டோம் என்று ஷுட்டோவ் தனக்குள் சொல்லிக்கொள்கிறான். மீண்டும் சமீபத்திய செல்வந்தர்களின் வாழ்க்கை குறித்த நிகழ்ச்சி. ஷுட்டோவ் இனிமேல் சேனல்களை மாற்றப் போவதில்லை. நிகழ்ச்சித் தொகுப்பாளர்கள் இருவர் செயின்ட் பீட்டர்ஸ்பர்க் அருகிலுள்ள ஒரு கட்டுமான வேலை நடக்கும் இடத்துக்குப் போகிறார்கள். 'உச்சகட்ட பாதுகாப்பு', 'சொகுசு வீடுகள்', 'முதல் தரக் கட்டுமானப்பொருட்கள்' என்ற வாசகங்கள் எங்கும் காணப்பட்டன ... கேவலமான சமூக மேம்பாட்டைக் குறிக்கும் வாசகங்கள் வாழ்க்கையின் உயர்மட்டங்களுக்குச் செல்வதைக் கோடிட்டுக் காட்டுகின்றன.

ஷுட்டோவ் கண்ணயரத் தொடங்குகிறான். சாமானியர்களை விலக்கி வைக்கும் இந்த சொர்க்கமானது நாய்கள் 'கவியார்' உணவு சாப்பிடுவதைவிட அதிர்ச்சி தருவதாக இல்லைதான். எலக்ட்ரானிக் பொருட்கள் நிரைந்த மாளிகைகள் ! ஆனால் செல்வந்தர்கள் வாழ்வதற்கும் இடம் வேண்டுமல்லவா? 'எக்செல்ஷியோர்', 'காப்பிட்டோ' என்றெல்லாம் ஒவ்வொரு வீட்டுக்கும் ஒரு பெயர் வைத்திருந்தார்கள். ... இரண்டு தொகுப்பாளர்களும் 'பக்கிங்காம்' என்ற வீட்டிலிருந்து வெளியில் வந்து கொண்டிருந்தார்கள். 'ஆங்கில பாணி'யிலமைந்த தோட்டங்களின் அழகை வருணித்துக்கொண்டிருந்தார்கள் ... 'இங்குள்ள கிரீன் ஹவுஸ்களில் பைனாப்பிள், கொய்யா போன்ற பழங்கள் கிடைக்கும் ...'

திடீரென்று ஒரு குரல். 'அந்த இடத்தில்தான் அந்தக் காலத்தில் நாங்கள் உயிரைக்கொடுத்துப் போராடினோம். 'தாய்நாடு' என்று அப்போதெல்லாம் சொல்லிக்கொண்டிருந்த நாட்டுக்காக ...'

ஷுட்டோவ் திடுக்கிட்டான். அந்த வார்த்தைகள் நிகழ்ச்சித் தொகுப்பாளர்களிடமிருந்து வந்திருக்க வாய்ப்பில்லை. மேலும் அவர்கள் இன்னும் தோட்டங்களைப் பற்றித்தான் சிலாகித்துக் கொண்டிருந்தார்கள். ஆகவே, அவன் முதியவர் பக்கம் திரும்பிப் பார்க்கிறான். அதே முகத்திரை. அதே அமைதியான பார்வை. திடீரென அவர் உதடுகள் அசைந்தன: 'ஆம், அங்கேதான். அந்த ஆற்றின் பெயர் லுக்தா. துப்பாக்கிக் குண்டுகளின் மழையில் அந்த ஆற்றை அவர்கள் கடக்க வேண்டி இருந்தது ...'

ஷுட்டோவ் வாயடைத்துப் போனான். இப்போது அவன் கேட்ட வார்த்தைகள் அவன் மனதை ஆக்கிரமித்தன. 'நாங்கள் தாய் நாட்டுக்காகப் போராடினோம்.' வார்த்தைகள் அரசியல் வசனம்போல் இல்லை. அங்குமிங்கும் சற்றுத் தயக்கத்துடன் வந்த அந்த வசனத்தில் வழக்கமாகக் குறிப்பிடும் 'தாய்நாடு' என்ற சொல் வரும்போது ஒரு வித நக்கலும் கலந்திருந்தது. ஆனால், அவரது கடைசி வாக்கியத்தில் ஆற்றை – அந்தப் புவியியல் அம்ஸத்தைக் குறிக்கும்போது எவ்வித சார்பு நிலையும் இல்லை. ஷுட்டோவ் தொண்டையைக் கனைத்துக் கொண்டான். அவன்

பேசும்போது அவன் சமீபத்தில்தான் பேச்சாற்றலைப் பெற்றவன்போல் பேசினான். 'மன்னிக்கவும்... நான் நினைத்தேன்... எல்லோரும் நீங்கள்...' பெரியவர் தன் தலையைத் திருப்பி ஷுட்டோவைப் பார்த்தார். 'ஆம், எல்லோரும் நீங்கள்... ஊமை என்றார்கள். பேசும் திறன் இழந்துவிட்டதாகச் சொன்னார்கள்.'

பெரியவர் முகத்தில் புன்னகை.

'ஊமை இல்லை என்று இப்போது தெரிகிறதல்லவா.'

'ஆனாலும், ... எதற்காக நீங்கள் எவருடனும் பேசுவதில்லை?'

'என்ன பேசவேண்டும்?'

'தெரியவில்லை ... வாழ்க்கையைப் பற்றி ... ஆம், இது ஒரு புது வாழ்க்கைதானே.'

இதுவும் கூடத்தான்!

திரையில் திரையரங்கு அருகில் ஒரு நாய்க்கூண்டு காட்டப்படுகிறது. தொகுப்பாளர் குளிர் சாதன வசதியை விளக்கிக் கொண்டிருக்கும்போது, ஒரு பெரிய வேட்டை நாய் அவர் காலை உரசிக்கொண்டிருக்கிறது.

'சரி, நான் என்ன சொல்வது? இக்காலகட்டத்தில்தான் எல்லாம்தான் தெளிவாகத் தெரிகிறதே.'

பெரியவர் மவுனமானார். ஷுட்டோவைப் பயம் கவ்விக் கொண்டது. அவர் மீண்டும் பேசாமல் போய்விட்டால்! நிகழ்ச்சியில், சிலர் மரம் ஒன்றை வெட்டுகிறார்கள். அதன் நடுப்பகுதியைத் துண்டாடும் சத்தம் கேட்கிறது. கிளைகள் விழும் சத்தம் கேட்கிறது.

'ஆம், அங்குதான் நாங்கள் போராடிக்கொண்டிருந்தோம். எங்களுக்குப் பெரும் தலைகள் யாரும் உதவிக்கு வரவில்லை... என்னை அறிமுகம் செய்துகொள்கிறேன். என் பெயர் வோல்ஸ்கி, ஜார்சி லுவொவிக்.'

III

III

1941 ஜூன் 21 ஆம் தேதி, வோல்ஸ்கி லெனின்கிராடிலிருந்து வந்தவர்களிடம் பிரபலமாகி இருந்த ‘நோர் கபே’ என்ற உணவு விடுதியில், அவனையறியாமலேயெ, தனது பழைய வாழ்க்கையின் கடைசி நிமிடங்களை – அமைதியின் கடைசி நாளை – கழித்துக் கொண்டிருந்தான். சூடான ஒரு கப் சாக்லெட் பானத்தைப் பருகிக்கொண்டிருந்தபோது ஒரு சுகமான அனுபவம் ஏற்பட்டது.

அப்போது செம்பட்டை முடியுடன் கூடிய ஓர் இளம்பெண் அவனைப் போலவே ‘கோன்செர்வாத்துவார்’ கலைக்கூட மாணவர்கள் கும்பலில் வந்து கலந்துகொண்டாள். அவள் பாஸ்ட்ரி ஒன்றை வாங்கிச் சாப்பிட்டாள். அவள் உதட்டின் மேல் மாவு ஒட்டிக்கொண்டு அவளுக்கு மீசை வைத்தது போன்ற தோற்றத்தைத் தந்தது. எல்லோரும் சிரித்தார்கள் ... வோல்ஸ்கி அவளிடம் பேசினான். அவர்களுடைய உரையாடல் விடுதியில் ஒலித்துக்கொண்டிருந்த ஓசையிலிருந்து தனித்து ஒலித்தது. அவனும் அவள் வசித்த பகுதியில்தான் வசித்தான். ‘இவ்வளவு அருகில் வசித்தபோதும் நாம் ஒருநாள்கூட இதற்கு முன்பு சந்தித்ததில்லையே, வேடிக்கைதான் ...’ என்று பரிவோடு சொன்னான். அவன் சொன்ன எளிமையான வார்த்தைகள் அவன் ஓர் ஏழைக் குடும்பத்தில் பிறந்து, பாடகனாகி இவ்வளவு தூரம் முன்னேறி, லெனின்கிராடில் ஒரு பெரிய குடும்பத்திலிருந்து வந்த ஓர் இளம் பெண்ணிடம் சரி நிகர் சமானமாகப் பேசுமளவுக்கு வந்ததைப் பிரதிபலித்தன. அவர்கள் இருவரும் விரைவிலேயே மீண்டும் சந்திப்பதாக உறுதி எடுத்துக் கொண்டார்கள். அவர்களுடைய அந்தச் சந்திப்பு மகத்தானதாக இருக்கும் என்று தோன்றியது.

சாக்லெட்டின் சுவை அவன் கனவு கண்டுகொண்டிருந்த எதிர்காலத்திற்கு அச்சாரமாக இருப்பதாக எண்ணினான். அவன் ஒரு குடியானவனின் பிள்ளை. அவன் திறமையை மட்டுமே எடை போட்டு, அவனை மக்கள் ஏற்றுக்கொண்டிருக்கிறார்கள். அவன் குரல் மட்டுமே அவனுக்குச் சொத்தாக இருந்து அவனுக்கு மேலிடத்தில் வாய்ப்பையும், வரவேற்பையும் பெற்றுத் தந்திருந்தது. அவன் தன் எதிர்காலம் ஒரு ‘ஆப்பெரா’ தொடக்கம் போலவும், கிரோவ் தியேட்டரில் நடக்கும் ‘ரிகோலெத்தோ’ அல்லது போரிஸ் காடினோவ் நாடகங்களில் தான் இடம்பெறப் போவதாகவும் கற்பனை செய்துகொண்டான்.

சிறு வயதிலிருந்தே அவனுக்கு அவன் பெற்றோர்களின் சேறு படிந்த கைகள்தான் நினைவில் வந்துகொண்டிருந்தன. லெனின்கிராடுக்கு வந்ததும் அவன் தன்னுடைய பூர்வீகத்தின் ஆகர்ஷண சக்தியின் பிடியிலிருந்து விடுபட்டான். சேறும், சகதியும் நிறைந்த நாட்டுப்புற சாலைகளிலிருந்து அவன் கால்கள் விடுதலை பெற்று, அவனால் தப்பித்துக் கொண்டு ஓட முடிந்தது ... மற்றவர்கள் கடுமையான உடலுழைப்பில் உழன்று கொண்டிருந்தபோது, அவன் தன்னுடைய பாட்டின் மென்மையில் வாழ்ந்து விடலாம் என்று நினைத்தான். தான் விடுபட்டதற்கு ஓரளவு நியாயம் கற்பித்துக்கொண்டான். திருப்தியடைந்தான். தன்னை வெற்றிகொண்டவர் பட்டியலில் சேர்த்துக்கொண்டான். அதனால், ரஷ்யாவின் புகழ் மிக்க நகரத்தோடு உறவாடலாம் என்று நினைத்தான். தியேட்டர் இருளிலும்கூடப் பிரகாசிக்கும் கண்களைக் கொண்ட பெண்களைக் கவர முடியும் என்று நினைத்தான்.

அச்சிந்தனைகளோடு, மாலை மயங்கும் வேளையும், அந்த ஹாலில் இருந்த தன் நண்பர்களின் சிரிப்பும், மெல்லப் பருகிக்கொண்டிருந்த சூடான சாக்லெட் பானத்தின் சுவையும் சேர்ந்துகொண்டன.

மறுநாள், 'நோர் கபே'விற்கு எதிரில் இருந்த கம்பத்தில் ஒலிபெருக்கி யொன்று கட்டப்பட்டிருந்தது. அது போர் தொடங்கியதை அறிவித்துக் கொண்டிருந்தது. அதே சமயம் கருங்கடலிலிருந்து பசிபிக் கடல் வரை கட்டப்பட்டிருந்த ஒலிப்பெருக்கிகளும் அதே செய்தியை அறிவித்தன.

செப்டம்பர் மாதத்தில், அதே தெருவில், குண்டு வெடிப்பால் ஒரு பெரிய கட்டடத்தின் முகப்பு பாழ்படுத்தப்பட்டிருப்பதைப் பார்த்தான். ஆனால், அழிக்கப்பட்ட ஏராளமான கட்டடங்களுக்கு மத்தியில் அதன் உட்புறம் பெரும் சேதம் எதுவுமில்லாமலிருந்தது அவனுக்கு வியப்பாக இருந்தது. முதல் மாடியில் ஓர் அறையின் மூலையில் உடல் ஒன்று கிடந்தது. அதன் முகம் அசைவற்றிருந்தது ... அப்போது அந்த ஜூன் 21 ஆம் தேதி மாலையையும், அவன் வாயிலிருந்த சாக்லெட் சுவையையும் வேக வேகமாக நினைத்துப் பார்க்கத் தொடங்கினான் வோல்ஸ்கி.

அதே ஞாபகம் ஓர் அக்டோபர் காலையிலும் அவனுக்குத் திரும்பி வந்தது. நெவா ஆற்றின் பனி படர்ந்த படித்துறையில் ஓர் பெண் வழுக்கி விழுந்துவிட்டாள். அவளைக் காப்பாற்ற ஓடினான். அவள் கையில் இருந்த வாளியைப் பிடித்துக் கொண்டான். அவள் அந்த வாளியில்தான் தண்ணீர் கொண்டுபோகவிருந்தாள். குடியிருப்புகளில் தண்ணீர் விநியோகம் நிறுத்தப்பட்டிருந்தது. நவீன உலகில், பெருநகரம் ஒன்றில் இப்படி நடக்கும் என்று அவன் எதிர்பார்க்கவில்லை. மீண்டும் அவனுக்கு அந்த சாக்லெட் பானத்தின் சுவை நினைவுக்கு வந்தது.

ஒரு நாள் இரவு, அவன் குடியிருப்பின் நுழைவாயிலில் ஒருவித ஓலம் கேட்டது. அதிகம் குடித்துவிட்ட ஒருவன் ஓலமிடுவதுபோல் இருந்தது. ஆனால், அது ஒரு சிறு குழந்தையின் ஓலம். அப்போதும் அவனுக்கு அந்த சாக்லெட் பானத்தின் சுவை நினைவுக்கு வந்தது. அவன் மாடிப்படியில் ஏறிப் போனான். மின்சாரம் இன்றிப் பழகிப்போனதால் அவனால் மெல்ல மெல்ல வழியைக் கண்டுபிடிக்க முடிந்தது. அவன்

மேலேறிப் போகப்போக, ஓலத்தின் ஓசை அவனை நெருங்கி வருவதுபோல் இருந்தது. அது சில வார்த்தைகளாக வெளிவந்து பின் திடீரென அடங்கிவிட்டது. ஒரு தீக்குச்சியை – தீக்குச்சி அக்காலகட்டத்தில் விலைமதிப்பற்ற ஒன்றாக இருந்தது – ஏற்றி பார்க்கும்போது, வயதான ஒருவன் தன் தலையை ஒரு சிறுவன் மடியில் வைத்திருந்தான். தீக்குச்சி நின்றுவிட்டது. குடியிருப்பு ஒன்றின் வாசலில் நின்று குரல் கொடுத்தான். சலசலப்பு கேட்டது. குரலொன்றும் ஒலிக்கவில்லை. இருளில் தெரியாமலிருந்த அச்சிறுவனிடம் 'இங்கேயே இரு, உனக்குச் சாப்பிட ஏதாவது கொண்டு வருகிறேன்,' என்று சொல்லிவிட்டுப் போனான். அவனுக்கு முற்றுகையிடப்பட்ட நகரத்தில் கிடைக்கக்கூடிய உணவு மட்டுமே கிடைத்தது – அதாவது, சருகால் ஆன ரொட்டித் துண்டின் ஒரு பாதி! கீழே எரிந்துகொண்டிருந்த மரக்கட்டையொன்றின் ஒளியில் அந்த ரொட்டித்துண்டை எடுத்துக்கொண்டு ஏறினான். ஆனால் சிறுவன் அங்கு இல்லை. குடியிருப்பு ஒன்றின் கதவு திறந்திருந்தது. வோல்ஸ்கி வாசலில் நின்றபடியே குரல் கொடுத்துப் பார்த்தான், குகைபோல் இருந்த அந்தக் குடியிருப்புக்குள் செல்வதற்கு அவனுக்குத் துணிவு இல்லை...

தன்னுடைய இடத்துக்குத் திரும்பி வந்து, அச்சிறுவன் ரொட்டியை வேறு யாராவது பிடுங்கிக்கொள்வார்களோ என்று எண்ணுவதுபோல், அவசர அவசரமாகத் தின்றான். தின்று முடித்ததும் சிறிது நேரம் அந்த இருளிலேயே இருந்து, அச்சிறுவன் சக்கரவியூகம்போல் இருந்த அந்தக் கட்டடத்தில் எங்கு சென்றிருப்பான் என்று கற்பனை செய்து பார்த்தான். அங்கும்கூட அவன் ஒரு பிணத்தைப் பார்க்கக்கூடும். அப்போது அவனுக்கு ஒன்று தெளிவானது. பசியின் காரணமாக அவன் நினைவு ஜூன் 21 ஆம் தேதிக்கும், அந்த சாக்லெட் பானத்திற்கும் செல்லவில்லை. நகரத்தில் அன்றாடம் நிகழும் சாவுகளினால் ஏற்படும் வேதனைதான் அதற்குக் காரணம். பக்கத்துக் குடியிருப்பில் பசியால் வாடும் குழந்தையைப் பற்றிக் கவலைப்படாமல் உறங்கப்போகும் அளவுக்கு மெல்ல மெல்ல மக்களின் மனநிலை மாறிக்கொண்டிருந்தது.

ஸ்டவ் அடுப்பின் அடியில் இருந்த தணலை ஊதினான். அந்த ஸ்டவ் தற்காலிகமாக ஒரு தகர டப்பாவைக் கொண்டு செய்யப்பட்டிருந்தது. அதில் சில மரச்சுள்ளிகளைப் போட்டான். கண்களை மூடினான். கோடைக்கால மாலையில் கிடைக்கும் கதகதப்பு அவனைத் தழுவியது... நோர் கபேவும், ஒத்திகை முடிந்ததும் நண்பர்களின் சிரிப்பும், அவர்களில் ஒருவன் பாடலில் வரும் வார்த்தைகளை விளையாட்டாகப் பதம் பிரித்துச் சொன்னதும், பெண் ஒருத்தி சாப்பிட்ட உணவின் ஒரு துண்டு மேலுதட்டில் மீசைபோல் ஒட்டிக்கொண்டதும், அவள் வெட்கப்பட்டதும், அவள் அழகைப்பார்த்து அவன் வெட்கப்பட்டதும் நினைவுக்கு வந்தது, சிரிப்புக்கிடையே அவள் பெயர் மிலா என்று தெரிய வந்தது.

நரம்பிசைக் கருவியிலிருந்து உச்சஸ்தாயியில் ஒரு சத்தம். அவன் எழுந்தான். சத்தம் வயதான தம்பதிகள் இருவர் வசித்து வந்த குடியிருப்பிலிருந்து வந்தது. அக்கம்பக்கத்தவர் இன்னும் எழவில்லை. யாருக்காவது ஏதாவது உதவி வேண்டுமானால், பழைய வயலினை மீட்டி சத்தம் எழுப்புவார்கள்... அவன் ஸ்டவில் சூடாகிக்கொண்டிருந்த தண்ணீர் பாத்திரத்தை எடுத்துக்

கொண்டு ஒலி வந்த திசையை நோக்கிச் சென்றான். காணாமல் போன குழந்தையைக் கண்டுபிடித்து அந்த முதியவர்கள் அறைக்கருகில் கொண்டு போய் விடவேண்டும் என்று தீர்மானித்தான்.

மறுநாள் தெர்மாமீட்டரைப் பார்த்தான். பூஜ்யத்துக்குக்கீழ் இருபத்தேழு டிகிரி. பழைய சுகம் மனதுக்குள் எதிரொலித்தது: பனிச் சறுக்குப் பாதை, தோன்றித் தோன்றி மறையும் உருவங்கள், ஒலிபெருக்கியில் வால்ட்ஸ், டாங்கோ ... இப்போது ஒரே விஷயம்தான் உறுதியாகிறது. அதுதான் மக்கள் சரீரங்களில் அதிகரிக்கும் இறுக்கம்!

முற்றுகைக்கு ஆளான நகரத்திற்கு அன்று காலை வரலாற்றில் ஒரு மைல்கல். ரொட்டி பங்கீடு தலா 120 கிராமாகக் குறைந்தது. ஒரு வாரத்துக்கு முன்னால், உணவுப் பொருட்களின் பண்டகசாலையில் குண்டு வெடித்து அதிலிருந்த உணவுப் பொருட்களெல்லாம் தீக்கிரையானது. இருபது லட்சம் பேருக்கு ஒரு மாதத்திற்கான உணவு பஸ்பமாகிவிட்டது. முற்றுகை என்பது மரணம் என்றாகிவிட்டது: வெளியுலகத் தொடர்பெல்லாம் அற்றுப் போனது. நம்பிக்கையும் நழுவிக்கொண்டிருந்தது. நாளொன்றுக்கு ஒரேயொரு ரொட்டித்துண்டு, களைப்பு, சலனமின்மை, வெறுமை. மேலைநாட்டு வானொலியொன்று ஹிட்லரின் முடிவை அடிக்கடி ஒலிபரப்பிக்கொண்டிருந்தது. நகரம் கைப்பற்றப்படும், ஆனால் அங்கு வாழும் மக்கள் வெளியேற்றப்படமாட்டார்கள். அவர்களுடைய வெளியுலகத் தொடர்பு துண்டிக்கப்பட்டுவிடும். உணவு இருக்காது. தண்ணீர் இருக்காது. மருத்துவ வசதி இருக்காது. குளிர்கால இறுதியில், 'ரெயிக்' படை வந்து 'துப்புரவு நடவடிக்கைகள்' மேற்கொள்ளும், அதாவது பிணங்களை அப்புறப்படுத்த லெனின்கிராட் மக்கள் அந்த நடவடிக்கைகள் ஏற்கெனவே ஆரம்பிக்கப்பட்டுவிட்டன என்று தங்களுக்குள் சொல்லிக்கொண்டிருந்தனர்.

குண்டு வீச்சுகளுக்கிடையே வோல்ஸ்கி தன் ரொட்டியைச் சாப்பிட்டான். மூன்று இளைஞர்களின் துணையோடு பல கட்டடங்களைத் தாண்டிச் சென்று அங்கு வெடிக்கவிருந்த பல வெடிகுண்டுகளை நீண்ட கோல் ஒன்றை வைத்துக்கொண்டு செயலிழக்கச் செய்தான். அமைதி திரும்பியது. காற்றின் உக்கிரமில்லாத இடமாகப் பார்த்து உட்கார்ந்து மீதி ரொட்டியை தன் பசியை ஏமாற்றுவதற்காகக் கொஞ்சம் கொஞ்சமாகத் தின்றான். பிரதான சாலைகளிலும், பீட்டர் – பால் தேவாலயத்தின் கூரைமீதும், அட்மிரலிட்டி கூரைமீதும் தன் பார்வையை ஓடவிட்டான். குளிர்கால அரண்மனைக்கு எதிரே வசிலியெவ்ஸ்கி தீவின் முனையில் வானத்தை நோக்கியபடி ஏர்கிராஃப்ட் பீரங்கிகள் நிறுத்தி வைக்கப்பட்டிருந்தன. சில நினைவுச் சின்னங்கள் குண்டுகள் தாக்காத வண்ணம் மரப் பலகைகளால் மறைக்கப்பட்டிருந்தன. நெவா ஆறு பனிக்கட்டியால் மூடப்பட்டுச் சமவெளிபோல் காட்சியளித்தது. ஜன நடமாட்டமும் போக்குவரத்தும் இல்லாததால் எப்போதும் இல்லாத வகையில் வானம் தெளிவாகவும் நீலமாகவும் இருந்தது. 'அற்புதமான சவத்துணி' என்று வோல்ஸ்கி சொல்லிக்கொண்டான். கட்டடங்களெல்லாம் தினம் தினம் கல்லறையாக மாறும் வகையில் ஆயிரமாயிரம் பேர் இறந்துகொண்டிருந்தனர். வேறொரு விதமான வாழ்க்கை சாத்தியமில்லை.

அவன் கனவுகண்ட எதிர்கால வாழ்க்கையானது திரையரங்கில் ஒரு காட்சி துரிதப்படுத்தப்பட்டதுபோல் இருந்தது: பளிச்சிட்ட ஒளிவிளக்குகள், கோரஸாக ஒலிக்கும் பாட்டுக்கு ஏற்றாற்போல் வாத்திய இசை, பலமான கைதட்டல்கள்... நம்ப முடியாத அளவிற்கு அனைத்தும் அருகில் வந்து நம்பிக்கை இழக்கும் வகையில் நகைப்புக்கிடமாகப் போய்விட்டது.

தன் தோழர்களைப் பார்க்கப் போனான். அவர்களெல்லாம் கூரையை ஒட்டியே நடந்துசென்றார்கள். அவர்கள் நடையில் தளர்வும் தொய்வும் காணப்பட்டன. வழுக்கி விழுந்துவிடுவோமோ என்ற பயம்தான் என்று நினைப்பீர்கள். இல்லவே இல்லை. ஒரு நாளைக்கு 150 கிராம் ரொட்டிதான் என்றால் அப்படித்தான் நடக்க முடியும். இருந்தும் அந்தக் குளிரிலும் நடந்து சென்றார்கள். ஆனால் அவர்கள் நாட்களோ முடிவை நோக்கி நடந்தன. மீதமிருந்த வாழ்க்கையும் அவர்களுக்கு சாவையொத்த வாழ்க்கைதான்... ஒவ்வொருவராக வெளியில் வந்து, ஓர் இரும்பு ஏணி வழியாக இறங்கிக் கட்டடத்தின் மேல் மாடிக்கு இறங்கினார்கள். ஒரு குடியிருப்பு வாசலில் பெண்மணி ஒருத்தி கையில் ஒரு குழந்தையோடு நின்றுகொண்டிருந்தாள். மெல்லிய புன்னகையோடு அவள் மற்றவர்களுக்கு வணக்கம் சொன்னாள்... போர் எந்தெந்த விதமான செயல்பாடுகளுக்கெல்லாம் மனிதனைத் தள்ளிவிடுகின்றதென்று வோல்ஸ்கி வியந்தான். சிலர் அந்தத் தீயை அணைக்க முன்வராதிருந்தால்– அவர்கள் தங்கள் முயற்சியில் வெற்றி கொள்ளாதிருந்தால் – அந்தப் பெண்மணியும் அவள் குழந்தையும் மீண்டிருக்க முடியாது. அவர்கள் மேற்கொண்டு வாழப்போவது கொஞ்சகாலம்தான், ஏனென்றால், மேலும் மேலும் குண்டுகள் பொழியப்போகின்றன. அத்துடன் பசி, பட்டினி ஆகியவையும் சேர்ந்துகொள்ளும். ஆனால் இந்த சொற்பகால விடுவிப்பு அவன் வாழும் வாழ்க்கைக்கு ஓர் அர்த்தத்தைக் கொடுக்கும். ஆம், அந்தப் பெண்மணியின் புன்னகைக்காகவும், அவள் குழந்தையின் அமைதியான உயிர்மூச்சுக்காகவும், அவன் அன்றொரு நாள் மாலையில் சுவைத்த சாக்லெட் பானத்தின் சுவையையும் மறக்க தயாரானான்.

முற்றுகையின் தொடக்கத்திலிருந்தே, தன் உயிரைப் பணயம் வைத்து மற்றவர் உயிரைக் காப்பாற்றுவதுதான் தன் விதியாக அமையும் என்று எதிர்பார்க்கவில்லை.

நவம்பர் மாதத்தில் ஒரு நாள் அவன் வாழ்க்கை மரணத்திற்கருகில்தான் உழலப்போகிறதென்று உணர்ந்தான். இரண்டு நாட்களுக்கு முன்னர், அவன் தன் குடியிருப்பை விட்டு வெளியில் போவதற்குக்கூடத் தெம்பு இல்லாதவனாக இருந்தான். முதல் தடவையாக, தனக்குரிய நூற்றைம்பது கிராம் ரொட்டியைப் போய் வாங்கி வர முயன்றபோது, மாடிப்படியில் விழுந்துவிட்டான். மீண்டும் நினைவு திரும்ப சற்று நேரம் பிடித்தது. திரும்பி தன் இருப்பிடம்போக ஒரு மணி நேரம் பிடித்தது. உள்ளே போனதும்தான், வெப்பத்தின் துணையோடு தெருவில் இருந்த குளிரின் தாக்கத்திலிருந்து விடுபட்டான்.

பின்னர் அவன் வாழ்க்கையின் கடைசிப் படிநிலையை ஆராய்ந்தான். பசியை அவன் வயிற்றைத் தொடர்ந்து பிழிந்துகொண்டிருக்கும் வேதனை

யாகத்தான் பார்த்தான். அதனை உணரக்கூடிய சக்தி இருந்தவரை அப்படித் தான் இருந்தது. ஆனால், அந்த வேதனைக்கு இரை கிடைக்காதபோது அதன் தாக்கம் முடிவுக்கு வருகிறது. மனிதன் துரும்பாக இளைத்து ஒரு வாய் தண்ணீரைக் கூட ஜீரணிக்க முடியாமல் போகும்போது வேதனையையும் அவன் உணரும் நிலையில் இருக்க மாட்டான். அதேபோல் குளிரும். வாழ்க்கையோடு ஒட்டிக் கொண்டிருப்பவர்கள்தான் அதனை உணர்ந்தனர். எல்லாம் முடிந்துபோய் சாவை எதிர்நோக்கி இருக்கும்போது, அதன் தாக்கம் இருக்கவில்லை. அப்படியிருந்தும், இந்த இயலாமை சரீரத்திற்கு வெளியிலேயே வெளிப்பட்டது. உலகம் மாறிக்கொண்டிருப்பதுபோல் ஒரு தோற்றம் (ஒரு சின்ன குவளை ஒரு டன் எடையுடையது போல் கனத்தது). தூரம் அதிகரிப்பதுபோல் தோன்றியது (ரொட்டிக்கடையைச் சென்றடைய மூன்று நாட்கள் பிடித்தது).

அவனை உடல் கைவிட்டாலும் மனம் கைவிடவில்லை. மறுநாளே தான் இறக்கும் சாத்தியத்தையும், அதனை அமைதியுடன் ஏற்றுக்கொள்ளும் மனப்பக்குவத்தையும், வீணாகத் தன் உயிரைப் பற்றிக் கவலைப்படுவதையும்கூட அவன் உண்மையில் செத்துக் கொண்டிருக்கவில்லை என்றால் உணர்ந்திருக்கமாட்டான்.

அவனுடைய மூளை சளைக்காமல் வேலை செய்தது. இருந்தும், அந்தச் சிந்தனை வேறொன்றைப் பற்றியது. குளிரும், இருளும் நிறைந்திருந்த இருப்பிடத்திலிருந்து எழுந்து செல்லும்படி அவனுக்கு ஆணையிட்டது அந்தச் சிந்தனை. தூரத்தில் ஏதோ ஒரு மூலையில் நடுக்கத்துடன் ஒரு கை வயலினை மீட்டிக் கொண்டிருந்த இடத்திற்குப் போகப் பணித்தது அந்தச் சிந்தனை.

வயதான தம்பதியொன்று படுக்கையில் கிடந்தது. போர்வைகளும், துணிமணிகளும் அவர்கள் மீது முட்டாகக் குவிந்துகிடந்தன. அது சரிந்து விழுந்த கூடாரம்போல் காட்சியளித்தது. ஸ்டவ்வில் நெருப்பு இல்லை. மெல்லியதாக எரிந்துகொண்டிருந்தது ஒரு மெழுகுவர்த்தி.

'என் கணவர் இறந்துவிட்டார்... நீங்கள் நினைவை இழந்து விட்டீர்கள்...' என்று வயதான பெண்மணி மெதுவாகச் சொன்னது காதில் விழுந்தது. வோல்ஸ்கி அந்த இரண்டு வாக்கியங்களும் ஒரே சமயத்தில் சொல்லப்பட்டவையல்ல என்று கண்டுபிடிப்பதற்குச் சற்று நேரம் பிடித்தது. அவருக்குக் கொஞ்ச நேரம் நினைவு இழந்தது உண்மைதான். அப்போது அப்பெண்மணி எழுந்து ஓர் ஈரத்துணியை அவர் முகத்தில் வைத்தாள். வோல்ஸ்கியின் நினைவு திரும்பியது. அப்போதுதான் அவர் தன் நினைவை இழந்தது தெரியவந்தது ('நீங்கள் நினைவை இழந்துவிட்டீர்கள்...'). முதியவர் இறந்த செய்தி கேட்டுத்தான் தான் நினைவை இழ்ந்ததாக நினைத்துக்கொள்ள வேண்டாம் என்று அவர் சொல்ல முயற்சித்தார் – சில மோசமான நாடகங்களில் வேண்டுமானால் அப்படி நடக்கலாம்! அவளும் அப்படி நினைக்கவில்லை என்று சொல்லிவிட்டு அவரைச் சாய்வு நாற்காலியில் உட்காரும்படிச் செய்தாள். அதற்குமேல் அவர்கள் இருவருக்குமே பேச முடியவில்லை. அவர்கள் அமைதியே இறந்தவருக்காக விழித்திருக்கும் சடங்கென்று இருவரும் புரிந்துகொண்டார்கள்.

அவர்கள் இருவருக்குமே சாவு என்பது வியப்பை அளிக்கக்கூடிய சம்பவமாக இருக்கவில்லை. அது அந்நகரத்தில் அடிக்கடி நிகழ்ந்து கொண்டிருந்தது. பல குடியிருப்புகளில் வெறும் பிணங்கள்தான் குடி இருந்தன. பல பிணங்கள் சாலையில் கிடத்தப்பட்டிருந்தன. இறந்தவர்களுக்கும் இறக்காதவர்களுக்குமிடையே எல்லைக் கோடு சுருங்கிக்கொண்டே போனது. ஒரு நாள் அரண்மனை பாலத்துக்கெதிரே ஒருவர் பனிக்கட்டியின் மீது சாத்தி வைக்கப்பட்டிருந்தார். அதனைப் பார்த்த இன்னொருவர் சாத்தி வைக்கப்பட்டிருந்த பிணத்தருகேயே மயங்கிவிழுந்தார். வோல்ஸ்கிக்கு அது நினைவுக்கு வந்தது. இப்போது தன் அருகில் இருந்த பிணத்தைப் பார்க்கும்போது 'எனக்கும் அதுதான் நிகழ்ந்திருக்கும்,' என்று சொல்லிக்கொண்டான்.

மரணத்தைப் பற்றிச் சிந்திக்கும்போது வோல்ஸ்கியின் மனதில் ஏதோ ஒரு நம்பிக்கை, விரக்தி, பயம் ஆகியவை வந்து போயின. சில நாவல்களில் சாவைப் பற்றி இலைமறை காயாகச் சொல்வதற்கு எடுத்துக் கொள்ளப்பட்டிருக்கும் யுக்திகளை அவனும் கையாண்டான். ஆனால், முற்றிலுமாக அதனை மறைக்க முயலவில்லை...

அப்பெண்மணி கையை நீட்டி மெழுகுவர்த்தியைச் சரி செய்தாள். அதன் சுவாலையில் அவள் மெலிந்த கை தெரிந்தபோது அதன் இரத்த நாளங்கள்கூடத் தெரிந்தன. சில்லென்ற விரல்கள். அவற்றின் நிழல் அவர் முகத்தில் ஒரு தடவுதல்போல் படிந்தபோது, அந்த முகத்தில் ஓர் உயிர்ப்பு இருப்பதுபோல் தோன்றியது. அதனை அவள் பார்த்திருக்கவேண்டும். அதனால் அவள் முகத்தில் ஒரு சிறு புன்னகை. அத்துடன் அவள் தன் கணவனின் கண்களை மூடிவிட்டு அவன் கையை மெதுவாகப் பிசைந்தாள்.

இதுவரை வோல்ஸ்கிக்கு மரணத்தைப் பற்றி இருந்த எண்ணமெல்லாம் பொய்யானதுபோல் தோன்றியது. அவன் அந்த இருவரிடமும் கழித்த கொஞ்ச நேரம் வாழ்க்கையின் துடிப்பை வெளிப்படுத்தியது. உண்மையின் உச்சகட்ட எளிமை அவன் வாழ்க்கையைத் தெளிவுபடுத்தியது. இணைந்த அவர்களது கைகள், அப்பெண்மணியின் முகத்தில் நெளிந்த வேதனையான புன்னகை, அவள் பார்வையில் காணப்பட்ட அமைதி ஆகியவைதான் நிதர்சனமான உண்மை.

இரவில் சற்று நேரம் கழித்து, அவள் ஒரு சின்ன கேன்வாஸ் பையொன்றைத் தலைமாட்டிலிருந்த மேசைமீது வைத்தாள். வோல்ஸ்கியின் பார்வையைவிட அவன் நாசி அதிவேகமாக காய்ந்த ரொட்டித்துண்டைக் கண்டுபிடித்துவிட்டது. 'நாம் இப்போது சாப்பிட முடியும்,' என்று அப்பெண்மணி சொன்னாள். ஏதோ இறந்தவரின் உறக்கத்தைக் கலைக்க விரும்பாதவள்போல் மெல்லப் பேசினாள். 'அவரால்தான்...' என்றாள். வோல்ஸ்கியால் அவள் சொன்னதைப் புரிந்துகொள்ள முடியவில்லை. காய்ந்த ரொட்டி அவன் வாயில் ஊறிப்போய் உப்பியது. அதில்தான் எத்தனை சுகம். அத்துடன் ஒரு துண்டு சர்க்கரையின் சுவை ஏறியதுபோல் அவனுக்கு ஒரு கற்பனை வந்து, மறந்துவிட்ட ஓர் உலகை நினைவூட்டியது. 'நாம் நிறைய சாப்பிடக்கூடாது,' ஒரே சமயத்தில் இருவரும் சொல்லிக் கொண்டார்கள். பசியால் வாடும் மக்களுக்குத் திடீரென அதிக உணவு வந்துவிட்டால் இதுபோல்தான் சொல்லத்தோன்றும். 'நிறைய...' வோல்ஸ்கி

தன் அருகிலிருந்த உணவைப் பார்த்து அது எவ்வளவு நேரம் தாக்குப் பிடிக்கும் என்று எண்ணிப் பார்த்தான்.

'ஆம், இது அவரால்தான் கிடைத்தது,' என்றாள் அப்பெண்மணி. இறந்த அவள் கணவனின் கடிதம் ஒன்று அவள் கைக்குக் கிடைத்தது. அதில் அவர் இன்னும் அடுப்பினால் சாம்பலாகிவிடாத புத்தகங்களுக்குப் பின்னால் ஒரு சின்ன பை வைத்திருப்பதாகக் குறிப்பிட்டிருந்தார். பல மாதங்களாக அவர் அவருக்குக் கொடுக்கப்பட்ட உணவுப் பங்கீட்டில் ஒரு பகுதியைச் சேமித்து வைத்திருந்தார். தனக்கும் தன் மனைவிக்கும் இடையே யார் முன்னால் போவது என்ற நிலை ஏற்படும் என்ற எண்ணத்தில் அவர் அப்படிச் செய்திருக்கிறார்.

லெனின்கிராட் முற்றுகையின்போது, பலர் இதுபோல் பிறர் வாழ்வதற்காகத் தாங்கள் தங்கள் உயிரைத் தியாகம் செய்த கதைகளை வோல்ஸ்கி கேட்டிருக்கிறான். பொதுவாக ஒரு தாய் தன் பிள்ளைகளுக்காக அப்படிச் செய்வதுண்டு. இப்போது வோல்ஸ்கி உயிர்வாழ்வதற்கு இன்னொருவர் தியாகம் செய்திருக்கிறார்.

வயதான பெண்மணி அமைதியாகி, கண்களை மூடிக்கொண்டு, தன் கணவனின் விரல்களைக் கெட்டியாகப் பிடித்துக்கொண்டாள். சரீரத்தின் சாவுக்கும் உணர்வு பிடிப்புக்கும் எந்த சம்பந்தமுமில்லை என்பதை மீண்டும் வோல்ஸ்கி உணர்ந்தான். அப்பெண்மணி பெருமூச்சு விட்டாள். பின்னர் அவளுக்கேயுரிய புன்னகை அவள் முகத்தில் ஊசலாடியது. 'உண்மையில் நானும் அப்படித்தான் செய்தேன்...' தலையை அங்கிருந்த ஷெல்ப்கள் பக்கம் அசைத்து, காகிதப் பையொன்றிலிருந்து அவள் சில காய்ந்த ரொட்டித்துண்டுகளை வெளியில் எடுத்தாள்.

கடுமையான குளிர்காலக் காலையில் வோல்ஸ்கி கல்லறை பக்கம் போனான். பிரதான சாலைகள் இருள் சூழ்ந்து, வெறிச்சோடியிருந்தன. கடல் உள்வாங்கிய நிலையில் வெகுதூரம் விரிந்திருக்கும் மணல் படுகையைப் போல் அவை காணப்பட்டன. ஆனால் அவன் எதிர்பார்த்ததைவிட அதிகமாகவே ஜனங்கள் நடமாடினர். அவர்களைப் புகைப்பட நெகட்டிவில் பார்ப்பதுபோல் பார்த்தான். உற்பத்திக் கூடங்களுக்குச் செல்பவர்கள் வேகமாக நடந்தார்கள். அவர்களின் முகத்தில் அவ்வளவான சோர்வு இல்லை. வோல்ஸ்கி அதனைக் கவனித்தான். அதற்குக் காரணம் ஒரு வேளை அவர்கள் உடல்வாகுவாக இருக்கலாம். அல்லது அவர்களுக்கு இப்போது சற்று அதிகமாக உணவுப் பங்கீடு கிடைப்பதும்கூட இருக்கலாம். வேலைக்குப் போகின்றவர்களில் ஆண்களைவிடப் பெண்களே அதிகமாகக் காணப்பட்டனர். அவர்கள் தள்ளுவண்டியில் தண்ணீர் பானைகளை நெவா ஆற்றில் நிரப்பி இழுத்துச் சென்றனர். அவர்கள் நடந்து சென்றவிதம் இறந்தவர்களின் பிணங்களைத் தூக்கிச் சென்றவர்கள் நடப்பதுபோலவே இருந்தது.

சடலத்தைத் தூக்கிச் செல்ல இரண்டு அடி அகலமுள்ள அலமாரிக் கதவொன்றைப் பாடையாகப் பயன்படுத்தினான். பெரும்பாலானோருக்குச் சவப்பெட்டிகள் கிடைப்பதில்லை. தங்களுக்கு நெருக்கமானவர்களை மூடிக்கொண்டுபோக அவர்கள் ஒரு சன்னல் திரையையோ அல்லது ஒரு மேசை விரிப்பையோதான் பயன்படுத்தினர்.

இரண்டு மூன்று சந்திப்புகள் தாண்டியவுடன். கல்லறைக்குப் போகும் வழியைத் தேடிக்கொண்டிருக்கத் தேவையில்லாமல் போய்விட்டது. இப்போதெல்லாம் எல்லோருமே கல்லறை நோக்கித்தான் சென்று கொண்டிருந்தார்கள். வோல்ஸ்கி கொஞ்ச தூரம் பனியில் தடுமாறிக்கொண்டு போனான். அவனுக்கும் முன்னால் இரண்டு பெண்கள் தங்கள் பளுவை ஓர் உலோகத் தகட்டின் மீது வைத்திருந்தார்கள். தெருக்கோடி ஒன்றுக்கு வந்ததும் இருவரும் நின்று கட்டித்தழுவிவிட்டு, ஒருத்தியை விட்டு ஒருத்தி பிரிந்தாள். பிரிந்து சென்றவள் மற்றவளுக்கு உதவி செய்ய வந்திருந்தாள் போலும், என்று வோல்ஸ்கி நினைத்தான். வேறு வேலை இருந்ததால் அவள் போயிருக்கக் கூடும். தனித்து விடப்பட்டவளின் நடை மேலும் தளர்ந்தது, வோல்ஸ்கி அவளை முந்திச் சென்றான். அப்போதுதான் தான் தவறுசெய்ததாக உணர்ந்தான். பெரிய உலோகத்தகடு என்று நினைத்த ஒன்று உண்மையில் ஒரு பெரிய ஓவியம்... சவத்தைக் கொண்டுபோக வேறொரு பலகை கிடைக்காததால், அவசரத்திலும், பதற்றத்திலும் அவள் அதனைப் பயன்படுத்தி இருக்கிறாள்... அதன் மத்தியில் துணியால் மூடப்பட்டிருந்த அந்த உடல் கனமானதாகத் தெரியவில்லை. துணி அதிகம் தொங்கவில்லை. இருந்தும் அதனைத் தள்ளிக்கொண்டு போவதென்பது மிகவும் சிரமமாகப் பட்டது. ஓவியத்தின் மூலைகள் பனிக்கட்டியால் அழுந்தின. நடுவிலிருந்த பிணம் நழுவிக் கீழே விழும் நிலையிலிருந்தது...

வாய்ப்பேச்சு எதுவுமில்லாமல், சைகையால் வோல்ஸ்கி அவளுக்கு உதவிக்கு வந்தான். அவள் தலையை அசைத்து உதவியை ஏற்றுக்கொண்டாள். ஒரு கையால் அவளுடைய பளுவையும் இழுத்துச் சென்றான். வானத்தில், கருத்த மேகங்கள் தற்போது ஊதாவாகவும், தெளிவாகவும், அதிகக் குளிர் தருவதாகவும் மாறிக்கொண்டிருந்தது. தெருக்களின் ஓரங்களும், நடந்து செல்பவர்களுடைய சுவாசம் புகையைப்போல் மேலெழுவதும் மேலும் தெளிவாகப் புலப்பட்டது.

ஒரு பெரிய காலி மைதானத்தைக் கடக்கும்போது அவர்கள் தலைக்கு மேல் விமானங்களின் ஓசை காதைத் துளைத்தது. அவ்விமானங்கள் 'ஸ்டுகா' வகையைச் சேர்ந்தவை. 'மிகவும் மோசமானவை,' என்று வோல்ஸ்கி தனக்குத்தானே சொல்லிக்கொண்டான். காதைத் துளைக்கும் குண்டு வெடிப்பு பாதம் வரை நடுநடுங்க வைத்தது. புகை மேகம்போல் எழுந்து சுற்றிக்கொண்டிருந்தது. பிணங்களைச் சுமந்து சென்றவர்கள் அவற்றை விட்டுவிட்டு அடுக்குமாடிக் குடியிருப்பு வாசலில் தஞ்சம் புகுந்தனர். வோல்ஸ்கியும் அவன் உதவிக்கொண்டிருந்த பெண்ணும், கொட்டிக்கொண்டிருந்த பனியை விட்டு விலகி, சுவரொன்றையொட்டி படுத்துக்கொண்டனர். அவள் ஒரு பக்கமாகப் படுத்துக்கொண்டு கைகளால் முகத்தை மூடிக்கொண்டாள். அவள் யார் என்று தெரியாமலும், அவள் இளம்பெண்ணா அல்லது வயது முதிர்ந்தவளா என்று தெரியாமலும், அங்குச் சாய்ந்து கிடந்த அப்பெண்ணைப் பார்த்து வோல்ஸ்கி பரிதாபப் பட்டான். குண்டு வெடிப்புச் சிதறலில் ஒரு துண்டு அவள் மீது விழுந்து விட்டால், அடுத்த கணமே அவள் அசைவற்ற மனித ஜடமாகிவிடுவாள். அவளை அந்த அழிவிலிருந்து காப்பாற்ற அவன் திடீரென பாய்ந்து அவளுக்கு ஓர் அரணபோல் நின்றுகொண்டான்.

கால்மணி நேரம் கழித்து, அவர்கள் இருவரும் தங்கள் பயணத்தைத் தொடர்ந்தனர். அப்போது வோல்ஸ்கி அவள் முகத்தைப் பார்த்தான். அவள் இளவயதுப் பெண்தான், ஆனால் பசி அவள் முகத்தை மாற்றிய விதத்தில் அவள் வயதைக் கணிக்க முடியாமலிருந்தது. அவளுக்கென்று ஒரு தனிப்பட்ட உடல்வாகுவே இல்லாமல் போயிற்று. முற்றுகைக்குட்படுத்தப்பட்ட நகரத்திலுள்ள எல்லாப் பெண்களையும் போலவே, கண்கள் உள்ளடங்கியும், கன்னங்கள் ஒட்டியும், தாழ்வாங்கட்டையிலும் மண்டை ஓட்டிலும் எலும்புகள் தெரியும்படியும் அவள் இருந்தாள்.

அவர்கள் மூச்சுவாங்குவதால் சற்று நின்று காய்ந்த ரொட்டியைக் கடித்துக்கொண்டிருக்கும்போது, தங்கள் பயணத்தை இலகுவாக்கும் நோக்கத்தில், வோல்ஸ்கி அப்பெண்ணிடம் பேச்சு கொடுத்தான்.

'நான் என் அண்டைவீட்டுக்காரர் பிணத்தை இவ்வாறு சுமந்து செல்வேன் என்று எதிர்பார்க்கவில்லை. வருத்தமாக இருக்கிறது... நீங்கள் சுமந்து செல்லும் பிணத்தைப் பற்றி எதுவும் சொல்ல முடியாது... அது யார்?'

'அது என் அம்மாதான்.'

இருவரும் ஒரு நிமிடம் முகத்தில் எவ்வித சலனத்தையும் காட்டிக் கொள்ளாமல், பொங்கி எழுந்த கண்ணீரை அடக்கிக்கொண்டு மவுனமாக, நின்ற இடத்திலேயே நின்றார்கள். குளிர் பூஜ்யத்திற்குக் கீழ் முப்பது டிகிரி. அழுவதற்கு அதுவல்ல நேரம்.

அவ்விளம்பெண்தான் முதலில் அசைந்து பாரத்தின் கயிறைப் பிடித்தாள்.

'நான் உன்னைவிட அதிகமாக மாறிவிட்டேன், கிரகரி,' என்று முணுமுணுத்தாள். 'உன்னால் என்னை அடையாளம் கண்டுகொள்ள முடியவில்லை!'

வோல்ஸ்கி ஏதோ தவறாக ஒன்றைக் காதில் வாங்கி விட்டதாக நினைத்தான். அவள் சொன்ன விதமும், அவன் மனதில் அது பழக்கப்பட்ட குரல் என்று வேகமாக பதிந்ததும் அவனைத் திகைக்க வைத்தன. இருப்பினும், அவள் யாரோ ஒருத்தி என்றுதான் நினைத்தான்.

'இதற்குமுன் நாம் சந்தித்திருக்கின்றோமா?'

அவ்விளம்பெண் தன் நெற்றியை மறைத்திருந்த மொத்தமான போர்வையை மெல்ல விலக்கினாள்.

'ஆம். எனக்கு அப்போதெல்லாம் பாஸ்ட்ரி சாப்பிடத்தெரியாது. உனக்கோ சூடான சாக்லெட் பானம்தான் பிடிக்கும்.'

அவன் அசந்துபோய் நின்றான். இடி விழுந்ததுபோலாயிற்று அவனுக்கு. எலும்பும் தோலுமாக இருந்த அவள் முகத்தையும், குழிவிழுந்து கருவளையங்கள் சூழ்ந்த கண்களையும் உற்றுப்பார்த்தான்... 'மிலாவா!'

டிசம்பர் தொடக்கத்தில் ஒரு நாள் மாலை. லெனின்கிராட் வார்த்தைகளின் வட்டத்தைக் கடந்து போய்விட்டது. கொஞ்ச நாளைக்கு முன்வரை மரணத்தின் பயங்கரப் பிடியைப் பற்றிச் சிந்திக்கும்போது வார்த்தைகள் ஒருவாறு பயன்பட்டன. 'போர்', 'முற்றுகை', 'பஞ்சம்' போன்ற வார்த்தைகள் நிலைமையை வருணிக்க பொருத்தமாக இருந்தன. அதாவது வோல்ஸ்கியும் மிலாவும் 'ஐந்து முடுக்கில்' சந்தித்து, அங்கு அவர்கள் உறைந்துபோன தண்ணீரைப் பார்க்கும்வரை! பைப்புகள் வெடித்துவிட்டன. அங்கு அவர்கள் கண்டது ஒரு பெரிய கண்ணாடி. அதில் ஊதா நிற வானமும், கருத்த முகப்புகளும் பிரதிபலித்தன. அவர்கள் ஒவ்வொரு படியாக எடுத்து வைத்தனர். ஐந்து நிமிடங்களுக்கு ஒரு முறை நின்று மூச்சு இழுத்துக்கொண்டனர். வெட்டவெளிக்குப் போனதும் அவர்கள் நின்றுவிட்டனர். அவர்கள் அறிந்திராத ஒரு நகரம் அவர்கள் காலடியில் வாயைப் பிளப்பதுபோல் பிரதிபலித்தது. பாதாளத்தின் ஓரத்தில் ஓர் இளம்பெண் பனியில் உறைந்த சிலையாக அமர்ந்திருந்தாள். அவள் நிலையை எவ்வாறு வருணிப்பது? பெண் ஒருத்தி தண்ணீர் இழுக்கும் முயற்சியில் தளர்ந்துபோய் அங்கு உட்கார்ந்துவிட்டாள். ஆனால், அதற்குமேல் தலை கீழாகக் கவிழ்ந்திருந்த அந்த நகரத்தையும், உறைந்துபோன அப்பெண்ணின் முகத்தில் காணப்பட்ட புன்னகையையும் வருணிக்க வார்த்தைகள் இல்லை எனலாம்.

அன்று முதல் வோல்ஸ்கியின் அண்டைவீட்டு மாதுவிற்கு உதவும்பொருட்டு, அவள் அந்த நகரை விட்டுப் போக வழி செய்தார்கள். லடோகா ஏரியின் உறைந்த பனிப் பரப்பில் லாரிகள் செல்ல சில சாத்தியங்கள் ஏற்பட்டன. இப்புதிய தடத்தை லெனின்கிராட் மக்கள் இன்னும் 'உயிர்ப்பாதை' என்று அழைக்கத் தொடங்கவில்லை. ஆனால் அதன் வழியே நூற்றுக்கணக்கானோர் தப்பித்துச் சென்றனர். உறைந்த பனி அவ்விடத்தை விட்டுக் கிளம்ப நினைத்தவர்களுக்கு ஒரு வரப்பிரதாசமாகவும், மற்றவர்களுக்கு ஒரு சாபக்கேடாகவும் அமைந்தது... தப்பித்துக்கொள்வதற்கான இந்த வழிதான் சாவை நோக்கிச் சென்றுகொண்டிருந்த அந்த நகரத்துக்குக் கிடைத்த ஒரே விமோசனம். போர், முற்றுகை ஆகியவற்றிலிருந்து குழந்தைகளையும் வயோதிகர்களையும் ஏற்றிச் செல்லும் லாரிகள்தான் அவர்களுக்கு மறுவாழ்வுக்கான விமோசனம். வார்த்தைகளும் செய்கைகளும் இந்த இடத்தில் ஒன்றுக்கொன்று தொடர்புடையதாகத் தோன்றின...

மாலை மயங்கும் வேளையில், ஐந்து முடுக்கில், எல்லாம் தலைகீழாகி, பனிக்கட்டிகள் ஊதா நிறமாக மாறி, அடுக்குமாடிக் குடியிருப்புகள், தெருவிளக்குகள், பூமியின் ஆழத்தில் பளிச்சிடும் விண்மீன்கள் ஆகிய எல்லாவற்றையும் ஏதோ ஒருவித மாயாஜாலக் காட்சியாக மாற்றின.

உறைந்த நீரின் விளிம்பில் இளம்பெண் ஒருத்தி – மரணத்தின் பிடியில் – புன்னகையோடு அமர்ந்திருந்தாள்.

அவர்கள் இருவரும் அதற்கு மேல் பேசிக்கொள்ளவில்லை. அவர்கள் அனுபவத்தை விவரிக்க வார்த்தைகள் சரியாக அமையவில்லை. ஏனென்றால், பிணக்காடாக இருக்கும் அடுக்குமாடிக் குடியிருப்புகளை அவர்கள் 'வீடுகள்' என்றும், எலும்பும் தோலுமாக நடமாடிக்கொண்டிருக்கும் அந்த நடைப் பிணங்களை 'நகரவாசிகள்' என்றும், வேகவைத்துத் தின்னும் தோல்களையும், ஊரவைத்து உண்ணும் சுவரொட்டிப் பசையையும் 'உணவு' என்றும் குறிப்பிட வேண்டி இருக்கும்.

கடைசி மூச்சைக் காப்பதற்கு, எலும்பும் தோலுமாக இருந்த ஆயிரக்கணக்கான பெண்கள் வெடி மருந்து உற்பத்திச்சாலை 'கன்வேயர் பெல்ட்' களில் மாய்ந்து மாய்ந்து வேலை செய்து, வெடிகுண்டுகளையும் தோட்டாக்களையும் அடுக்கி வைத்துக்கொண்டிருந்தனர். நகரத்தைச் சுற்றி இருந்த பனிப் பாலையில் குளிரினால் ஏற்பட்ட சிவப்புத் தழும்பு களுடன் ஆண்கள் தகரங்களை ஒருவர் மற்றொருவரிடமாகத் தள்ளிக் கொண்டிருந்தனர். கல்லறையாக மாறிக்கொண்டிருந்த லெனின்கிராடை மீட்பதுதான் அவர்களது இடைவிடாத முயற்சியாக இருந்தது. ஒவ்வொரு இரவும், லாரி ஓட்டுநர்கள், குண்டுகளுக்கு இரையாகாமலிருக்க அதிக சாதுரியத்துடன் தங்கள் வாகனங்களைப் பனிப்பாலையில் செலுத்திக் கொண்டிருந்தனர். அப்படி இருந்தும், சில சமயங்களில், ஜனங்களை ஏற்றிச் செல்லும் அவ்வாகனங்கள், குண்டு வெடிப்பால் ஏற்பட்ட பள்ளங்களில் விழுந்து காணாமல் போய்விடும். லாரிகள் திரும்பி வரும்போது ரொட்டிகள் கொண்டு வந்தன. கொண்டு வந்த ரொட்டியிலிருந்து ஒவ்வொருவருக்கும் 125 கிராம் துண்டுகள் வழங்கப்பட்டது. அது அவர்களுக்கு மேலும் சில நாட்களுக்கு புனர்ஜன்மம் அளிக்கவிருந்தது. அதனை வார்த்தைகளால் வருணிக்க முடியவில்லை.

இதுபோன்ற ஆவி உலகில் – நடு நடுங்கும் குளிரில் – வெளிறிய ஊதாநிற சூரியன் முழு வட்டவடிவமாக எழுந்து சிறிது நேரம் தலை காட்டிவிட்டு மறையும்போது ஏதோ ஓர் இனந்தெரியாத கிரகத்தைப் பற்றிய சிந்தனையைத் தூண்டி விடும்.

அவர்களுக்கு நிகழ்ந்ததெல்லாம், அவர்கள் இறப்புக்குப் பின் நிகழ்ந்ததுபோல் தோன்றியது. அந்த வாழ்க்கையிலும், சிலர் கருங்கல் சக்கர வியூகத்தில், எலும்பும் தோலுமான சரீரங்களுக்கிடையே, நம்பிக்கையோடும், நினைவுகளோடும் துடித்துக்கொண்டிருக்கும்போது, சற்றுத் திடகாத்திரமான சிலர் உலோகத்துண்டுகளை வெட்டிக்கொண்டிருந்தனர். அத்துண்டுகளை வேறு சிலர், உறைபனியால் காயப்படுத்தப்பட்ட முகங்களோடு, பனிப்பாலைக்கு வந்தவர்களைக் கொல்வதற்குப் பயன்படுத்தினர்.

இப்படித்தான் வோல்ஸ்கியும், மிலாவும் உலகத்தைப் பார்த்தனர். அவர்கள் பார்வையில் இறைவனின் பற்றற்றத்தன்மை காணப்பட்டாலும்,

அந்தப் பார்வை சோகம் கலந்த மனிதப் பார்வைதான், ஏனென்றால், ஒருவர் பார்வையில் மற்றவர் இறந்துவிடுவாரோ என்ற பயம் தெரிந்தது.

அன்று இரவில் உலகம் தலைகீழாக மாறிய நிலையில், இருளில் யாரோ வேவு பார்ப்பதாகப்பட்டது. வீட்டுக்கு வந்து அவர்கள் அனலை மூட்டிப் பார்த்தார்கள். முடியவில்லை. வலுவிழந்து வழுவழுப்பானதால், கைகளால் தரையிலுள்ள ஓர் உடைந்த கல்லைக்கூடத் தூக்க முடியவில்லை. அப்போது யாரோ ஒருவர், அந்த இருளில், அவர்களை – வேட்டைக்காரன் ஒருவன் தன் கால்களுக்கருகே நடமாடும் ஓர் இரையைப் பார்ப்பதுபோல் – பார்த்துக்கொண்டிருந்தான்.

வோல்ஸ்கி தன் பார்வையை வேறுபக்கம் திருப்பினான். கைகளில் ஒரு கத்தை காகிதத்தை எடுத்து, ஒவ்வொன்றாகக் கிழித்து ஸ்டவ்வை நிரப்பினான். அவனுடைய புத்தகங்களெல்லாம் தீக்கிரையாகிவிட்டன. மீதமிருப்பவை அவர்கள் ஒரு காலத்தில் பாரிஸ் இசைப் பள்ளியில் படித்த ராக ஆலாபனையைப் பற்றியதும், இசை நாடகங்கள் பற்றியதுமாகும். நெருப்பு மூட்டப்பட்டது. அவர்கள் கைகளை நீட்டி, விரல்களை வழித்து விட்டார்கள். பின்னர் ஒரு டசன் கட்டைகளைப் புரட்டி வைத்தனர்.

தாள்கள் எரியும்போது, அத்தனை இசையும் புகையாக வெளிப்பட்டன. அச்சத்திற்குப் பதிலாக ஏதோ ஓர் இனம் புரியாத உணர்வு அவனை ஆட்கொண்டது. ஒருவேளை எரிந்து சாம்பலாகிய பக்கங்களிலிருந்து எழும்பும் எதிரொலியாக இருக்குமோ என்று அஞ்சினான். பஞ்சத்தில் அடிபட்டுக் கிடக்கும் இந்த சரீரங்களிலிருந்து வேறுபட்டிருப்பது அவனுக்குப் பெருமை பட்டுக்கொள்ளும் விஷயமன்று. அது ஒரு எதார்த்தம் மட்டுமே.

மறுநாள் அந்த எண்ணம்தான் அவனுக்கு ஆற்றல் அளித்து, அவர்கள் முன்பு – அதாவது ஜூன் 21 ஆம் தேதி – சந்தித்த இடத்திற்குச் செல்லத் தூண்டியது... 'நோர் கபே' மூடப்பட்டிருந்தது. அது இருந்த தெரு பாராங் கற்களால் அடைத்து வைக்கப்பட்டிருந்தது. கட்டடங்களின் வாயில்கள் யந்திரத் துப்பாக்கிகள் சாத்தி வைக்கப்பட்டிருக்கும் இடங்களாகின. நகரமே இறுதி முற்றுகையொன்றுக்குத் தயாராகியது. 'கபே' உட்புறம் அதிக மாற்றத் திற்குட்படவில்லை. வெண்கல மேற்பகுதிகொண்ட அதே கவுண்டர். அதே கண்ணாடிகள். சுவரின் பெரிய மொசாயிக் அலங்காரத்திற்குக் கீழ், 'அவர்களுடைய, மேசை... ஆம், காலி அறையில் ஒரு மேசை. அதன் மீது படியும் பித்தளை நிற சூரிய ஒளிக்கதிர். ஆழ்ந்த அமைதி. சன்னல் கண்ணாடியில், ஒட்டி ஓடான இரண்டு முகங்கள். அதுதான் மரணம்.'

அவர்கள் தங்கள் குடியிருப்புகளிலிருந்து வெகுதூரம் வந்துவிட்டது தெரியும். காலையில் சாப்பிட்ட ரொட்டித்துண்டு அவர்கள் வீடு திரும்பும் அளவுக்குத் தெம்பு தராது என்றும் தெரியும். தெரு நெடுகிலும் உறைந்த உடல்கள். அவற்றில் சில தற்காலிகமாகக் கிடைத்த துணிகளால் போர்த்தப்பட்டிருந்தன. மற்றவை அமர்ந்த நிலையிலும், படுத்த நிலையிலும், அவர்கள் சாயும்போது இருந்த பாவனையோடு கிடந்தன.

அவர்கள் மெல்ல நடந்தார்கள். சடலங்களைப் பார்த்துச் சலனமடைய வில்லை. தாங்களும் அதுபோல் மெல்ல மெல்ல – வேதனையை உணராமல் – இறுகிவிடுவோம் என்ற எண்ணம்கூட அவர்களுக்கு வரவில்லை. ஒரு கட்டத்தில், மிலாவின் தாழ்வாங்கட்டை வெள்ளையாக மாறி இருப்பதை

வோல்ஸ்கி கவனித்துவிட்டான். அது முகப்பவுடர் போல் திட்டுத்திட்டாகத் தெரிந்தது. அப்படியானால், அது பனித்தாக்கத்தின் அறிகுறி. தன் கையால் அதனை அழுத்தித் தேய்த்துவிட முயன்றான். முடியவில்லை. விரல்கள் மரத்துப் போனதால் அவனால் அவற்றை அசைக்க முடியவில்லை. பின்னர் தன் கோட்டின் பித்தான்களைக் கழற்றிவிட்டு, நடு வீதியிலேயே அவளை மார்பில் அணைத்துக்கொண்டான். அவ்விருளில் அவர்களின் அந்த முதல் அணைப்புக்குச் சாட்சியாக இருந்தவர்கள் சாலையோர பிணங்கள் மட்டுமே.

நெவா ஆற்றின் பக்கம் திரும்பியபோது, அங்கு ஒரு கட்டடத்துக்கு முன்னால் நீண்ட வரிசையில் மக்கள் காத்திருந்தார்கள். பசியினால் துடித்த இருவரும், அந்த மக்கள் எதற்காகக் காத்திருந்தனர் என யூகித்துப் பார்த்தனர். கூட்டம் – உணவுப் பொருள் விநியோகம் – ஒரு ரொட்டித் துண்டு: இப்படித்தான் தொடர்புபடுத்திப் பார்த்தனர். ஆனால், அந்தக் கூட்டம் வேறு விதமாகத் தெரிய ஆரம்பித்தது. கூட்டத்தினர் கதவு வழியே நுழைந்தனர். ஆனால் நுழைந்தவர் எவரும் வெளியில் வரவில்லை. ஒரு சமயம், வாங்கிய உணவை பால்டிக் கடலிலிருந்து வீசிய ஊதல் காற்றைத் தவிர்க்கும்பொருட்டு அங்கேயே சாப்பிட்டுக்கொண்டிருந்தார்கள் போலும். சற்று நெருங்கிப் பார்த்தபோது ஓர் ஆச்சரியம் காத்திருந்தது. அந்தக் கட்டடம் ஒரு நாடக அரங்கம்! ஓய்ந்து ஒடுங்கிப்போன மக்கள் அங்கு ஒரு நாடகம் பார்க்கப் போய்க்கொண்டிருந்தனர். வாசலில் ஒட்டி இருந்த போஸ்டரில் ‘மூன்று போர்வீரர்கள்’ என்றிருந்தது. அது பிரபல ஃபிரெஞ்சு நாவலாசிரியர் அலெக்ஸாந்த்ர் துய்மா எழுதிய நாவலொன்றைத் தழுவிய கதை.

எதுவும் யோசிக்காமல், மேடைக் கதவு பக்கம் போனார்கள். வயதான ஒருவர் கையில் ஒரு மெழுகுவர்த்தியை ஏந்திக் கொண்டிருந்ததைப் பார்த்தபோது அவர் செக்காவின் நாடகங்கள் வரும் பாத்திரம்போல் காட்சியளித்தார். இருவருக்கும் வணக்கம் சொல்லிவிட்டு அவர் அவர்களை மேலாளர் அறைக்கு அழைத்துச் சென்றார். மேலாளர் சில மரத்துண்டுகளை ஒடித்து இரும்பு ஸ்டவ்வைப் பற்றவைத்துக் கொண்டிருந்தார். ஸ்டவ் மீது ஒரு பாத்திரம் இருந்தது. எலும்பும் தோலுமாக இருந்த அவர் முகம் அவர்களை நோக்கி ஒரு புன்னகையை உதிர்த்தது. அவரது பார்வையோ ஏதோ ஒரு பயங்கரமான காட்சியை வெறித்துப் பார்ப்பதுபோல் இருந்தது. வோல்ஸ்கி தன் நாடக அனுபவத்தைச் சொல்லி, தன்னால் ஏதாவது அவருக்கு உதவ முடியுமா என்று கேட்டான்...

திடீரென எழுந்து அவனைப் பிடித்துத் தள்ளிவிட்டு, அங்குப் போய்க் கொண்டிருந்த மிலாவை அவர் பிடித்துக்கொண்டார். அவள் சுதாரித்துக் கொண்டபோது, அவர் அதே புன்னகையோடு ‘அந்தக்காலத்தில், நடிகர்கள் எவ்வாறு மயங்கி விழும் கதாநாயகிகளைத் தாங்கிப் பிடிக்கவேண்டுமென்று சொல்லிக் கொடுப்பார்கள்,’ என்றார். பின்னர் அவர்கள் இருவருக்கும் கோப்பைகளில் சூப் தந்தார். அது ‘சூப்’பன்று. வெந்நீரில் சில உணவுப் பொருட்கள் மிதந்தன. அவ்வளவுதான்.

அவர் வோல்ஸ்கியின் உதவியை ஏற்றுக்கொண்டு சொன்ன வார்த்தை காலம் காலத்துக்கும் அவனால் மறக்கமுடியாது. அவர் ‘எங்களுக்குக் குரல் கொடுக்க வேண்டும்’ என்றார்... உண்மையில் குரல் மட்டும்தான் எங்களிடம் மீதமிருந்தது.

அவர்கள் வாழ்க்கை நாடக அரங்கின் வாழ்க்கையோடு இணைந்து சென்றது. அவர்கள் 'சீன் செட்டிங்க்ஸ்' அமைக்கவும், ஆடையலங்காரம் செய்யவும், பாடகர்களுக்கும், இசைக்கலைஞர்களுக்கும் சமையல் செய்யவும் உதவியாக இருந்தார்கள். மாலையில் அவர்கள் மேடை ஏறினார்கள். ஏராளமான 'அமெச்சூர்' நடிகர்களைச் சேர்த்துக் கொண்டது, அவர்களுக்கு ஊக்கமளிப்பதற்காகத்தான் என்று வோல்ஸ்கி நினைத்தான். பின்னர்தான் அவனுக்கு ஓர் உண்மை தெரிய ஆரம்பித்தது. அதாவது, அவர்கள் அனைத்து வேடங்களையும் ஏற்றுப் பழகுவது, அடிக்கடி பலர் இறந்துபோவதால்தான். அப்படி இறந்தவர்கள் பாத்திரங்களை இருப்பவர்கள் ஏற்று நடிக்க வேண்டிய கட்டாயம் ஏற்பட்டிருப்பது வோல்ஸ்கிக்குப் புரிய ஆரம்பித்தது.

வோல்ஸ்கியும் மிலாவும் 'மூன்று குதிரை வீரர்கள்' கதையை மனப்பாடமாகத் தெரிந்து வைத்திருந்தார்கள். அதன் வசனங்களை எழுதியவர் லூய் வெர்னே என்பவர். ஆனால், அவற்றில் பெரும்பகுதியை ரஷ்ய ஆசிரியர் ஒருவர் மாற்றியிருந்தார். ஆதலால் அலெக்ஸாந்த்ர் துய்மாவின் மூல நூலுக்கும் இதற்கும் எந்த சம்பந்தமும் இல்லை. மூன்று குதிரை வீரர்கள் இருந்தார்கள் – அவ்வளவுதான். வீட்டுக்குத் திரும்பியதும், குளிர் காய்வதற்கு நெருப்பைப் பற்ற வைத்துவிட்டு, பாடல்களையெல்லாம் ஒத்திகை பார்ப்பார்கள். சில சமயம் வாய்விட்டுச் சிரிப்பார்கள். உதாரணமாக, 'சுட்டெரிக்கும் தெற்கத்திய சூரியன்' என்று வரும் இடங்களில் வோல்ஸ்கியின் வாயிலிருந்து வரும் நீராவி குறித்த முரண்பாடுதான் அவர்களின் சிரிப்புக்குக் காரணம்... முதல் அங்கம்தான் மிகவும் கடினமான பகுதி. ஏனென்றால், 'சுட்டெரிக்கும் தெற்கத்திய சூரியன்' என்று சொல்வதற்கு கதாநாயகி மரி மெல்லிய உடையணிந்து குளிரில் நடுநடுங்க வெளியில் நிற்க வேண்டும்.

எல்லோருக்கும் நிகழ்ச்சிகள் முன்புபோல் தொடர வேண்டுமென்பதற்குத்தான் முயன்றார்கள். ஆனால், அனைத்தும் வேறுபட்டே இருந்தன. அரங்கில் பூஜியத்துக்குக் கீழ் பத்து டிகிரி குளிர். அதில் அவர்கள் மெழுகுவர்த்தியின் ஒளியில் நாடகம் நடத்தினர். நிகழ்ச்சிக்கிடையே வானத்தில் சைரன் ஒலி காதைத் துளைக்கும். உடனே நடிகர்கள் கீழ்த் தளத்துக்கு ஓடுவார்கள். ஓட முடியாதாவர்கள் தாங்கள்

தங்கள் இருக்கையில் முழங்கால்களைக் கட்டிக்கொண்டு குண்டு வெடிப்பினால் மேடை காலியாவதைப் பார்த்துக்கொண்டிருப்பார்கள்... கைதட்டல் என்பது கிடையாது. நடிகர்களுக்கு நன்றி சொல்வதற்கு அவர்களின் உறைந்துபோய் வலுவிழந்த கைகள் ஒத்துழைக்கவில்லை. தலையை அசைத்துத்துத்தான் நன்றி சொல்ல முடிந்தது. ஆனால் அவர்கள் அப்படிச் செய்தது கைதட்டலைவிட அதிகமாக மனதைத் தொட்டது.

ஒரு நாள் மாலை, நிகழ்ச்சி தொடங்குவதற்குச் சற்று முன்னால், குதிரைவீரர்களில் ஒருவர் தடுக்கி விழுந்துவிட்டார். ஒப்பனை செய்யப் பட்ட அவர் முகத்தில் புன்னகை அப்படியே இருந்தது ... இவ்வாறு இறந்தவர்களைப் பார்ப்பது வோல்ஸ்கிக்கும் மிலாவுக்கும் புதிதன்று. ஆனால், இறந்த நடிகரைக் கல்லறைக்குத் தூக்கிச் செல்வது இதுதான் முதல் தடவை. பாதை பழக்கப்பட்டதுதான். ஆனால் போகும் வழியில் போருக்குமுன் இருந்த நாடக அரங்குக்கும் அது இப்போதுள்ள நிலைக்கும் இடையே வேறுபாடு நன்றாகவே தெரிந்தது. மரணம் மேடையில் இருந்தவர்களுக்கும் அரங்கத்தில் இருந்தவர்களுக்கும் பொதுவான ஒன்றாக இருந்தது. மறையப்போகும் நேரத்தில், நாடகம் ஏற்படுத்தும் மாயை பேருண்மையின் ஆற்றலைப் பெற்றிருந்தது.

முதல் வரிசையிலிருந்த இசைக் கலைஞர்கள் மத்தியில் இந்த உண்மை இன்னும் நிதர்சனமாகத் தெரிந்தது. குண்டு சிதறல்களால் உறைந்த சமவெளிகள் ஏற்பட்ட வெடிப்புகள், வெடிமருந்து பீப்பாக்களின் மீது பலகைகளை வைத்து அமைக்கப்பட்ட மேடை, வரும் நாட்களில் இறந்துபோகவிருந்த இராணுவ வீரர்களின் முகங்கள் ஆகியவையெல்லாம் அவ்வுண்மையை உணர்த்தி நின்றன. வோல்ஸ்கியும் மிலாவும் 'மூன்று குதிரை வீரர்கள்', நாவலிலிருந்து பாடல்கள் பாடினார்கள். புன்சிரிப்போடு அதனை 'ஓர் ஒத்திகைதான்' என்று குறிப்பிட்டார்கள்.

எதிரியின் போர்முனை லெனின்கிராடுக்கு மிக அருகில்தான் இருந்தது. நிகழ்ச்சிகள் நடத்திக்கொண்டிருந்தவர்களுக்கு அது தெரியவில்லை போலிருந்தது. மேடை ஏறும்போது பார்த்தால் பனி மூட்டத்தினூடேயே கூண்டுகளும் கோபுரங்களும் தெரியும். ஆகவே அவர்கள் உரத்த குரலில் பேசியதெல்லாம் எதிரிகள் இருந்த இடத்தை எட்டி இருக்க வாய்ப்பிருந்தது. இராணுவ வீரர்கள் இளைஞர்களாக இருந்தாலும், முதியவர்களாக இருந்தாலும், சிலர் துணிவோடும், மற்றவர்கள் களைப்பு மிகுதியால் நம்பிக்கை இழந்தும் அவர்களை எதிர்கொண்டார்கள். பாடகர்கள் பாடிய பாட்டில் ஒளியும், அன்பும் பேசப்பட்டன. ஆனால், இராணுவத்தினரிடம் சபிக்கப்பட்டு சாவின் விளிம்பில் இருப்பது போன்ற தோற்றம்தான் காணப்பட்டது. வெறும் சாவு மட்டுமன்று. அவர்கள் உடல்கள் குண்டுகளினால் தாக்கப்படப் போகும் சாத்தியமும்தான் இருந்தது.

பாடகர்களைச் சுலபமாகச் சுட்டு வீழ்த்திவிடலாம், ஏனெனில் அவர்கள்தான் தலைக்குமேல் பறந்துகொண்டிருந்த குண்டு வெடிக்கும் விமானங்களிலிருந்து நேரடியாக இயந்திரத்துப்பாக்கியால் சுடும் அளவு தூரத்திலிருந்தார்கள். இருந்தும், வோல்ஸ்கியும் மிலாவும் அந்த

இடத்தில்தான் கொஞ்சம் தைரியத்தை வரவழைத்துக்கொண்டு போரளிகளுடன் உணவருந்திகொண்டு நின்றார்கள். ஒரு நாள் மாலை வோல்ஸ்கி சொன்னார்: 'அவர்கள் சமையலால்தான் என்னால் கதாநாயகன் பாத்திரத்தில் முதலிலிருந்து கடைசிவரை நடிக்க முடிகின்றது . . .' தொடக்கத்தில் அவர்களெல்லாம் ஒவ்வொரு காட்சி முடியும்போது சற்று அமர்ந்து சுவாசத்தை உள்ளிழுக்க வேண்டி இருந்தது.

அதற்கு முன்பெல்லாம் வோல்ஸ்கி கதாநாயகன் பாத்திரம் பற்றிப் பேசும் போது, கிண்டலாகத்தான் பேசி வந்தான். ஒரு நாள் அவனுக்கே அந்தப் பாத்திரத்தில் நடிக்கும் வாய்ப்பு கிடைக்கும் என்று கற்பனை செய்தும் பார்க்கவில்லை. பாத்திரங்கள் பற்றி முடிவு செய்தது அரங்க நிர்வாகியன்று. அங்கு மவுனமாக நின்றுகொண்டிருந்த வேறொருவர்தான். எல்லோரும் தங்களுக்குள் தைரியத்தை வரவழைத்துக் கொள்ளும் பொருட்டு கிண்டல் செய்தவர் அந்த மரணதேவன்தான். மரியின் பாத்திரத்தில் நடித்த பாடகி நாடக அரங்குக்குச் சற்று தூரத்தில் குண்டு வெடித்ததில் படுகாயம் அடைந்தாள். அவளுடைய பாத்திரத்தில் அன்று மாலையே மிலா நடிக்க வேண்டும். இடைவேளையின் போது, கண்ட கண்ட பாடல்கள் பாடப்பட்டிருந்த வேளையில், அவள் காயமடைந்த நடிகை இருந்த அறைக்கு ஓடினாள். அவள் மிலாவின் காதில் 'இரண்டாம் அங்கத்தில், நீ கதாநாயகன் தர்த்தஞானுடன் தப்பித்துப் போகும்போது, வேகமாக ஓடாதே. ஓடினால், மூச்சு இரைக்கும். முதல் தடவை எனக்கு அந்த அனுபவம் ஏற்பட்டது நினைவுக்கு வருகிறது...' என்று சொன்னாள். அவள் குரல் உடைந்தது. கண்கள் உயரமான மெழுகுவர்த்தியின் ஒளியையே பார்த்துக்கொண்டிருந்தது. மணி ஒலித்து இரண்டாவது அங்கம் தொடங்குவதை அறிவித்தது.

இரண்டு நாள் கழித்து, வோல்ஸ்கி கதாநாயகன் தர்த்தஞான் வேடத்தில் நடித்தான். ஏனென்றால், அந்த வேடத்தில் நடிக்க வேண்டியவர் சன்னல்கள் வெடித்ததில் காயமுற்று, உயிரிழந்து விட்டார்.

நிகழ்ச்சி எவ்விதத் தடங்கலுமின்றிப் போய்க்கொண்டிருந்தது. வான்வெளித் தாக்குதல் குறித்து எந்த அறிவுப்புமில்லை. இருப்பினும், வோல்ஸ்கிக்கு மட்டும் அந்த நாடகம் மயிரிழையில் தொங்கிக்கொண்டிருந்தது தெரியும். பாதி நாடகத்தில், அவனுடைய வலிமை குன்றியது. ஆனால் விழுந்து விடவில்லை. தொடர்ந்து வாளை வீசிக்கொண்டு உரத்த குரலில் பாடிக்கொண்டிருந்தான். அச்சமயத்தில் அவனுடைய பார்வையில் தடுமாற்றம் ஏற்பட்டது. கோட்டையொன்றின் படியில் மகிழ்ச்சியோடு பாடிக்கொண்டே ஏறினான். அதே சமயம் வெகுதூரத்தில் யாரோ ஒருவர் பேசுவது பல மைல்களுக்கு அப்பாலிருந்து வருவதுபோல் எதிரொலித்தது. குளிரில், கும்மிருட்டில், பார்வையாளர்கள் கைதட்டும் நிலையிலில்லாததால், மன்னிப்புக் கேட்பதுபோல் குனிந்து நன்றி சொல்லிக் கொண்டிருந்தார்கள். மேடையில் ஒரு பெண்ணுக்கு அப்போதுதான் தன் காதலை வெளிப்படுத்தினான். அவள் கதையின் போக்கை மறந்துவிடாமல் பாடிக்கொண்டிருந்தாள். அவளுக்கு அவன் கொடுத்த முத்தத்தினால் எந்த சலனமுமில்லை. அந்த முத்தம் நாடகத்திற்காகவென்று தெரியும்.

இது அவனுக்கு வேடிக்கையாக இருந்தது. இருந்தும் அவர்களது மேடை முத்தத்திற்கு எதிர்காலத்தில் வேறொரு பொருள் வரும் என்று நினைக்கும்போது அவனுள் ஒரு சோகம் படர்ந்தது... பொர்த்தோஸ் வேடத்தில் நடித்தவன் வியர்வையில் நனைந்திருந்ததையும் அவன் கவனித்தான்.

தடுமாற்றத்தினால் அவன் தளர்வடையவில்லை. மற்றவர்களோடு கைகோர்த்து பார்வையாளர்களுக்கு வணக்கம் சொல்லும் வரை அவனால் தாக்குப்பிடிக்க முடிந்தது. மிலா புன்னகையோடு காணப்பட்டாலும் அவள் முகத்தில் வெப்பம் தென்பட்டது. பொர்த்தோஸ் வேடமிட்டவன் மூச்சிரைக்க, தன் தொப்பி மேடையைத் தொடுமளவு குனிந்து வணக்கம் சொன்னான். வோல்ஸ்கியின் தொண்டையில் அவன் பாடிவிட்டு வந்த பாடல் இன்னும் ஒலித்துக்கொண்டே இருந்தது. மக்கள் பலமாகக் கைதட்டுவதையும் பெண்களின் தோள்கள் உயர்வதையும் கற்பனை செய்து பார்க்க முடிந்தது.

அவன் மனதில் ஒருவித சுயநலச் சிந்தனை – பாராட்டுப் பசி – இளவயதில் அவனுக்குச் சாக்லெட் மீதிருந்தது போன்ற வேட்கை அவனை ஆட்கொண்டது. கோடையின் இனிமையைச் சுவைத்த அந்த நாள் திரும்பிவரும் என்ற நம்பிக்கை துளிர்த்தது. கடும் பஞ்சத்தில் தவிக்கும் லெனின்க்ராட் என்னும் சிம்ம சொப்பனம் கலைந்து இளமைக்காலம் திரும்பி வரும். இப்பெருநகரம் வீழ்ந்து விடாது.

ஒப்பனை அறைக்குச் சென்று ஒரு சாய்வு நாற்காலியில் சிறகு வைத்த தன் தொப்பியைத் தூக்கி எறிந்துவிட்டு, வாள், தோள்பட்டையில் இருந்த வார், முகத்தில் ஒட்டி வைத்திருந்த மீசை ஆகிய எல்லாவற்றையும் களைந்து விட்டுக் கண்ணாடியில் பார்த்தான். அதில் பொர்த்தோஸின் உருவமும் தெரிந்தது. அவன் ஒரு மூலையில் உட்கார்ந்திருந்தான். தண்டனை பெற்ற குழந்தைபோல், கைகளால் முழங்காலைக் கட்டிக் கொண்டு, முகத்தில் வியர்வை வழிய உட்கார்ந்திருந்தான். வோல்ஸ்கி அவனருகில் சென்று அவனைப் பாராட்டித் தட்டிக்கொடுக்கச் சென்றான். அதற்குள் மிலா அவனுக்குச் சைகை காட்டி நகரும்படிச் செய்தாள்... முந்தைய இரவில் பொர்த்தோஸ் அவன் மனைவியையும், குழந்தைகளையும் வாய்ப்பு கிடைத்த சில குடும்பங்கள் செய்ததுபோல் ஒரு லாரியில் ஏற்றி அனுப்பிவிட்டிருந்தான். ஆனால், அன்று காலையில் அவனுக்கு வந்த செய்தியின்படி அவன் குடும்பத்தை ஏற்றிச் சென்ற லாரியை ஒரு குண்டு தகர்த்ததாகவும், அதில் ஏறிச் சென்றவர்களில் எவரும் பிழைக்கவில்லை என்றும் தெரிய வந்ததாம். இருந்தும், அன்று காலையில் வந்து தன்னுடைய பாத்திரத்தை நடித்துவிட்டான். எங்கும் இருள் கவிந்திருந்ததால், யாரும் அவன் கண்களிலிருந்து வழிந்த கண்ணீரைப் பார்க்கவில்லை. சக நடிகர்களும்கூட அவனுக்கு ஜுரத்தினால்தான் அந்தக் குளிரிலும் கூட வியர்த்துக் கொட்டியது என்று நினைத்தனர்.

அவர்கள் மவுனத்தோடு வீடு திரும்பிக்கொண்டிருந்தனர். அவர்கள் போன வழியிலெல்லாம் உறைந்த உடல்கள் தென்பட்டன. வானத்திலிருந்து பனித்துகள்களோடு நிறைய துண்டுப் பிரசுரங்கள் பறந்து வந்தன.

போவோர் வருவோரெல்லாம் அவற்றைப் பிடித்துப் படித்துவிட்டு கிழித்தெறிந்தார்கள். அவையெல்லாம் ஜெர்மன் விமானங்கள் தூக்கி எறிந்தவை. அக்காகிதங்களில், ஜெர்மானியர்கள் மாஸ்கோவைப் பிடித்து விட்டதாகவும், அவர்கள் படை வோல்கா நதியைக் கடந்து எவ்வித எதிர்ப்புமின்றி ஊரல்ஸ் நோக்கிச் செல்வதாகவும் பிரசுரிக்கப்பட்டிருந்தன... ஒரு நொடிகூட அந்தச் செய்தியை நம்பும் எண்ணம் வரக்கூடாது. மனதில் அதுபோன்ற எண்ணம் வேரூன்றிவிட்டால் எல்லா நம்பிக்கையும் தகர்ந்து விடும்.

இல்லை. மாஸ்கோ என்றும் சரணடையாது! அவர்கள் லெனின்கிராடைப் பற்றித்தான் நினைத்தார்கள். சில மைல்கள் தூரத்தில் குறுகலான பனிப்பாறையில் இராணுவ வீரர்கள், முகத்தில் களிமண் படிந்திருக்க, வலம் வந்துகொண்டிருப்பது நினைவுக்கு வந்தது.

மிலா சொன்னாள்: 'அந்த லாரிகள் குண்டு வெடிப்பில் அழிந்தன என்று முதல் நாள் இரவில்தான் தெரியும். அந்த ஆள் கடைசிவரை தாக்குப் பிடிப்பாரா என்ற சந்தேகம் வந்தது...' பின்னர் அவள் குனிந்து துண்டுப் பிரசுரங்களைப் பொறுக்கி 'இவற்றை அடுப்பு கொளுத்துவதற்குப் பயன்படுத்தலாம்,' என்று ஒரு புன்சிரிப்போடு சொன்னாள். தொடர்ந்து சென்றார்கள். கண்ணீரோடு அந்த மனிதன் மேடையில் ஆடிக்கொண்டும் சிரித்துக்கொண்டும் நடித்தது அவர்களுக்கு ஒரு மெல்லிய – ஆனால் வலுவான ஆதாரமொன்றாகப் பட்டது: நகரம் வீழ்ச்சியடையாது!

மறு நாள் எல்லா நிகழ்ச்சிகளையும் ரத்து செய்துவிட்ட செய்தி அவர்கள் காதுக்கு எட்டியது. இதுவரை போர்முனைக்குப் போகாதவர்களையெல்லாம் அங்குப் போகவேண்டும் என்று முடிவெடுக்கப்பட்டதுதான் காரணம்.

அன்று மாலை, நெவா நதிக்கரையில் வோல்ஸ்கியும் மிலாவும் போகும்போது மாலுமிகள் கருப்புப் பெட்டிகளில் எதையோ இறக்குவதைக் கண்டார்கள். வோல்ஸ்கி அவர்கள் அருகில் சென்று பார்க்க முனையும் போது மாலுமியொருவர் அவனைத் துரத்திவிட்டார். பின்னர் இருவரும் திரும்பி வரும்போது வயதான ஒருவரைப் பார்த்தார்கள். அவர் 'நானும் கப்பல் படையில் வேலை செய்தவன்தான்; இப்போது அவர்கள் துறைமுகத்தைத் தகர்த்துவிட்டு, எல்லா சண்டைக் கப்பல்களையும் மூழ்கடித்துவிட்டு, ஜெர்மானியர்களுக்கு எதையும் விட்டு வைக்காமல் செய்யப் போகிறார்கள்; ஆகவே நாம் நம் நகரத்தை இழக்கப் போகிறோம்,' என்றார்.

கடந்த சில தினங்களாக இசை நிகழ்ச்சிகள் போர் முனைக்கு அருகே நடத்தப்பட்டன. அங்கு பதுங்கும் குழியில் ஒருவருக்கொருவர் இரண்டு வார்த்தைகள் பேசிக் கொண்டிருக்கும்போதே மரணம் நிகழக்கூடும். அதே காற்று அக்குழிகளில் பூஜ்யத்துக்குக் கீழே முப்பது டிகிரிக்கு மேலாக இருக்கும். பாடும் பாட்டு குளிரினால் முடக்கப்பட்டு வரும். நடிகர்கள் தங்களது நடுக்கத்தை மறைப்பார்கள். அந்த நடுக்கம் குழிக்குள்ளும் அப்படியே வரும். மரணம் யாரையும் விட்டுவைக்கப் போவதில்லை என்று அந்த வீரர்களுக்குத் தெரியும். ஆனால் மாஸ்கோவைப் பாதுகாக்க வேண்டும். அங்கு ஜெர்மானியர்களுக்கான எதிர்ப்பு நலிந்துகொண்டிருந்தது. அதனைப் பாதுகாக்க வேண்டுமானால் லெனின்கிராடைப் பலிகொடுக்க வேண்டும். இந்த இரண்டு நகரங்களுக்கும் இடையே இருந்த பழைய பகைமை மீண்டும் தலை தூக்கியது.

பாடகர்கள் வீடு திரும்பவில்லை. காலியான அரசுப் பணியாளர்கள் விடுதியில் அவர்கள் தங்க வைக்கப்பட்டனர். அங்கிருந்து போர்முனை வெகுதூரமில்லை. பலதடவை தங்களுக்கும் ஆயுதங்கள் வேண்டுமென்று கேட்டனர், ஏனெனில் அவர்களும் போரில் கலந்துகொள்ள விரும்பினர். ஆனால், வினோதமான வகையில், எங்களை வழி நடத்திச் சென்ற வயதான இராணுவ வீரர் 'உங்கள் குரல்கள் எங்களுக்குத் தேவை...' என்று சொன்னார். அவர் இசைக்குழு மேலாளர் கருத்தை அப்படியே பிரதிபலிப்பவர்.

மறுநாள் இசை நிகழ்ச்சியை ஒரு திறந்த வெளியரங்கில் வைத்துக்கொள்வதாக இருந்தார்கள். அப்போதும் அவர் அதனையே சொன்னார். 'நீங்கள் துப்பாக்கி சூடு நடக்கும் இடத்தில் பாடவேண்டி இருக்கும்,' என்று சேர்த்துக் கொண்டார். 'ஆகவே தன்னார்வத்தொண்டர்கள் மட்டுமே என்னுடன் வரவேண்டும்,' என்றார். உடனே எல்லோரும் மகிழ்ச்சியுடனுன், மனக்குமுறலுடனும் கோஷமிட்டார்கள். 'என்ன தளபதியே, உங்கள் 'குதிரை வீரர்'களின் துணிவைச் சந்தேகிக்கின்றீர்களா?' என்று பொர்த்தோஸ் பாடிய பாட்டின் ஒரு வரியை நடிகர்களில் ஒருவர் உரக்கக் கூறினார். 'தளபதி' கையசைத்து அவர்களை அமைதிபடுத்தினார். 'என்னால் இதை மட்டும்தான் சொல்ல முடியும். நிலைமை உண்மையில் பயங்கரமாக இருக்கும். யோசித்துச் சொல்லுங்கள்,' என்றார்.

அதிகாலையில், இராணுவ வண்டியில் அவர்களெல்லாம் ஏறிப் புறப்பட்டனர். அவர்களில் பதினான்கு பேர் பாடகர்கள், பத்துப்பேர் பக்கவாத்தியக் கலைஞர்கள். எவரும் தங்கி விடவில்லை. அது ஒரு நீண்ட பிரயாணமன்று (முற்றுகையிடப்பட்ட நகரில் நீண்ட தூரம் போக வேண்டிய இடங்கள் அதிகமில்லை. அவர்கள் இறங்கி வரிசையாக நின்ற இடம் அவர்கள் பொதுவாக இசை நிகழ்ச்சி செய்யும் இடத்திலிருந்து வேறுபட்டதில்லை. ஆனால், இங்கு மனித நடமாட்டம் கண்ணுக்குப் புலப்பட்டது. வானத்தில் சின்னஞ்சிறு விண்மீன்கள், உறைந்த நதிபக்கம் வாட்டமாகச் செல்லும் பெரிய நிலப்பரப்பொன்று, நதியின் அக்கரையில் உயர்ந்து செல்லும் அதே நிலப்பரப்பு. மெல்லிய குரலில் பேசும் சத்தத்தைத் தவிர எங்கும் நிசப்தம் ('தளபதி' அவர்களை உரக்கப் பேச வேண்டாம் என்று பணித்திருந்தார்). மேடை ஏதும் இல்லை. பனிக்கட்டியினாலான சதுக்கத்தில் பாடகர்கள் முதல் வரிசையிலும், பக்கவாத்தியக் கலைஞர்கள் பின் வரிசையிலும், ஏதோ ஒரு உள்ளுணர்வில் நதியின் பக்கம் திரும்பி நின்றுகொண்டார்கள். நதிக்கு அப்பால், ஒரு மர்மமான குரல் கேட்டுக்கொண்டிருந்ததுபோல் இருந்தது ...

இராணுவ வழிகாட்டி வந்து ஒவ்வொருவரிடமும் கைகுலுக்கினார். சில சமயம் அவர் வாய் ஏதோ ஒரு பழமொழியை முணுமுணுத்தது ('எவரும் இரண்டு முறை இறப்பதில்லை,' 'ஒரு சாவிலிருந்து எவராலும் தப்பித்துக்கொள்ள முடியாது'). சில சமயம் 'கடவுளின் ஆசியுடன் புறப்படுங்கள்,'என்று அவர் சிலருக்கு நல்வாழ்த்து கூறினார். இராணுவ அதிகாரி அப்படி வாழ்த்தியது அபூர்வம். உணர்ச்சிவசப்பட்டு அவருடைய குரல் சற்று மெதுவாக ஒலித்தது. அப்போதுதான் இந்த இசை நிகழ்ச்சி மற்ற இசை நிகழ்ச்சிகளிலிருந்து மாறுபடப் போகின்றதென்று தெரிந்துகொண்டோம்.

'அதோ பார், என் சன்னலிலிருந்து தெரியும் நட்சத்திரமதான் அது ...' என்று மிலாவின் காதில் முணுமுணுத்தான் வோல்ஸ்கி. அதனைப் பார்க்கும் அளவுக்குத்தான் அவளுக்கு நேரம் இருந்தது ...

எதிரே இருந்த அமைதியான சமவெளியில் ஆங்காங்கே சிறு சிறு வெளிச்சங்கள் தோன்றின. சில நொடிகள் நிசப்தமாக இருந்த இரவு துப்பாக்கிக் குண்டுகளால் சுக்கு நூறாக வெடித்துச் சிதறியது. ஓவென்ற சத்தம் வானத்தைப் பிளந்தது. 'தளபதி' கையைத் தூக்கிக் காட்டினார். பாடகர்களின் குரல் ஒலித்து இராணுவவீரர்களின் கூச்சலையும் துப்பாக்கிக் குண்டுகளின் சத்தத்தையும் பின்னுக்குத் தள்ளியது.

பாடகர்கள் ஒலித்த பாடல் பொதுவுடைமையை வலியுறுத்தும் பாடல். தளபதி அப்பாடலை வாசிக்கச் செய்ததால் எந்த வியப்பும் ஏற்படவில்லை (பொதுவாக அவர்கள் உணர்ச்சி மிகுந்த பாடல்களை வாசிப்பதுதான் வழக்கம்). அவர்களில் சிலபேர்தான் பொதுவுடைமையில் ஆழ்ந்த நம்பிக்கை வைத்திருந்தனர். இருப்பினும், அவர்கள் வாயிலிருந்து வெளிவந்த வார்த்தைகளிலிருந்த உண்மையை எவராலும் மறுக்க முடியாது. அது அவர்கள் கண்ணுக்கெதிரேயே தோன்றியது. கரிய உருவங்கள் அங்குமிங்கும் நதியை நோக்கி ஓடிக்கொண்டிருந்தன. உடல்கள் சாயத்தொடங்கின.

எதிரே ஜெர்மானியர்களின் நிலை தெரிந்தது. இயந்திரத்துப்பாக்கிகள் செயல்படும் வகையில் அவர்கள் பனிக்கட்டிகளை உடைத்துக் கொண்டு முன்னேறியது தெரிந்தது. கடைசியாக, பொழுது விடிந்ததும், இராணுவ வீரர் ஒருவர் பாடகர்களை நோக்கி ஊர்ந்து வந்தது இரத்தக் கறையால் தெரிந்தது. அவர்களால் அவனைப் பாதுகாக்க முடியும் என்று நினைத்தான் போலும்.

நதியில் இரு கரைகளிலும் குழப்பம் நிலவியது. தாக்குதலில் ஈடுபட்ட வீரர்களின் ஒரு வரிசை தாக்குதலுக்குள்ளாகி, சில உயிரிழப்புகளைச் சந்தித்துவிட்டுத் திரும்பும்போது இன்னொரு வரிசையோடு மோதிக் கொள்கிறது. பின்னர் அவர்களோடு சேர்ந்துகொண்டு மீண்டும் சில மீட்டர்கள் முன்னேறியபோது ஜெர்மானியர்களின் நேரடி குண்டு வீச்சுக்குப் பலியாகினர். அதனைத் தொடர்ந்து பனிக்கட்டி மூடிய நதிக்கரையில் மீண்டும் ஒரு வரிசை தாக்குதலுக்கு எழுந்தது. எங்கும் தொடர்ந்து துப்பாக்கி சத்தம் – குண்டுவெடிப்பு சத்தம் – தளபதிகளின் கட்டளைகள் – காயம்பட்டவர்களின் கூக்குரல்கள். அடிபட்ட வீரன் ஒருவன் பனிப்பாறைகளில் இரத்தம் கசிய கச்சேரி நடக்கும் இடத்திற்கு நகர்ந்து வரும்போது எழுப்பிய ஓலமும் அதில் அடங்கும்.

அலங்கோலமாக இறந்துகொண்டிருந்தவர்களுக்கு, பெரிய சோகம் நிறைந்த இசை ஓர் ஒழுங்கமைதியைத் தந்தது. பனிப்பாறைகள்மீது இறந்தவர்கள் ஏராளம். அப்படி இறந்த வீரர்கள் தங்களுக்குப் பின்னால் ஒரு தேசத்தின் ஆற்றல் இருந்ததை உணர்ந்தனர்.

மூன்றாவது முறையாக தேசிய கீதம் ஒலித்தது. வோல்ஸ்கி பார்க்கும்போது, வீரர்கள் எதிர்க்கரையின் உச்சத்தை அடைந்து கொண்டிருந்தார்கள். திடீரென ஓர் இயந்திர வெடித்தாக்குதல் அவர்களை வீழ்த்தியது. கவனமாக இசை மீட்டும்போதே அவன் அதையெல்லாம் கவனித்தான். அவர்கள் நதியின் மீதுள்ள பனிக்கட்டிகளின் மீது ஆழப் பதிந்திருந்த பீரங்கியொன்றைக் கெட்டியாகப் பிடித்துக்கொண்டு போவதைப் பார்த்தான். அவர்கள் நலிந்துபோய் மெல்ல மெல்ல முன்னேறுவதைப் பார்க்கும்போது ஏதோ கெட்ட கனவொன்றைக் காண்பதுபோல் இருந்தது.

பின்னர் அவனுக்கு இருளில் மறைந்திருந்தவை எல்லாம் தெரிய வந்தன. பள்ளத்தாக்கு ஒன்றில் ஒரு கிராமமே அழிந்திருந்தது. கூரைகளெல்லாம் சாம்பலாகி இருந்தன. பெரிய மரம் ஒன்றின் கீழ் ஒரு வீடு மட்டும் ஏதோ ஓர் அற்புதம் நிகழ்ந்ததுபோல், எவ்விதச் சேதமுமில்லாமல் அப்படியே இருந்தது. இவையெல்லாம் போர்க்கால வினோதங்கள்... இன்னொரு வினோதம், காயம்பட்ட அந்தப் போர்வீரன் பாடகர்கள் அருகில் வந்து கண்ணீர் மல்க அவர்களோடு இணைந்து கொண்டது. மனிதர்கள் அலை அலையாகச் சென்று அடிபட்டுத் துன்பம் அனுபவிப்பதில் ஒரு நியாயம் இருப்பதாகத் தெரிந்தது. தனிமையாக இரத்தக் காயங்களோடு பனிமீது ஊர்ந்து வந்த இத் தனிமனிதரின் துன்பத்தில் ஒரு நியாயம் இருப்பதாகத் தெரியவில்லை.

கூட்டமாகச் சென்று தாக்கியது ஒரு திட்டமிட்ட யூகத்தினால் விளைந்ததன்று. விரக்தியால் விளைந்ததாகும். பல ஆண்டுகளுக்குப் பிறகு அந்த டிசம்பர் மாத நிகழ்ச்சி இரண்டு வரலாற்று நூல்களில் குறிப்பிடப் பட்டிருந்தது வோல்ஸ்கியின் பார்வையில் பட்டது. முதல் புத்தகத்தில், கலைஞர்கள் போரில் பங்கு கொண்டது பற்றிய குறிப்பு இருந்தது. இரண்டாவது புத்தகத்தில் 'இந்தத் தாக்குதல் ஸ்டாலினின் பார்வையில் தாங்கள் பங்கெடுத்துக் கொண்டது தெரிய வேண்டுமென்பதற்காக சில இராணுவத்தலைவர்கள் மேற்கொண்டது' என்ற குறிப்பு இருந்தது.

ஆனால் எந்தப் புத்தகமும் தனியாக இரத்தக் காயங்களோடு பனிப் பாறைகளில் ஊர்ந்து வந்த அந்தப் போர்வீரனைப் பற்றியோ, மரமொன்றின் கீழ் அமைதியாக எவ்விதத் தாக்குதலுக்கும் உட்படாமலிருந்த அந்த வீட்டைப் பற்றியோ குறிப்பிடவில்லை. அப்படி இருக்கும்போது மிலாவின் தலைமுடியொன்று அவள் தலைக்கவசத்திலிருந்து பறந்து போனபோது வோல்ஸ்கி பாடிய வேகத்தில் அது தள்ளாடிச் சென்றதைக் குறிப்பிடாமல் போனதில் வியப்பில்லை.

எந்த வரலாற்று நூலும் அந்தப் படைவீரர்கள் எவ்வாறு நதியின் அடுத்த கரையில் இருந்த அந்தக் குன்றின் முகடு வரை செல்ல முடிந்தது என்றும் குறிப்பிடவில்லை. எதிரிகள் அவர்களைச் சுட்டு வீழ்த்தும்போது, அவர்கள் உருவங்கள் தெரிந்தன. அடுத்த வரிசை இன்னும் சற்று அதிக தூரம் முன்னேறிச் சென்றது. பாடகர்கள் எவ்வளவு தடவை தேசிய கீதம் வாசித்தார்கள் என்று அவர்களுக்கே தெரியாது. ஆனால் 'முடிவான போர்' என்று முழங்குபோது அவர்களிடம் ஒரு புதிய உற்சாகம் தென்பட்டது.

அந்நேரத்தில்தான் சுற்றிலும் குண்டு வெடிப்புத் தொடங்கியது. பின்னர்தான், வோல்ஸ்கிக்கு எதிரிகள் பயன்படுத்திய துப்பாக்கிகள் 'மார்ட்டர்' வகையைச் சேர்ந்தது என்று இராணுவம் மூலமாகத் தெரியவந்தது. அதன் குண்டுகள் வானத்திற்குச் சென்று வெடிகள் வானத்திலிருந்து வருவது போன்ற எண்ணத்தை ஏற்படுத்தும். ஒன்று மட்டும் அவனுக்குத் தெளிவாகத் தெரிந்தது. அவையெல்லாம் வைத்த குறி தவறாமல் வந்து அவர்களை வளைத்தன. அப்படிப் பட்ட வெடியொன்று இசை முழங்கியவர்கள் பின்னால் வந்து வீழ்ந்தது. இசையில் தடுமாற்றம் ஏற்பட்டது. அதனால், அவன் முகத்தைத் திருப்பாமலேயே கலைஞர்களில் ஒருவர் அடிபட்டார் என்பதைத் தெரிந்துகொண்டான். உணர்ச்சி வசப்பட்ட பாடகர்கள் தங்கள் குரலை உச்சத்துக்குக் கொண்டுபோய்ப் பாடினர். இந்தப் போரில் அவர்களுக்கும் ஒரு பங்கு உண்டு என்பதை எதிரிகள் உணர்ந்துகொண்டார்கள் என்னும் மகிழ்ச்சி அவர்களிடம் மேலிட்டது.

காயம்படாமலேயே அவன் விழுந்துவிட்டான். அவனுக்கு வலது பக்கத்திலிருந்த பாடகன் ஒருவன் குண்டுச் சிதறலினால் பின்னுக்குத் தள்ளப்பட்டபோது அவன் விழவேண்டியதாயிற்று. எழும் வேளையில், ஆற்றங்கரையிலிருந்து பார்த்தால் இசைக்குழு எப்படி இருக்குமென்று அவதானித்தான். இரண்டு வரிசையில் பாடகர்கள், அரைவட்டமாகப்

பக்கவாத்தியக் கலைஞர்கள், கொல்லப்பட்டவர்களால் அங்குமிங்கும் ஏற்பட்ட இடைவெளிகள்! இருந்தும் இசையிலிருந்த வேகம் குறையவில்லை. நதிக்கரையில் பத்துப் பன்னிரண்டு போர்வீரர்கள், சடலங்களுக்கிடையே, நாட்டுத் துப்பாக்கிகளுடன், இயந்திரத் துப்பாக்கிகளுடன் போரிட்டுக் கொண்டிருந்தனர்.

அவர்கள் திரும்பி வந்திருக்க வேண்டும். பின்வாங்கி இருக்க வேண்டும். இராணுவ வாகனங்களுக்கு ஓடி இருக்க வேண்டும். தப்பித்துக்கொண்டிருக்க வேண்டும். ஆனால், திரும்பிச்செல்ல 'தளபதி' ஆணை பிறப்பிக்கவில்லை. அவர் நதிக்கரைக்குப் போகும் வழியில் இறந்து கிடந்தார் ... அவர்கள் முன்பைவிட அதிக சுதந்திரமாகப் பாடினார்கள். மரணத்தைத் துச்சமாக மதித்ததால், அவர்கள் உடலில் பயங்கர ஆவேசம் பற்றிக் கொண்டது. கண் இமைகளில் கண்ணீர் பூத்தது. பாடகர்களில் ஒருவன் தலையெங்கும் இரத்தக்கறைகள். அவன் மெல்ல எழுந்து அவனுடைய இடத்துக்குச் செல்ல முயன்றான். சரிவான நிலப்பகுதியிலிருந்து எக்காளமாக ஒரு தாளம் ஒலித்தது.

பின்னர் நிசப்தம் நிலவியது. ஒளி இருளாக மாறிக்கொண்டிருந்தது. அந்த இருளிலிருந்து அவன் ஏதோ ஒன்றைச் சொல்ல முயற்சித்தான் ... அப்படிச் சொல்ல எடுத்துக் கொண்ட முயற்சியில், அவன் விழித்துக் கொண்டான். குண்டு வெடிப்பினால் ஏற்பட்ட வளிமண்டல அடர்த்தியில், ஒரு குரல் கேட்டது. பார்வை திரும்பியதும், தான் பிணங்களுக்கு மத்தியில, மிலாவின் கண்களுக்கு அருகில் கிடப்பது தெரிந்தது. அவளுடைய கருங் கூந்தல் சால்வையால் மூடப்பட்டில்லை. அவள் நெற்றியின்மீது ஒரு பெரிய காயம் இருந்தது. அவன் பேசியது அவனுக்கே கேட்கவில்லை. அவள் மெல்லிய குரலில் முணுமுணுத்தது மட்டுமே காதில் விழுந்தது. அவள் முணுமுணுத்தது நிகழ்ச்சியில் பாடிய பாடலின் வரிகளை.

மீண்டும் உணர்விழக்கும் முன் அவன் தன்மீது சாய்ந்திருந்த அப்பெண்ணின் முகத்தை உற்றுப் பார்த்தான். அவள் முகம் பசியால் வாடியும், காயங்களால் உருமாறியும் இருந்தது. அவன் தான் உயிர்பிழைப்பது சாத்தியமே இருக்காது என்று நினைத்தபோது வாழ்க்கை சிறிது நேரம் அவனுள் மீண்டும் துளிர்த்தது.

அவன் மிலாவை அதற்குப்பின் பார்க்கவில்லை. அவளுக்கு லெனின்கிராடில் சிகிச்சை அளித்தார்களா அல்லது இரவோடு இரவாக லாரியொன்றில் ஏற்றி அனுப்பி விட்டார்களா என்பதுகூடத் தெரியாது. புது வருடப்பிறப்பு தினத்திற்கு முந்தைய மாலையில், அவன் அவர்கள் இசைக்கச்சேரி செய்த இடத்திலிருந்து சில மைல்களுக்கு அப்பால், பீரங்கிப் படையினர் மத்தியில் இருந்தான். முற்றுகையின் இறுக்கம் சற்று தளர்ந்தது. எதிரிகள் வசமிருந்த சில நகரங்களை மீட்டெடுக்க முடிந்தது. அப்படிப்பட்ட நகரம் ஒன்றிலிருந்து வோல்ஸ்கியின் நண்பர்களில் சிலர் அழகான பாக்கெட்களிலிருந்து ஜெர்மன் மொழியில் அழகாக எழுதப்பட்டிருந்த சில வாசகங்களை எடுத்தார்கள். அதிகாரியொருவர் அதனை எடுத்துப் படித்துவிட்டுக் காறி உமிழ்ந்தார். அவையெல்லாம் லெனின்கிராட் வீழ்ச்சியைக் கொண்டாட தயார் செய்த அழைப்பிதழ்கள். அஸ்டோரியா ஹோட்டலில் டிசம்பர் 18 கொண்டாடத் திட்டமிட்டிருந்தனர். அதற்கும் இரண்டு நாட்களுக்கு முன்னால்தான் வோல்ஸ்கியும் அவன் குழுவும் கச்சேரி செய்யவிருந்தது அவனுக்கு நினைவுக்கு வந்தது.

லெனின்கிராடைப் பாதுகாக்க தன் இசையும் பயன் பட்டது என்று நினைக்கும்போது அவனுக்குப் பெருமையாக இருந்தது. டிசம்பர் நடுவில் ஜெர்மானியர்கள் மாஸ்கோ அருகில் தாங்கள் தோற்கடிக்கப்பட்டோம் என்று தெரிந்து கொள்ளாமலும், அத்தோல்வியினால் லெனின்கிராட் தப்பியதை உணராமலும், அழகிய கையெழுத்தால் அழைப்பிதழ்கள் தயார் செய்தது தேவையற்றதாகி விட்டது... போரின்போது கூட்டுநடவடிக்கைக்கும், தனிமனித வீர சாகசத்துக்கும் இடையே உள்ள வேறுபாட்டை அறிவதும், அவற்றைச் சீர்தூக்கிப் பார்ப்பதும் சாத்தியமாகாது என்பது தான் நான்காண்டுகள் போரிட்டதில் கற்ற பாடம்.

வேறு எதையும் போர் கற்றுத்தரவில்லை. லெனின்கிராட் முற்றுகையின்போது அவன் மரணத்தோடு கொண்டிருந்த உறவு வேறு எந்தப் படைவீரன் கொண்டிருந்த உறவைவிடக் குறைந்ததன்று. இப்போது அவன் களங்களைக் கடக்கும்போது, இறந்தவர்களின் எண்ணிக்கை அவனுக்கு வியப்பை அளித்தது. அவ்வெண்ணிக்கை அதிகரித்திருந்ததால் தனி நபர்களின் சாவு எப்படி நிகழ்ந்ததென்று அவனுக்குத் தெரிந்துகொள்ள இயலாமல் போய்விட்டது.

இருந்தும், பல மிகவும் முக்கியமான விஷயங்கள் தெரிய வந்தன. உதாரணமாக, கடைசிக் கச்சேரியின்போது, முற்றிலுமாகத் தரை மட்டமாக்கப்பட்ட அந்த கிராமத்தில் வீடொன்றும், ஓங்கி வளர்ந்த மரமொன்றும் தப்பித்துக்கொண்ட விஷயம். இப்போது அந்த மரம்தான் வீட்டைத் தப்பிக்க வைத்தது என்பது தெரிகிறது. முக்கிய இலக்கைக் குறிவைப்பதுதான் நியாயம். ஆனால், சுடுபவர்களின் நியாயம் வேறானது. அவர்கள் (ஆலயக் கோபுரம், மரம் போன்ற)ஆதாரமான குறியீடொன்றைக் குறி வைத்துச் சுடுவார்கள். ஆனால் அது ஒன்று மட்டும் தப்பித்துக்கொள்ளும்— ஆதாரமாக நின்றதற்குச் சன்மானமாக!

பின்னர் நதிக்கரையின்மீது படைவீரர்கள் நம்பிக்கையின்றி அலைந்தது நினைவுக்கு வந்தது. இப்போது போர் என்பது சேற்றிலும் சகதியிலும் அலைவதுதான் என்றாகி விட்டது. பிரமாதமான தாக்குதலையோ, பிரகாசமான வெற்றியையோ எதிர்பார்க்க முடியாது. சண்டையின் மோசமான விளைவுகளோடு சமரசம் செய்துகொள்வதை விட வேறு வழி இல்லை. அவன் குறிபார்த்த ஆயுத வாகனங்களின் உலோகத்தை மதிப்பிட்டுப் பார்த்தான். செவியால்தான் துப்பாக்கிகளின் வலிமையைக் கணக்கிட முடிந்தது. தூரங்களும், போகும் பாதைகளும் அவன் விடும் மூச்சில் தெளிவாகின.

சில சமயங்களில், இந்தச் செய்திகளெல்லாம் அர்த்தமற்றவையாகத் தெரிந்தன. அன்றொரு நாள் மாலையில் நடந்தது அதற்கு ஓர் எடுத்துக் காட்டு. அன்று துப்பாக்கிச் சூடு நின்றிருந்தது. அவனுடைய சக படைவீரர்கள் சிகரெட்டை ஊதிக் கொண்டிருந்தார்கள். திடீரென எங்கிருந்தோ வந்து விழுந்த உலோகத்துண்டு அவர்களில் ஒருவன் நெற்றிப் பொட்டில் விழுந்ததால் அவன் தலை குப்புறச் சாய்ந்தான். உறைந்துபோன அவன் முகத்திற்கு எதுவும் ஈடாகக் கொடுக்க முடியாது. எல்லோரும் பார்த்துக்கொண்டிருக்கும்போதே அவன் முகம் இறந்துபோன செல்களாக மாறிவிட்டது. ஆம், அவனுக்கும் ஒரு பாடம். போர் முடிந்து அமைதி ஏற்படும்போதுதான் சில கஷ்டமான கட்டங்களை எதிர்கொள்ளவேண்டி இருக்கும். சடலமொன்றைப் புற்களுக்கிடையே கண்டுபிடிக்கும்போது, உயிருடனிருப்பவன் தன் குரூரத்தனமில்லாமல் இருந்தால் உலகம் எப்படி இருந்திருக்கும் என்று எண்ணிப்பார்க்க நேரிடும். அது ஒரு வசந்தகாலப் பகல் நேரம். போர் நடந்த இடம் காடொன்றுக்கு அருகில் இருந்தது. செர்ரி மரங்களின் வெள்ளைப்பூக்களும், பள்ளத்தாக்குகளின் லில்லி மலர்களும் குவிந்து கிடந்தன.

அவன் லெனின்கிராடைக் காப்பாற்றும் பொருட்டு போர்முனைக்கு அனுப்பப்பட்டான். பின்னர் வோல்காவுக்கு இடமாற்றம் செய்யப்பட்டு அங்கு ஸ்டாலின் பேர் இருந்ததால் அங்கும் வெற்றி பெற வேண்டிய கட்டாயம் இருந்தது. இந்தப் போரின்போது ஒரு துப்பாக்கிக் குண்டு அவன் முகத்தை உரசிக்கொண்டு சென்றது. இடது கன்னம் அடிபட்டு காயம் ஓர் அகண்ட சிரிப்பைப்போல் காணப்பட்டது. ‘என்னோடு இருக்கும்போது யாரும் கவலையோடு இருக்கத் தேவை இல்லை,’ என்று அவன் நகைச்சுவையோடு சொல்வான்.

ஓராண்டு கழித்து கூர்ஸ்க்கில் நடந்த பயங்கரப்போரின்போது, வோல்ஸ்கி அடையாளம் தெரியாதவனானான்.

வசந்தகாலத்தில் ஒரு நாள் போர் நடந்தால் எவ்வாறு எல்லாம் நரகமாகி விடும் என்பது அவனுக்கு ஏற்கெனவே தெரியும். ஆனால், இதற்கு முன்பெல்லாம், நரகங்களெல்லாம் மனிதனின் கட்டுப்பாட்டில் இருந்தன. ஆனால் இப்போதோ படைத்தவர்களே தங்கள் படைப்பின் மீது இருந்த கட்டுப்பாட்டை இழந்தனர். முன்பெல்லாம், தாக்குதலின் போது ஒரு பீரங்கிப் படை இன்னொன்றின் உதவியோடு முன்னேறுவது வழக்கம். ஆனால் இது ஒரு பிரமாண்டமான யுத்தம். ஆயிரமாயிரம் டாங்குகள் மோதிக்கொண்டன. ஆயிரமாயிரம் டார்ட்டாயிஸ் வாகனங்கள் நேருக்கு நேர் மோதிக்கொண்டன. அவற்றிலிருந்து தீப்பிழம்புகள் வெளிப்பட்டு மனித உடல்களை தீவட்டிகளாக்கி தூக்கி எறிந்துகொண்டிருந்தன. எஞ்சினிலிருந்து வருவதுபோல் அடர்த்தியான புகை வானமெங்கும் சூழ்ந்தது. குண்டு வெடிப்பு சத்தத்தினாலும், காய்ச்சிய உலோகத் தகடுகள் எழுப்பும் சத்தத்தினாலும் வேறு எந்த ஓசையையும் கேட்க இயலவில்லை. மற்ற துப்பாக்கிவீரர்கள் மத்தியில் மாட்டிக்கொண்ட வோல்ஸ்கி சுட முடியாமலும், பின்வாங்க முடியாமலும் தவித்தான். அவனுக்கருகில்தான் டாங்குகள் ஒன்றோடொன்று வெகு வேகமாக மோதிக்கொண்டன. பீரங்கிகளையும் துப்பாக்கிகளைப் போலவே கவனமாகக் கையாள வேண்டும். இருந்தும் அவர்கள் தங்கள் அதிர்ஷ்டத்தைச் சோதித்துப் பார்த்தார்கள். டைகர் ரக பீரங்கியைக் குறிவைத்தார்கள். ஆனால் எதிர்த் தாக்குதலிலிருந்து அவர்கள் இயந்திரத்துப்பாக்கிக் குண்டுகளைச் சமாளிக்க வேண்டி இருந்தது. கனமான கரும் டார்ட்டாயிஸ் ரக டாங்கு அவர்களைக் குறி வைத்தது. அந்த அரக்கன்மீது பார்வையைச் செலுத்திக்கொண்டே வோல்ஸ்கி பின்னாலிருந்தவர்களிடம் ஷெல்கள் கேட்டான். யாரும் ஆடவில்லை–அசையவில்லை. திரும்பிப் பார்த்தான். துப்பாக்கிச் சுடுபவர்களிலொருவன் இறந்து கிடந்தான். இன்னொருவன் உடலெங்கும் இரத்தக் காயங்களுடன் ஓலமிட்டுக்கொண்டிருந்தான். ஆனால் அவனுடைய ஓலம் மற்ற சத்தங்களினால் மறைக்கப்பட்டது.

பின்னர் மெல்ல மெல்ல போய்க்கொண்டிருக்கும் ஒரு பயங்கர கனவில் வருவதுபோல் ஒவ்வொரு செயலும் அதிக நேரம் பிடித்தது. ஷெல்லை அதன் பெட்டியிலிருந்து எடுத்து பொம்மையைப் போலத் தூக்கிக்கொண்டு போய் பீரங்கியில் வைத்துக் குறிபார்க்க வேண்டி இருந்தது... நீண்ட நேரம் ஆனதால், எதிரி டாங்க் 'கன்'னைக் கீழிறக்கிக் குறிவைத்தது. குறி வைப்பவன் ஏதோ விட்டுக் கொடுத்துக் கொல்கின்ற விளையாட்டைக் கடைப்பிடித்தான். இதைவிடக் கொடுமையான நரகம் இருக்க முடியாது.

நடந்தவையெல்லாம் பின்னர்தான் இரவு வேளையில் தொடர்ச்சியாக வரிசைபடுத்திப் பார்க்கப்பட்டன. அப்போதுதான் அவனால் நினைவு படுத்திக்கொள்ளவும் புரிந்துகொள்ளவும் முடிந்தது. அவனால் சுட முடியவில்லை. அப்போது டைகர் பீரங்கி வாயிலிருந்து வந்த குண்டுகள் மனித உடல்களைத் தூக்கி எறிந்துகொண்டிருந்தன. அதன் வேகத்தில் வோல்ஸ்கி தரையில் விழுந்தான். அச்சமயம் இன்னொரு அரக்கனின் முதுகு ஓடு தெரிந்தது. அது SU *152* என்றழைக்கப்பட்ட பயங்கரத் தானியங்கி இயந்திரத் துப்பாக்கி. அதனால் டாங்குகளையெல்லாம் அழிக்க முடியும். அதனால்தான் வோல்ஸ்கி உயிர் பிழைத்தான்.

மாலையில் மழை பிசு பிசுவென்று தூறலாகப் பெய்துகொண்டிருந்தது. காதின் ஆற்றல் திரும்பி வந்தபோது அவனால் ஆயுதம் தாங்கிய வண்டிகளின் உலோகத் தகடுகள் ஒளிவிடுவதையும், அவற்றின்மீது தண்ணீர் 'இஸ்' என்ற சத்தத்துடன் பீறிட்டுப் போவதையும் உணரமுடிந்தது. சமவெளிப்பிரதேசத்தில் கருப்பு மெஷின்களையும் தாண்டி ஓலங்கள் வெளிவந்துகொண்டிருந்தன. ரஷ்ய மொழி பேசப்பட்டதால் யார் பக்கம் வெற்றி இருந்தது என்று தெரிந்தது. திடீரென்று, மங்கிய ஒளியில் தடுமாறிக்கொண்டிருந்த ஓர் உருவம் தெரிந்தது. டாங்க் யூனிட்டைச் சேர்ந்த ஜெர்மானியன் அவன். அவன் அதிர்ந்துபோய் இருந்தது நிச்சயமாகத் தெரிந்தது. இடிபாடுகளுக்கிடையே அவன் வழி தெரியாமல் நடந்து வந்துகொண்டிருந்தான். வோல்ஸ்கி தன் துப்பாக்கியை எடுத்து குறி வைத்தான்... ஆனால், சுடவில்லை. அப்படைவீரன் இளைஞனாக இருந்தான். இவ்வளவு பயங்கரங்களைப் பார்த்தபின் தனக்கு என்ன நடக்கும் என்று கவலைப்படாமல் போய்க்கொண்டிருந்தான். அவர்கள் பார்வைகள் சந்தித்தன. தங்களையறியாமலேயே அவர்கள் ஒருவருக்கொருவர் கையசைத்துக் கொண்டார்கள். வோல்ஸ்கி துப்பாக்கியைத் தூரத்தில் வைத்தான். மாலை மயங்கும் வேளையில் படைவீரன் எங்கோ மறைந்துவிட்டான்.

இரவு அதிக நேரம் நீடிக்கவில்லை. காலை மூன்று மணி வாக்கில், சாம்பல் வண்ண ஒளி சுற்று வெளியில் படர ஆரம்பித்தது. அவன் எழுந்து தடுப்புச் சுவர் மீது ஏறினான். தூரத்தில் மூடுபனி பரவி இருந்தது. சுற்று வெளியெங்கிலும் டாங்குகளின் கருப்புக் கட்டமைப்புகள்தான் காணப்பட்டன. அக்கருப்புக் கட்டமைப்புகளினிடையே மனிதர்கள் மாட்டிக் கொண்டிருந்ததை உணர முடிந்தது: கொதிக்கும் பீரங்கி மேடைகளில் ரஷ்யனோ அல்லது ஜெர்மானியனோ எரிந்துகொண்டிருந்தான். அவர்கள் ஆறாத காயங்களால் தவித்துக்கொண்டிருந்தனர். அவர்கள் பார்வையை வானத்தின் மீது செலுத்தினர். மழையெல்லாம் நின்றுபோய் விண்மீனொன்று அவர்கள் தலைக்குமேல் கண் சிமிட்டிக் கொண்டிருந்தது... இந்த 'நரகத்துக்கு மேல்...' என்று சொல்ல வேண்டும்போல் இருந்தது. ஆனால், அப்படிச் சொல்வது சரியாக இருக்காது என்று அவன் நினைத்தான். இந்த நரகத்தில் விழுந்தவர்கள் சிறு சிறு சித்திரவதைகளுக்கு ஆளாகிக்கொண்டிருந்தார்கள். காயம்பட்டவர்கள் இரும்புத் தகடுகள் மீது இறந்துபோன சக இராணுவ வீரர்களின் மீது தனிமையில் மடிந்துகொண்டிருந்தார்கள்.

ரஷ்யனுக்கும் ஜெர்மானியனுக்குமிடையே அவன் எந்த வேறுபாடும் பார்க்காததை உணர்ந்தான். இந்த நரகம் மனிதனால் படைக்கப்பட்டது... கொஞ்சம் கொஞ்சமாக ஒரு நிதர்சனமான உண்மை அவன் மனதில் உதயமாகியது. எதிரி தோற்கடிக்கப்பட்டுவிட்டான். இறந்துகொண்டிருந்த ஜெர்மானியர்களுக்கு அது ஒரு சரியான தண்டனைதான். இருப்பினும், மனித வேதனையைப் பற்றிய சிந்தனை மனித மனதைவிட்டுப் போகாது. வயது முதிர்ந்தவன் மனதில், இந்த மாபெரும் பயங்கர உண்மை உறுத்திக் கொண்டிருந்தது. லெனின்கிராட் முற்றுகையின்போது எல்லா மனித உயிர்களையும் ஒரே குழுவாக வைத்துப் பார்க்க நேர்ந்ததுதான் அவனுக்கு ஒருவித நம்பிக்கையைத் தந்தது.

சூரியன் எழுவதற்கு முன் ஒரு பறவையின் குரல் அதிக சத்தமின்றி விட்டு விட்டு ஒலித்தது. அது ஒரு சாதாரண சத்தமில்லாத இசை. ஆனால் அந்த இசை இருப்பவர்களுக்கும் இறந்தவர்களுக்குமான இசையாகப்பட்டது.

வோல்ஸ்கி மடிந்த தன் நண்பர்களின் உடல்களை அப்புறப்படுத்தும்போது உதவிக்கு வந்த இராணுவ வீரன் 'தைரியமாக இருங்கள் தாத்தா' என்று வினோதமாகக் குரல் கொடுத்தான். வோல்ஸ்கிக்குச் சிரிப்பு வந்தது. இரவு முழுதும் தூங்காமலிருந்த அசதியில் தன் வயதையொத்த அவன் ஏதேதோ பிதற்றுவது தெரிந்தது. வோல்ஸ்கி அதனை உணராமலேயே இருந்திருப்பான். ஆனால், தன் மணிக்கட்டில் கட்டுப் போட வந்த நர்ஸ் 'எல்லாம் சரியாகிவிடும், தாத்தா, நீங்கள் அடுத்த சண்டைக்கும் பொருத்தமானவர்தான்,' என்றாள். அவனுக்குச் சிரிப்பு வந்துவிட்டது. அதைப்பார்த்த நர்ஸின் கண்களில் ஒரு சந்தேகம் தெரிந்தது. பராமரிப்பு அறைச் சுவரில் ஒரு கண்ணாடி மாட்டப்பட்டிருந்தது. ஓடிப்போய்ப் பார்த்தான்... உடனே தலையை மறைத்துக்கொள்வதுபோல் கையைக் கொண்டுபோனான். முடி பனிபோல் வெளுத்திருந்தது. வயதானவர்களில் சிலர் அழகுக்காக வைத்துக்கொள்வதுபோன்ற முடி அமைப்பு !

அன்றிலிருந்து மிலாவுக்கு எழுதுவதை நிறுத்திக் கொண்டான். லெனின்கிராட் முற்றுகை தொடர்ந்தது. ஏற்கெனவே இரண்டு ஆண்டுகள் அவதிப்பட்ட பெண்ணொருத்திக்கு அது எப்படி இருக்கும் என்று அவனுக்குத் தெரியும். கோடைக்காலத்தில் நகரம் முற்றுகை இடப்பட்டு ஆயிரமாயிரம் கட்டடங்களில் பிணங்கள் குவிந்திருப்பதை அவனால் கற்பனை செய்து பார்க்க முடியும்... மிலாவிடமிருந்தும் எந்தக் கடிதமும் அவனுக்கு வரவில்லை. தபால் தந்தி இலாக்காவால் முற்றுகையை மீறி ஒன்றும் செய்ய முடியவில்லை. மேலும் ஒரு போர் முனையிலிருந்து இன்னொரு போர்முனைக்கு மாற்றப்பட்டதால் அவனுடைய விலாசத்தை எப்படிக் கண்டுபிடிக்க முடியும்? இது போன்ற காரணங்களையெல்லாம் மனதில் போட்டு அலசிக் கொண்டிருந்தான். அப்போது அவனுக்கு மிலா இன்னும் உயிருடன்தான் இருந்தாள் என்பது உறுதியாகத் தெரிந்தது.

ஒரு நாள் கூர்ஸ்க் சண்டைக்குப் பிறகு அவன் மீண்டும் கண்ணாடி யில் தன் முகத்தைப் பார்த்தபோது கடிதம் வருமா, வராதா என்ற கேள்வி அர்த்தமற்றதாகத் தோன்றியது. காயம்பட்டு அவ்வப்போது துடித்துக் கொண்டிருந்த இளம் முகத்தைக் கொண்ட அந்த வயதான இராணுவ வீரன் வேறொரு மனிதனாகிவிட்டான்.

வேறொரு மனிதனாகிவிட்ட அவன் மன அமைதியுடன் போருக்குப் போய்க்கொண்டிருந்தான். முன்பிருந்த அந்த மனிதன் இப்போது இல்லை என்று உள்ளுக்குள் சொல்லிக் கொண்டான். அவன் கொல்லப்பட்டவன் போல்தான் ஆகிவிட்டான். நம்பிக்கையை விட்டுவிட்டால்தான் நல்ல போர்வீரனாக முடியும். கடிதங்கள் கிடையாது. கடிதங்களை எதிர்பார்ப்பதென்பதும் கிடையாது. உணர்ச்சிவசப்படுவதும் கிடையாது. போரின்போது உணர்ச்சி வசப்பட்டால் பெரும்பாலான சமயங்களில் வைத்த குறி தப்பி மரணத்தில் போய் முடியும். அவன் தன் துப்பாக்கியோடு ஒன்று கலந்து, இயந்திரமயமாகி, சலனங்கள் எதுவுமின்றி, சொற்களைச்

சொற்பமாகப் பயன்படுத்தினான். நாளடைவில் இளைஞர்கள் அவனைத் தாத்தா என்றழைக்கும்போது எந்த வியப்பையும் வெளியில் காட்டவில்லை.

ஒரு காலத்தில் அவனுடைய இயல்பாகவும், கனவாகவும், வரப்பிரசாதமாகவும் அவன் கருதி வந்த இசையும் கூட உருமாறிவிட்டது. சில சமயங்களில் தன் நண்பர்களோடு கோரஸிலும், எங்காவது படைப்பிரிவினர் இளைப்பாறும்போதும், அல்லது நடந்து செல்லும்போது களைப்பு தட்டாமல் இருக்க விரும்பும்போதும் பாடுவதுண்டு. அப்பாடல்கள் அவனுக்குப் பிடித்தவை. அவை போரின் யதார்த்தத்தை உணர்த்தின: சாவு சகஜமாகிவிட்டபோது, கோடைக்காலத்தின் கவலையற்ற நாட்களையும், காட்டோரம் வீசிய நறுமணத்தையும், மரங்களுக்கிடையே விழுந்து கிடந்த பெர்ரி பழங்களையும் நினைவூட்டும். படைவீரர்கள் அணிவகுத்துச் செல்வதைப் பார்த்ததும், அவனையறியாமல் ஓர் எண்ணம் வந்து அவனை மயங்க வைக்கும்: 'நான் இப்போது அவர்களோடு இல்லை, காட்டிலிருக்கிறேன்; அங்குள்ள மலர்களோடு இருக்கிறேன்; அங்கு மொய்க்கும் தேனீக்களோடு இருக்கிறேன்...' என்று சொல்லிக்கொள்வான். பின்னர் உடனேயே ஓடிப்போய், பாடிக்கொண்டே மரணத்தை நோக்கிச் செல்லும் அப்போர்வீரர்களோடு சேர்ந்துகொள்வான்.

பாடுவதனால் ஏற்படும் மகிழ்ச்சி அவர்கள் வேகத்தை அதிகரித்தாலும் அன்றாடம் மனிதர்கள் கொல்லப்படுவதும், மிகச் சுலபமாக அவர்கள் சூனியமாக்கப்படுவதும்தான் யதார்த்தமாகி வோல்ஸ்கியைக் கலக்கமடையச் செய்தன. கூட்டமாகப் பாடும்போதுதான் மறைந்துபோன பலபேருடைய முகங்கள் அவன் மனக்கண் முன் வந்து போகும். அவன் இசைத்தொழிலில் இருந்துவிட்டு வந்ததால், துப்பாக்கிச் சூட்டின் ஓசையால் காது சற்று மழுங்கிப் போய் இருந்தாலும்கூட, அவர்கள் குரல்களைத் தரம் பிரித்துப் பார்க்க முடிந்தது. சில குரல்கள் மெல்லியதாகவும், சில குரல்கள் கட்டையாகவும் இருக்கும். அவை ஆர்வம் மிகுந்ததாக அல்லது எதுபற்றியும் கவலைப்படாததாகவும் இருக்கும். எப்படி இருப்பினும் அவற்றின் நினைவு அவன் அன்றாட வாழ்க்கையில் ஒரு விதப் புன்னகையை அல்லது நினைவைக் கொண்டுவரும். போரினால் மறைந்தவர்களின் வாழ்க்கையானது பாட்டினால் மீண்டும் உயிர்ப்பித்ததுபோல் இருக்கும்.

ஒரு காலத்தில் அவன் கனவு கண்டுகொண்டிருந்த பெரிய 'ஆப்பரா' அரங்கங்கள் அவனுக்கு மெல்ல மெல்ல பிடிக்காமல் போயிற்று. போரிஸ் கோடுனோவ்ஸ் போன்ற பாடகர்கள் தங்கள் குரல் நாளங்களின் அதிர்வுகளை அதிகமாக்கும் பொருட்டு, தங்கள் குறுந்தாடிகளை மாற்றிக் கொண்டதெல்லாம் வீணெனத் தோன்ற ஆரம்பித்தது. அதேபோல், இத்தாலிய 'ஆப்பரா'வில் வரும் குண்டு வீரர்கள் அவர்களுடைய வெண்கல ஆயுதங்களிலிருந்து ஓசை எழச் செய்தது அல்லது அவர்கள் கோட் அணிந்து, சண்டைச் சேவல்கள் போல் மார்பைப் புடைத்துக்கொண்டு வந்ததும் கூட வேடிக்கையாகத்தான் தோன்றியது.

அவனுக்கு நாடகத்தின் மாயவித்தைகள் மீதிருந்த அதிகப்படியான ஆர்வம் இன்னும் குறையவில்லைதான். ஆனாலும், லெனின்கிராட், அதன் பின் கூர்ஸ்க் சண்டைகளையெல்லாம் பார்த்தபின், இதுபோன்ற

'ஆப்பரா'க்களினால் என்ன பயன் என்று தனக்குள் கேட்டுக்கொள்ளத் தொடங்கினான். மகிழ்வூட்டுவதா? மனதைத்தொடுவதா? இல்லை கவனத்தை வேறு வழியில் செல்ல வைப்பதா? திறந்த தோள்களைக் கொண்ட பெண்களின் காதுக்கு – அல்லது தோல் செருப்பு அணிந்த ஆண்களின் காதுக்கு – அவர்கள் இருவர் இருவராக உணவு விடுதிக்குப் போகும்போதும் விவாதிக்கும்போதும் அவர்களுக்கு இனிமையாக ஏதாவது சொல்ல வேண்டும் என்ற ஆவலா?'

சில சமயங்களில், இரண்டு போர்களுக்கு இடையில், பீரங்கி வண்டிமீது சாய்ந்துகொண்டு, யாருக்கும் கேட்காதவாறு தனக்குத்தானே ஒரு பாட்டை முணுமுணுப்பான். அப்பாடல் பெரும்பாலும் 'மூன்று குதிரை வீரர்கள் கதை'யில் வரும் தர்த்தஞான் பாடல்களாகத்தான் இருக்கும்.

போர் முடிவுக்கு வந்துவிட்டது. அப்போது அவன் பெர்லினுக்கு அருகில், பீரங்கியால் பாழ்படுத்தப்பட்ட குளத்தின் ஓரத்தில் இருந்தான். வேறு இரண்டு படைவீரர்களுடன் துப்பாக்கிகள் கையாள்வது பற்றிப் பேசிக்கொண்டிருந்தான். அப்போதுதான் வெற்றியைப் பற்றிய செய்தி அவர்களுக்கு வந்தது. அவன் எழுந்து நின்று கடைசி இசை நிகழ்ச்சியின்போது லெனின்கிராட் அருகில் கண்ட காட்சியை மீண்டும் பார்த்தான்: ஒரு நதிக்கரை, அங்கு படைவீரர்கள் துப்பாக்கியுடன் நின்று கொண்டிருக்கின்றார்கள். அவர்களில் யார் அதிவேகமாகச் சுடுகின்றார்களோ அவர்கள்தான் தப்பிக்க முடியும். எல்லாம் ஒரு வட்டத்துக்குள் அடங்கி விடும் என்று நினைத்துக்கொண்டு, அங்கு மகிழ்ச்சியில் ஆரவாரம் செய்துகொண்டிருந்தவர்களைப் பார்த்துப் புன்னகைத்தான். 'எல்லாம் முடிந்துவிட்டது, தாத்தா! எங்காவது போய்க் கொஞ்சம் குடித்துவிட்டு வீட்டுக்குப் போவோம்!' என்றார்கள் அவர்கள்.

தன்னுடைய வெள்ளை முடி போர்முனையில் இருந்த நீண்ட நெடுங்காலத்தைக் குறிக்கும் ஒரு குறியீடு என்று தனக்குள் சொல்லிக் கொண்டான். மனிதனின் கதை மரணத்தால் முடித்து வைக்கப்படுகிறது. ஏராளமான நகரங்கள் வீழ்ந்துவிட்டன. அவனுக்கு வயதாகிவிட்டது ஓர் யதார்த்தமே. ஒரு வட்டம் முற்றுப்பெற்றது. ஒருவன் வாழ்க்கை – அவனுடைய வாழ்க்கை – அதில் அடங்கிவிட்டிருந்தது.

அமைதி திரும்பியபின் சில நாட்கள், சில சமயம், மிலாவைப்பற்றி நினைத்தான். வெள்ளை முடியுடன் இருக்கும் இவ்விளைஞனைப் பற்றி அவள் என்ன நினைப்பாள் என்று சிந்தித்துப் பார்த்தான். அவர்களது கடந்தகாலம் இளமையைச் சார்ந்தது. அப்போது வாழ்பவன் வேறொருவன். அவன் நாடக மேடையில் குதிரைவீரன் உடையில், அப்போதுதான் மடத்திலிருந்து இளமை பொங்க வந்த ஒரு பெண்ணை முத்தமிட்டான். இப்போது அவளுடன் கொண்டிருக்கும் உறவு ஏதோ ஒரு மறைந்த கவிஞன் எழுதிய ஒரு பாடல்வரி மட்டுமே: 'உன்னிடம் மட்டுமே என் கனவுகளை ஒப்படைக்கிறேன் அன்பே...' ரஷ்யாவிற்குப் பயணிக்கும்போது இரயிலில் அவ்வரியை மெல்லிய குரலில் பாடினான். அருகில் இருந்த சக பயணிகள் அவனைப் பார்த்து 'வயதான ஒரு பட்டாளத்தான் உற்சாகத்தில் பாடுகிறான்' என்று நினைத்துக் கொண்டனர்.

ஸ்மாலென்ஸ்க்குத் தெற்கே இருந்த தன் சொந்த கிராமத்துக்குப் போகும்போது, புதிய வாழ்க்கையைத் தொடங்க, கடந்த காலத்தின் எச்சமாக ஏதாவது கிடைக்கும் என்று அவனுக்கு நம்பிக்கை இல்லை. ரஷ்யாவின் அந்தப் பகுதியை முதலில் சிவப்புப் படை தான் பின்வாங்கும்போது எதிரிக்கு எதுவும் விட்டு வைக்கக்கூடாதென்று எல்லாவற்றையும் அழித்தது. பின்னர் வான்வழித்தாக்குதலின்போது குண்டினால் எல்லாம் தகர்க்கப்பட்டது. கடைசியாக, ஜெர்மானியர் பின்வாங்கிப் போகும்போது மிச்சம் மீதி இருந்தவற்றை தீ வைத்துக் கொளுத்திவிட்டுப் போய் விட்டார்கள். அவனுடைய தெருவில், எரிந்துபோன சில 'இஸ்பா'க்கள்தான் இருந்தன. ஒரே ஒரு பழைய தேவாலயத்தின் கோபுரம் மட்டும் எஞ்சி இருந்தது. வயதான பெண்மணி ஒருவரிடம் தன் பெற்றோர்கள் பற்றியும், மற்ற கிராமவாசிகள் பற்றியும் கேட்டபோது, ஏதோ ஓர் 'அற்புதம் நிகழ்ந்ததுபோல்' அத்தேவாலயக் கோபுரம் தப்பித்தது என்று அவள் கூறினாள். ஓர் அற்புதம் !... ஆனால் அவளிடம் அதுபற்றி விளக்கம் சொல்லிக்கொண்டிருக்க விருப்பமில்லை. அவனுக்குக் காரணம் தெரியும்: அருகிலுள்ள ரயில் நிலையச் சந்திப்பைத் தகர்ப்பதற்கு அக்கோபுரம்தான் ஓர் அடையாளமாக இருந்தது. ஆனால், தப்பித்தவர்களுக்கு அற்புதங்கள் மீது ஒரு நம்பிக்கை தேவைப்பட்டது. அப்படிப் பட்ட அற்புதம் இன்னொன்றும் நடந்திருக்கிறது. அழிக்கப்பட்ட வீட்டுக்குப் பின்புறம் ஒரு 'செர்ரி' மரம் இரண்டாகப் பிளக்கப் பட்டிருந்தது. ஆனால் அதன் கிளைகள் மீண்டும் வேர் விட்டு, அதில் சிறு சிறு பூக்களும் மலர்ந்திருந்தன.

லெனின்கிராடில் அவன் வாடகைக்கு இருந்த அறை வேறொருவர் கைக்கு மாறி இருந்தது. அதன் புதிய உரிமையாளரான பெண்மணி சொன்னாள்: 'உங்களோடு எனக்கு ஒரு பிரச்சினையும் வரப்போவதில்லை. புத்திகெட்டுப் போன இளைஞர்கள் போல் நீங்கள் நடந்துகொள்ளப் போவதில்லை. நான் உங்களைப்போல் ஓரளவு வயதானவர் களுக்குத்தான் வாடகைக்கு விடுவேன்...' வோல்ஸ்கிக்கு வியப்பைத் தரும் செய்தியொன்று காத்திருந்தது. அதாவது, ஏராளமானோர் இறந்துவிட்ட போதும் குடியிருப்புகள் கூட்டம் குறைந்தபாடில்லை. காரணத்தை அவன் உடனேயே கண்டுபிடித்துவிட்டான். யுத்தத்தின்போது பக்கத்துக்

கிராமங்களில் எல்லாம் தரை மட்டமாகிவிட்டதால், அங்கு வசித்தவர்கள் இங்கு வந்து குடியேறி இருக்கிறார்கள். 'ஆக, போரினால் உங்களுக்கு அதிக சேதம் ஏற்படவில்லை என்று நினைக்கிறேன். உங்களுக்கு அபாரமான பதக்கங்கள்எல்லாம் கிடைத்திருக்குமல்லவா?' அவள் சொல்லிக்கொண்டே போனாள். வோல்ஸ்கி தோள்களைத் தூக்குவதோடு நிறுத்திக்கொண்டான். என்ன பதில் சொல்வது? பின்னர் பதில் சொல்லவில்லையென்றால் மரியாதையாக இருக்காதென்று எண்ணி, தயங்கித் தயங்கி 'நான் அவ்வளவு மெடல்கள் வாங்கவில்லை – பீரங்கிப்படையில், எப்போதும் யாராவதொருவருக்குப் பின்னால்தான் நிற்கவேண்டும்...' என்று பதில் சொன்னான். அவன் சொன்னது மடத்தனமாகப்பட்டது. போரைப் பற்றிப் பேசுவது அவ்வளவு சுலபமில்லை. ஆனால் பேசுவதற்கு வேறு என்னதான் இருந்தது? டாங்குகளின் மேல்புறம் சூடாகி இருக்கும்போது மழை பெய்தால் ஒருவித சீறும் சப்தம் வரும். அதுபற்றிச் சொல்வதா? டாங்கின் கூம்பு போன்ற அமைப்பில் குண்டடிப்பட்ட ரஷ்யர்களும், ஜெர்மானியர்களும் செத்து மடிந்தார்கள். அது பற்றிச் சொல்வதா? போர் முனையில் அவனுக்குக் கிடைத்த மகிழ்ச்சிக்குக் காரணம் மெடல்களல்ல. போகிற போக்கில் வழியில் கை நிறைய காட்டு ஸ்ட்ராபெரி பழங்களை அள்ளிக்கொண்டு போனதுதான் மகிழ்ச்சி. அது பற்றிச் சொல்வதா? ஒரு நாள் எதிரி டாங்கிலிருந்து துப்பாக்கி தன்னைக் குறிபார்த்தது அவனுக்கு சில நொடிகள் மிகப்பெரிய திகிலை ஏற்படுத்தியது. அது அவனுக்குத் திகில் ஏற்படுத்துவதற்காகவே அப்படிச் செய்ததுபோல் தெரிந்தது. அந்த சில நொடிகளே அவன் முடி வெளுத்ததற்குக் காரணமாகி, வீட்டு உரிமையாளர் கண்களுக்கு அவன் வயது முதிர்ந்தவன் என்ற தோற்றத்தைத் தந்தன. அது பற்றிச் சொல்வதா? கூடாது. இவையெல்லாம் உண்மையாக இருந்தாலும்கூடப் பிறரிடம் சொல்லிக்கொண்டிருக்க முடியாது.

இதற்கு முன் ஒரு து வை அவன் பேச முடியாமல் தவித்திருக்கிறான். அப்போது மிலாவுடன் முற்றுகை இடப்பட்ட நகரத்தில் இருந்தான்.

அவள் வசித்த இடத்தைப் பார்க்கப் போனான். கட்டடம் இருந்தது. ஆனால் சின்ன வெடிகுண்டு கீழ்ப் பகுதிக்கும் முதல் மாடிக்கும் இடையில் இருந்த மாடிப்படிக்கட்டுகளைத் தகர்த்துவிட்டது. ஏணி வைத்துத்தான் மாடிக்குப் போக முடிந்தது. எவருக்கும் மிலாவைப்பற்றித் தெரியவில்லை. அங்கிருந்தவர்களெல்லாம் தங்கள் கிராமங்கள் அழிக்கப்பட்டுவிட்டதால் இங்கு வந்து குடியேறியவர்களாகும். அவர்களால்தான் நகரம் மீண்டும் துளிர்த்ததுபோல் இருந்தது. முற்றுகையை அனுபவித்த லெனின்கிராட் வாசிகள் வாய் திறந்து பேசாமல் புதிதாகக் குடியேறியவர்கள் மத்தியில் கூனிக் குறுகிப் போய்க்கொண்டிருந்தார்கள். பலதரப்பட்ட பெண் முகங்கள். மக்கள் ஒருவருக்கொருவர் சகஜமாகப் பேசிக்கொண்டார்கள். புன்னகைத்தார்கள். பார்வையைப் பறிமாறிக்கொண்டு பேசிக் கொள்ளத் துடித்தார்கள். வோல்ஸ்கி இதுவரையில் இந்த அளவுக்கு யாரிடமும், குறிப்பாகப் பெண்களிடம் பேசியதில்லை. ஒரு நாள் 'நோர் கஃபே'வில் இரண்டு மாணவிகளிடம் பேசினான்... உரையாடலின்போது எல்லாமே மகிழ்ச்சியாக இருந்தது. இன்னும் மாறாத அவனுடைய அறை, சிரித்துக் கொண்டே பேசும் அவ்விள நங்கைகள், போரைப்பற்றி அவன் பேசிய

விதம், தற்பெருமை கொண்டது, குண்டுகள் அவ்வப்போது வாத்துகள் மீது பாய்வது பற்றிப் பேசியது: இவையெல்லாம் எவ்வளவு சுவையான அனுபவங்கள். 'உங்கள் குரல் இளமையானதாக இருக்கிறது,' என்று அவர்களில் ஒருத்தி அவன் வெள்ளை முடியைப் பார்த்துக்கொண்டே சொன்னாள்.

மறுநாள் அவன் முடிதிருத்துபவர் கடைக்குச் சென்றான். ஆறு வண்ணங்களைக் காட்டிக் கேட்டபோது அவன் கறுப்பு நிறத்தைத் தேர்வு செய்தான். முடி வெள்ளையிலிருந்து கறுப்புக்கு மாறும்போது மிலாவைப்பற்றி நினைவு வந்தது. 'அவள் இறந்து போயிருப்பாள்,' என்று போரின் அனுபவம் தந்த யதார்த்தத்தை வைத்து தனக்குள் சொல்லிக்கொண்டான். அதே சமயம் அவன் மனதிலேயே ஒருவரைக் கொல்லும் உணர்வும் ஏற்பட்டது. 'அவள் ஏன் இறக்க வேண்டும்? ஒரு வேளை திருமணம் செய்துகொண்டு அருகிலேயே எங்காவது இருக்கக் கூடுமல்லவா? மேலும், அவளுக்கும் எனக்கும் என்ன பந்தம் உள்ளது? ஒரு தடவை... ஒரே ஒரு தடவை நாடக மேடையில் நடிக்கும்போது "உனக்காக நான்" என்று சொல்லி முத்தமிட்டிருக்கிறேன். அவ்வளவுதான்... என்னுடைய வெள்ளை முடியால் என்னை அவளுக்கு அடையாளம் தெரியாமலிருந்திருக்கும். ஆனால், இப்போதுதான் கறுப்பு முடி வந்து விட்டதே!' அன்றைக்கு முந்தைய தினம், இரண்டு மாணவிகளிடம் பேசிக் கொண்டிருக்கும்போது அவனுக்கு ஏற்பட்ட மகிழ்ச்சியான சூழலை ஒருவாறு வரவழைத்துக் கொண்டான்.

அன்று சனிக்கிழமை. 'கிரோவ் ஆப்பரா'வுக்குப் போனான். அவனுடைய இருக்கை பால்கனியில் இருந்தது. படி ஏறும்போது அங்கிருந்த கண்ணாடிகளில் யாருக்கும் தெரியாமல் தன்னுடைய உருவத்தைப் பார்த்துக்கொண்டான். அவனுடைய முடி அதிகப் பளபளப்புடன் இருந்தாலும், சாயம் பூசியதுபோல் தெரியவில்லை. நெற்றிக்கு மேல் ஒரு 'விக்' வைத்திருப்பதுபோல் சற்று கனமாக இருந்தது. அவ்வளவுதான். மற்றபடி அவன் ஓர் இளைஞன்தான். மார்பில் கனமான சிவப்பு நட்சத்திரம் அணிந்திருந்தது அவனுக்குப் பெருமையாக இருந்தது.

அரங்கத்தில் நிறையப் பேர் சீருடையில் இருந்தனர். சீருடைகளின் மீது அவர்கள் வாங்கிய மெடல்கள் ஜொலித்தன. அவர்கள் அணிந்திருந்த உடைகள், போரின்போது சகதி புரண்டவர்கள் அணிந்தவை போலில்லை. கச்சிதமாக இருந்தன. 'நாடக பாணி உடைகள்' என்று சொல்ல வேண்டும்போல் இருந்தது. ஒப்பீடு சரியாக இருந்தது குறித்து அவனுக்கே வியப்பு. இராணுவ மேலதிகாரிகளின் தோள்பட்டை கோடுகள் காணப்பட்டன. அவர்கள் அணிந்திருந்த பூட்ஸ்கள் அலங்கார விளக்குகளின் ஒளிபட்டுப் பிரகாசித்தன. மேலாதிக்கத்தனமான பார்வை. ...வெற்றி வீரர்களின் பார்வை. தனக்கு அவர்கள் மத்தியில் இடமில்லை என்று வோல்ஸ்கி தனக்குத்தானே சொல்லிக்கொண்டிருந்தான். பெண்களின் உடை அவர்களது தோல் நிறத்தைக் காட்டியது. எப்போதோ மறந்துபோன காட்சி மீண்டும் நினைவுக்கு வந்ததுபோல் இருந்தது...

ரிகோலெட்டோ என்ற ஆப்பரா நிகழ்ச்சி. அது தொடங்கியதும் அவனுக்கிருந்த பதற்றமெல்லாம் பறந்து போய்விட்டது. சீருடை ஏற்படுத்திய அச்சமும் அவனுக்கில்லை. அவனை ஏதோ ஓர் இனம்புரியாத உணர்வு ஆட்கொண்டது. அவனுடைய குரல்வளையும் நினைவாற்றலும் ஒன்று கலந்தன. பாடகன் ஒருவன் கேட்கும் விதத்தில் எல்லாவற்றையும் காது கொடுத்துக் கேட்டான். ஒரு கட்டத்தில், நிகழ்ச்சியில் தோன்றிய அரசனோடு சேர்ந்தே சுவாசிப்பதுபோல் உணர்ந்தான்.

ஊன்றி கவனித்ததால் அவனுக்கிருந்த வருத்தம் அவன் எண்ணங்களில் ஊடுருவியது –'அது நானாக இருக்கலாம்...' – என்று அருகிலிருந்தவர்களில் ஒருவரின் குரல் ஒலித்தபோது திடுக்கிட்டான். கரவொலி அவனைக் கனவிலிருந்து விடுபடச் செய்தது. அவனும் கைதட்டினான். ஆனால், அவன் முடியைப் போலக் கைதட்டலும் போலியாகத் தோன்றியது.

அவனுடைய ஆழ்ந்த கவனம் கலைந்தது. பார்வையாளர்களில் பலர் கண்டுகொள்ளாமல் பார்த்ததுபோல், அவனுக்கும் ஓர் உண்மை புலப்பட்டது. நடிகர்களில் ஒருவன் அரசனாகவும், இன்னொருவன் அரசனின் பேராசையால் பாதிக்கப்பட்டவனாகவும் தென்பட்டனர். சிலர் மகிழ்ச்சியாகப் பாடிக்கொண்டும், சிலர் சோககீதம் இசைத்துக்கொண்டும் இருந்தது தெரிந்தது. இதையெல்லாம் இறுக்கமான சீருடையில் இருந்த ஆண்களும் இறுக்கமான காலணிகள் அணிந்திருந்த பெண்களும் பார்த்துக் கொண்டிருந்தார்கள். அவர்களோடு சேர்ந்துகொண்டு, முடியில் மைபூசிய மடையனான தானும் அங்குள்ள பெண்களைக் கவர நினைத்தது வேடிக்கையாக இருந்தது... தன் சிந்தனைத் தொடரை நினைத்து வோல்ஸ்கி தனக்குள் சிரித்துக்கொண்டான். அப்போது யாரோ 'அது நானாக இருக்கலாம்...' என்று மனதை உறுத்திக்கொண்டிருந்த சொற்களும் மறந்துபோயின.

அச்சமயம் பார்த்து அரசனாக நடித்தவன் பாடினான்: 'நான் ஒரு மாணவன்... அதுவும் ஏழை மாணவன்!' கதாநாயகியைக் கவரும்பொருட்டு அவன் மாற்றுடையில் இருந்தான். அவன் வயது முதிர்ந்த கலைஞன். ஆஜானுபாகுவான உடல் கட்டு. கொழு கொழு கன்னங்களில் ரோஜா வண்ணத்தில் அரிதாரம். அவனுடைய சதைப்பற்றான தொடைகளில் பின்னப்பட்ட உடை ஒருவித கவர்ச்சியை எடுத்துக் காட்டியது. மோசமான மாணவன்! வோல்ஸ்கி தன் புன்னகையை மறைக்கும்பொருட்டு சற்றே தலைகுனிந்தான். தாழ்வாங்கட்டையைத் துடைத்துக் கொண்டு இருமினான். ஆனால், அவனால் தொண்டையில் திரண்டு வந்த சிரிப்பை அடக்க முயன்றான்; 'ஷ்' என்று சொல்லிப்பார்த்தான்; கன்னத்தைக் கிள்ளிப்பார்த்தான். அடக்க முடியவில்லை. மெல்ல எழுந்து, எல்லோருடைய முழங்கால்களையும் இடித்துக்கொண்டு வெளியேறினான். பலர் அவனைக் கோபத்தோடு பார்த்தார்கள்... எல்லோரும் கை தட்டினார்கள். அது அவன் வெளியேறியதைப் பார்த்துக் கை தட்டுவதுபோல் இருந்தது.

பொருள்பாதுகாப்பு அறைக்கு வந்ததும் அவன் சிரிப்பு சற்று அடங்கியது. அங்குப் பணியாற்றிய பெண் அவனைப் பார்த்து இரக்கப்பட்டாள். அவன்

கண்கள் கண்ணீரால் சிவந்திருந்தன. அவனுக்கிருந்த களிப்புக்கு இடையே ஒரு கவலையும் மேலிட்டது. ஐம்பது வயது ஆண் மாணவனாக நடித்துக் கொண்டிருந்தான்... வேடிக்கையாக இருந்தது. அவனோடு பணிபுரிந்த சக நண்பர்களும் அப்படித்தான் நினைப்பார்கள். அவர்களெல்லாம் பாடிக்கொண்டே மரணத்தை நோக்கிப் போனவர்கள்.

அரங்கத்தை விட்டு வெளியேறும்போது பலத்த கைதட்டல் ஒலி கேட்டது (கதவு சற்றுத் திறந்திருந்தது). வோல்ஸ்கி கற்பனை செய்து பார்த்தான். சீருடையில் இருந்தவர்களும் நிகழ்ச்சிக்கென்று உடுத்திக் கொண்டுவந்தவர்கள்தான் அவ்வளவு பலமாக கைதட்டி இருக்க வேண்டும். அப்போது, ஒரு நினைவு அவனை வந்து ஆட்கொண்டது—முற்றுகையின் போது நடந்த நிகழ்ச்சி பற்றிய ஞாபகம் அது. மெழுகுவர்த்தியின் ஒளியிலும், கடும் குளிரிலும், நிகழ்ச்சி அரங்கேறியது மனக்கண் முன் தோன்றியது. கைதட்டக்கூட பலமின்றி இருந்த அந்த மனித நிழல்கள், நடிகர்களுக்கு நன்றி சொல்லும் பொருட்டு, உடல் குனிந்தது நினைவில் நிழலாடியது... சற்று நேரம் அப்படியே அசையாமல் நின்றான். கண்களை மூடினாலும் அவை கடந்த காலத்தை உற்று நோக்கிய வண்ணம் இருந்தன. அதன் அழகை இன்று ரசித்தான்.

இப்படிப் பழைய காலத்தை நினைக்கும்போது மறந்து போயிருந்த ஒரு முகவரி நினைவுக்கு வந்தது. தொழிலாளிகள் தங்கும் விடுதியொன்றின் முகவரி அது. போர்வீரர்கள் இருந்த இடத்திற்கு அருகிலிருந்த அந்த இடத்தில்தான் அவர்கள் தங்கி இருந்தார்கள். போர்வீரர்களுக்காக வேண்டி அவர்கள் ‘சுட்டெரிக்கும் தெற்கத்திய சூரியன்’ என்ற பாடலை இசைத்தார்கள்.

அது ஊருக்கு வெளியில் இருந்தது. அங்குப் போவது, காலத்தில் பின்னோக்கிப் போவதுபோல் இருந்தது. நகரின் மத்தியப் பகுதியில் ஏற்பட்டிருந்த சேதமெல்லாம் ஏற்கெனவே அகற்றப்பட்டுவிட்டன. நெவிச்கி ப்ராஸ்பெகெட் என்ற இடத்துக்கு அப்பால் போகப்போக போர்ச் சேதம் இன்னும் கண்ணில் பட்டுக்கொண்டே இருந்தது. அங்கு ஒரு ஜெர்மன் டாங்கைக்கூடப் பார்த்தான். அது சின்னாபின்னமாகிக் கிடந்தது. அதிலிருந்த துப்பாக்கி மட்டும் போய்க்கொண்டிருந்த கார்களைக் குறி வைப்பதுபோலிருந்தது.

அவ்விடுதிக் கட்டடம் மீண்டும் உயிர்பெற்றதுபோல் இருந்தது. காரணம் சன்னல்களில் துணிகள் காயவைக்கப் பட்டிருந்ததுதான். அறைகளில் ஜனங்கள் இருப்பார்கள் என்பது அவனது கணிப்பு. அழிக்கப் பட்ட கிராமங்களிலிருந்து நிறையப்பேர் அங்கு வந்து தங்கி இருக்கக் கூடும்.

தகவல் தருவதற்கு யாராவது கிடைக்க மாட்டார்களா என்று தேடினான். ஆனாலும் அவனுக்கு நம்பிக்கை இல்லை. மிலா ஏன் இப்படிப் புதிதாக வந்தவர்களோடு தங்கி இருக்க வேண்டும்? பெஞ்ச் ஒன்றில் செம்பட்டை நிற முடியுடன் அமர்ந்திருந்த பெண் ஒருத்தி அவன் கண்ணில் பட்டாள். அவளிடம் அவன் பேச நினைத்தான். ஆனால்

அவள் தூங்குவதுபோல் இருந்தாள். அவளுடைய முகவாய்க்கட்டை மார்பில் சாய்ந்திருந்தது. கைகள் தொங்கிக்கொண்டிருந்தன. இரண்டு பெண்கள் ஓடுபாதையில் சில்லு விளையாடிக்கொண்டிருந்தார்கள். அவன் கேள்வி கேட்டதும் அவர்கள் சிரித்துக்கொண்டே முகத்தைத் திருப்பிக்கொண்டார்கள். 'அவர் யாரென்றே யாருக்கும் தெரியாது,' என்று சொன்னது தெரிந்தது. குழம்பிப்போய், அங்குத் துணி காய வைத்துக்கொண்டிருந்த ஒரு குடும்பப்பெண்ணிடம் போய்க் கேட்டான். அவளோ அவனை முறைத்துப் பார்த்துவிட்டுக் காறித் துப்பினாள். 'உன் சல்லாபங்களைத் தொடங்க இரவுவரைகூடக் காத்திருக்கக்கூடாதா. வெட்கக்கேடு. இனிமேல் பகலில்கூட வருவார்கள்,' என்றாள். அவன் அந்தப் பதிலை எதிர்பார்க்கவில்லை. எந்த விளக்கமும் கேட்டுக் கொள்ளாமல் பின்வாங்கினான். வயதான ஒருவர் தன் வீட்டு வாசலில் செய்தித்தாள் படித்துக்கொண்டிருந்தார். அவரும் ஏறக்குறைய அதே பதிலையே சொன்னார், ஆனால் ஒரு தந்தை சொல்வதுபோல் சொன்னார். 'நடன அரங்குக்குப் போ, அங்கு நிறைய அழகான இளம்பெண்கள் இருப்பார்கள். அவர்களோடு சல்லாபிக்கலாம்,' என்றார் அவர்.

பதற்றத்துடன் கட்டடத்தைச் சுற்றி வந்தான். அவன் உச்சரித்த பெயரில் ஏதாவது தவறு இருக்குமோ என்று எண்ணினான்... அல்லது ஒரு வேளை ஏதாவது சந்தேகமாக இருக்குமோ... தலைமுடியைச் சரி செய்துகொண்டு 'ஒரு வேளை தன்னை ஒரு ஜிப்ஸி என்று நினைக்கிறார்களோ,' என்று தனக்குள் சொல்லிக்கொண்டான்.

மைதானத்தைக் கடந்து, செம்பட்டை முடியுடனிருந்த அந்தப் பெண் உட்கார்ந்திருந்த அதே பெஞ்சில் போய் உட்கார்ந்தான். அவள் முடி அலங்கோலமாக இருந்தது. 'செம்பட்டை முடி கொண்ட ஒரு விலைமாது' என்று அவன் நினைத்தான். தயங்கினான். இருமிப்பார்த்தான். பின்பு அதிக ஆர்வம் கொண்டவன்போல், 'வணக்கம்' என்றான். அப்பெண் தூங்கிக்கொண்டிருந்தாள். அவன் இருப்பதைக் கவனிக்கவில்லை. ஒருவேளை போதையில் இருக்கலாம். அவ்வப்போது சோகத்தோடு முனகிக்கொண்டும் இருந்தாள். என்ன செய்வதென்று தெரியவில்லை. அங்குக் காத்திருக்க வேண்டுமா என்று தன்னையே கேட்டுக்கொண்டான். ஒருவேளை, அவன் போனபின்கூட மிலா வரலாம்.

கட்டடத்தில் வழக்கமான வாழ்க்கை நடக்க ஆரம்பித்தது அவனுக்கு வியப்பாக இருந்தது. போர் முடிந்து சில மாதங்களே ஆனபின், இரண்டு மரங்களுக்கிடையே கயிறைக்கட்டி துணி காய வைத்திருந்தார்கள். அடுப்பில் எண்ணெயில் ஏதோ பொரிக்கும் ஓசை கேட்டது, குழந்தையொன்று கத்திக்கொண்டிருந்தது. கீறல் விழுந்த கிராமபோன் இசைத்தட்டு ஏதோ ஒரு 'டாங்கொ' இசையை எழச்செய்தது. அது ஒரு ஞாயிறு மாலை. அத்தெருக்களிலெல்லாம் ஒரு காலத்தில் பிணக்குவியல்கள் கிடந்தன என்றோ, அச்சிறு நகரங்களெல்லாம் கரிக்கட்டைகளாக மாறி இருந்தன வென்றோ சொல்ல முடியாது ...

கீழ்த் தளத்தின் சன்னல் வழியே யாரோ ஒருவர் சுகமாகக் கொட்டாவி விட்டுக்கொண்டிருந்தது காதில் விழுந்தது. வோல்ஸ்கிக்குச் சுற்றிலும் மக்கள்

இப்போது அனுபவித்துக் கொண்டிருக்கும் வாழ்க்கையை நினைக்கும்போது சற்றுக் கவலையாக இருந்தது. அவர்கள் மகிழ்ச்சியில் ஒருவித அகம்பாவம் இருந்தது. மற்றவர்கள் வாழ்க்கையைக் கண்டுகொள்ளாத மன நிலை இருந்தது. உலகமே அவனுக்கு அந்நியமாகத் தெரிந்தது—முந்தைய நாள் அவன் ஆப்பெரா அரங்கில் ஏற்பட்ட அனுபவம்போல்! 'இது வெற்றிபெற்றவர் உலகம்...' ஆம், யாரெல்லாம் எல்லாவற்றையும் மற்றவர்களைவிட அதிக விரைவிலும், அதிக உதாசீனத்துடனும் மறந்துவிடுகிறார்களோ அவர்களே வெற்றி பெற்றவர்களாவர்.

இருள் கவிந்தது—வடமாகாணங்களில் கவியும்—வெள்ளியொத்த—தெள்ளத் தெளிவான இருள்! அந்தப் பெண் தன் உடல் அமர்வு நிலையை மாற்றிக்கொண்டிருந்தாள். தலை தோளின் மீது சாய்ந்திருந்தது. அவள் ஏதோ ஒரு குழந்தை பாடும் பாட்டை விட்டு விட்டு முணுமுணுத்துக் கொண்டிருந்தாள். உறுதியான அவள் முகத்தில் சூரிய ஒளியும் மதுவும் ஒரு வித மாற்றத்தை ஏற்படுத்தி இருந்தது. களையிழந்த தலைமுடி அவள் கண்களில் விழுந்திருந்தது. அலங்காரம் சற்றுக் கலைந்திருந்தது. அவள்மீது ஒரு வித பாசம்—மனித நேயம் கலந்த பாசம்—ஏற்பட்டது. இதுபோன்ற பெண்களை அவன் போர்முனையில் பார்த்திருக்கிறான். சாவை நோக்கிப் போவதற்குமுன் ஒருவித சோகம் கலந்த சுகம். போலியான அணைப்பு. ஆயினும் அதனை மட்டுமே அவன் மரணத்தை நோக்கிப் போகும்போது கொண்டு சென்றிருக்கிறான். வழுக்கி விழுந்த பெண்கள்... பாழ்பட்ட ஜெர்மன் பீரங்கிவண்டி போல், இந்த செம்பட்டை முடி பரத்தை, போரின் விளைவு என்று அவன் தனக்குள் சொல்லிக்கொண்டான். 'நானும்கூடத்தான்,' என்று சொல்லிக்கொண்டான்.

எழுந்து விடைபெற்றுக்கொண்டு போக நினைத்தவன் திடீரென உறைந்துபோய் உற்றுக் கேட்டான். அந்தப் பெண் முணுமுணுத்தது அவனுக்குப் பழக்கமானதாகத் தோன்றியது. வார்த்தைகளல்ல—குரல்—குரலின் தன்மை. போதையில் முணுமுணுத்தது மாறவில்லை. ஆனால், அதன் ஏற்ற இறக்கத்தோடு கூடிய சங்கதிகள் அவனை ஈர்த்தன. 'அவளுடைய குரல், பயிற்சி செய்யப்பட்ட குரல்...' என்று தனக்குள் சொல்லிக்கொண்டான். அந்தக் குரலின் மிக்கு ஒலிக்கும் தன்மை அவனை ஏற்கெனவே ஆட்கொண்டுவிட்டது. வாய்க்குள் சொல்லிக்கொண்ட வார்த்தைகள் அவன் மனக்கண்முன் ஒரு முகத்தைக் கொண்டு வந்து நிறுத்தியது.

அவள் கண்களைப் பாதி திறந்து பார்த்தாள். அவளுடைய சோபை யிழந்த வெளித்தோற்றம் ஒரு கணம் வேறு விதமாகக் காட்சியளித்துவிட்டு மீண்டும் உறக்கத்திலும், வெறுப்பிலும் போய் ஒளிந்துகொண்டது. வோல்ஸ்கி நினைவில் பதித்து வைத்திருந்த உருவம், போரிலிருந்து தப்பித்த பெண்மணியின் உருவம். கண்கள் சொருகிப் போய்க் கன்னங்கள் ஒட்டிப் போன உருவம்... ஆனால், மீண்டும் முணுமுணுக்க ஆரம்பித்த இந்தப் பெண்ணின் உடல் கூறுகள் உப்பிப் போய் இருந்தன. பசியால் வாடிவிட்டு திடீரென அதிக உணவு உட்கொண்டவரின் உடல் போல் இருந்தது. இருப்பினும் பழைய முகம் வெளிச்சத்துக்கு வந்து வந்து போனது.

அவள் கையைப் பிடித்து, சலனமெதுவுமில்லாத தொனியில்: 'நான்தான், என்னைத் தெரியலையா? என்னுடையவள்தான் நீ,' என்றான். உடனே அவள் தன் கையை இழுத்துக்கொண்டு, கோபப்பட்டவள்போல் வெறித்துப் பார்த்து 'நான் உனக்குச் சொந்தமானவளல்ல! யாரோவென்று நினைத்துவிடாதே!' என்றாள். அவள் குரல் கரகரப்பாகவும், மெலிந்தும் ஒலித்தது. ஒரு நிமிடம் தயங்கினான். அவள் ஒதுக்கியதை வைத்துக்கொண்டு, போய்விடலாமா என்று நினைத்தான். 'வெற்றிபெற்றவர்கள்' உலகில் இணைந்து விடலாமா என்று யோசித்தான்... பெஞ்சைவிட்டு விலகிப் போனான். அப்போது அவள் முகம் இறுக்கமாவதையும், வாடிப்போவதையும் பார்த்தான். அவன் அடையாளம் கண்டுகொண்ட முக பாவம் மீண்டும் சோகத்திலும் இறுக்கத்திலும் கலந்துபோனது. கண்ணிமைகள் மூடின. முகவாய்க்கட்டை மார்பின்மீது பதிந்தது.

சில அடிகள் எடுத்து வைத்தபின் மீண்டும் அவளைத் திரும்பிப் பார்த்தான். இருளில் தனித்திருக்கும் அப்பெண்ணின்மீது வானம் அவளுக்காகவே கவிந்தது போலிருந்தது. கட்டடத்திலுள்ளவர்களெல்லாம் எங்கோ போய்விட்டதுபோல் எங்கும் நிசப்தம். மரங்கள் அசைவற்றிருந்தன. இருளில் அமர்ந்திருந்த அப்பெண்மணியைச் சுற்றி எல்லாமே நிறுத்தி வைக்கப்பட்டதுபோலும். எண்ணங்கள் கூட மறைக்க முடியாமலிருந்தன.

மீண்டும் அவன் பெஞ்சுக்குத் திரும்பிப் போனான். அவள் கவிழ்ந்தடித்துப் படுத்திருந்தாள். தாலாட்டைப் போல அவள் 'அன்பே, உன்னோடு மட்டும் என் கனவைப் பகிர்ந்துகொள்கிறேன்,' என்று பாடினாள். அடுத்த அடி அவனுக்கு ஞாபகம் வந்தது. சற்று உரத்த குரலில் பாடினான். அப்போது அவள் உதடுகள் அசைந்தது அவனுக்கு வியப்பாக இல்லை. கண்கள் மூடியபடியே ஒரு புன்னகையைச் சிந்தி, அவளுக்குள் இருந்த இன்னொரு ஜீவனை எழுப்பி விட்டுப் பாட வைத்தாள். வோலஸ்கி அவளைத் தூக்கி விட்டான். அவனுடன் அவள் சென்றபோது ஓர் இனிய கீதத்தின் தாக்கத்தால் அவள் தள்ளாடி நடந்தாள்.

பால் நிலவு காய்ந்துகொண்டிருந்த அந்த இரவில் சில மணி நேரங்களிலேயே அவர்களுடைய கடைசி நிகழ்ச்சியிலிருந்து அன்றுவரை அவளுக்கு நிகழ்ந்ததை எல்லாம் சொல்லிவிட்டாள். அவள் சொல்லியபோது அழுது ஆர்ப்பரித்திருந்தால் அவளுடைய கதை நிச்சயமாக அவ்வளவு சுவாரசியமாக இருந்திருக்காது. அப்படிச் செய்யாது, திரையொன்றின் பின் சென்றாள். கொஞ்ச நேரம் கழித்து, வோல்ஸ்கி பார்த்தவள் சற்று முன் பார்த்த 'செம்பட்டை முடி பரத்தை'யிலிருந்து முற்றிலும் வேறுபட்டவளாகத் தோன்றினாள். முகத்தை குளிர் நீரால் துடைத்தவுடன், அது மென்மையாகிவிட்டது. முடியைப் பின்னால் முடிந்ததும், பனிக்காற்றின் கடுமையை எதிர்கொள்ளத் தயாராக இருந்த ஒரு பெண்ணின் தோற்றம் தெரிந்தது. பழைய காயத்தின் தழும்பொன்று அவள் நெற்றியின் மேற்புறத்தில் காணப்பட்டது. சுவற்றில் ஏராளமான சித்திரங்கள் வரையப் பட்டிருந்தன. குழந்தைகள் வரைந்த சித்திரங்கள். அதில் எவ்வித சந்தேகமுமில்லை. ஓவியம் ஒன்றும் இருந்தது. கருத்த முடியுடன் ஒரு பெண். அவள் சின்ன முகத்தில் மை இட்ட மிகப்பெரிய கண்கள் ... அவன்முன் வந்து அமர்ந்த பெண் அந்த ஓவியத்திலிருந்த பெண்ணை ஒத்திருந்தாள்.

அவர்கள் விளக்கைப் போடவில்லை. சன்னல் வழியே ஊடுருவி வந்த நீல ஒளியும், 'கெட்டில்' ஒன்றிலிருந்து வந்த சிவப்பு ஒளியுமே போதுமென்றிருந்தனர். (அவ்விரண்டு வித ஒளிகளும் 'தேநீர்' என்ற பெயரில் அடுப்பில் கொதித்துக் கொண்டிருந்த வெந்நீரிலிருந்து வந்தவையே. முற்றுகையின் போது அவர்கள் அதைத்தான் 'தேநீர்' என்று அருந்தியது அவர்களுக்கு முதல் அடையாளமாகவிருந்தது.)

'கடைசியாக நாம் டிசம்பர் மாதத்தில் கலை நிகழ்ச்சியின் போது சந்தித்தோம் ... அதன்பின் நிலைமை முன்னைவிட மிகவும் மோசமாகிவிட்டது ...'

அமைதியாகப் பேசினாள். கண்ணீர் விடவில்லை. பெருமூச்சு விடவில்லை. 'முன்னைவிட மிகவும் மோசமாகி விட்டது,' அவன் மனதுக்குள் சொல்லிக்கொண்டான். 'இல்லை. மிகவும் மோசமான நிலை என்றால் இறப்பைத்தான் குறிப்பிடவேண்டும். நாம்தான் பிழைத்துக்கொண்டோமே.'

அவன் இதனைச் சொல்ல விரும்பினான் – மிலாவின் பேச்சில் ஓர் ஆறுதல் வரட்டுமென்று! ஆனால் அதற்குள் சபிக்கப்பட்ட நகரத்தைப் பற்றிய பேச்சு வந்துவிட்டது. அவள் பேசப்பேச அவனுக்கு ஒன்று விளங்கியது – அதாவது, வாழ்க்கையின் எல்லைக்கு அப்பால் அவனுக்கு எதுவும் தெரியவில்லை என்று!

இருந்தும் மிலாவின் நினைவுகளில் ஒன்றும் புதிதாக இருந்தது என்று சொல்ல முடியாது. கட்டடக் கலைக்குப் பேர்போன அந்த உல்லாச நகரத்தில் இருபது லட்சம் பேர் மரணத்தை எதிர்பார்த்துக்கொண்டிருந்தார்கள். ஓர் இளம்பெண் மருத்துவமனையை விட்டு வெளியேறுவதை அவன் பார்த்திருக்கிறான். அவள் தலையில் கட்டுப் போடப்பட்டிருந்தது. அவள் ஒரு வாரத்துக்கு முன் விட்டுவிட்டு வந்த குடியிருப்பைத் தேடி லெனின்கிராடைக் கடந்து சென்றுகொண்டிருந்தாள். அவளுடைய பசியையும், அவள் தீ மூட்டுவதற்காகப் படப்போகும் கஷ்டத்தையும், அவள் வீட்டுக் கதவு கொக்கியொன்றில் தொங்கிக்கொண்டிருந்த ஒரு துண்டைப் பார்த்தது அவள் உணர்ச்சிவசப்படப் போவதையும் கற்பனை செய்து பார்க்க முடிகிறது.

ஜனவரி பனிமழையின்போது, மிலா வீட்டுக்கு வந்த குழந்தைகள் அவளோடு தங்கி இருந்ததை நினைக்கும்போது வியப்பு ஒன்றும் ஏற்படவில்லை. ஒரு ஜோடி இரட்டைக் குழந்தைகள். ஓர் ஆண்பிள்ளை. ஒரு பெண்பிள்ளை. வயது பன்னிரண்டு. அவர்களின் தாய் அப்போதுதான் இறந்து போனாள். இன்னொரு பிள்ளை. ஐந்து வயதிருக்கலாம். பகலெல்லாம் பேசாமல் இருக்கும். இரவில் தூங்கும்போது பயங்கரமாகக் கூச்சலிடும். மேலும் இன்னொரு குழந்தை. அதற்கு பளபளப்பான சிவப்பு முடி. ‘மான்டரின்’ என்று பட்டப் பெயர் வைத்திருந்தார்கள். வயது எட்டு. அவன் இரண்டு முறை, தான் அனாதை ஆசிரமத்திலிருந்து தப்பித்து வந்தது குறித்துப் பெருமை பேசிக்கொண்டிருந்தான். ‘ஆனால் இப்போது ஆசிரமத்தைக் காலி செய்துவிட்டார்கள். என்னைப் பற்றி சுத்தமாக மறந்துவிட்டார்கள்...’ ஆசிரமம் காலி செய்வதைப் பயன்படுத்திக்கொண்டு மீண்டும் ஒரு முறை ஓடி இருக்க வேண்டும் என்று மிலா நினைத்தாள். மான்டரினின் ஊக்கமும், எப்போதும் கலகலப்பாக இருக்கும் அவன் குணமும் அவளை மெய்சிலிர்க்க வைத்தன. அவனிடமிருந்துதான் மற்ற பிள்ளைகள் சோகத்தை மறந்து சூரிய ஒளியை உட்கொள்ள கற்றுக்கொண்டார்கள். அகோரப் பசியுடனிருந்த அந்தச் சிறுவர்கள் பனிபடிந்திருந்த சன்னலைப் பார்த்து உட்கார்ந்தபடியே வாயைத் திறந்து, வெளியிலிருந்து வரும் ஒளி தங்கள் வெளிறிய முகத்தில் பாயும்போது, அவர்கள் அதனை மென்று விழுங்குவதுபோல் நடித்தார்கள்... வழி தவறி வந்த அந்தச் சிறுவர்களுக்கு மத்தியில் ஒருவன் இருந்தான். அவனுடைய தோல் பளபளப்பாகவும், கண்ணிமைகள் எப்போதும் கீழ் நோக்கியும் இருக்கும். அவனைப் பேச வைப்பது பெரும்பாடாகிவிட்டது. அவன் பெயர் ரஷ்ய மொழியில் எட்வர்ட். துடிதுடிப்பைக் குறிக்கும் அந்தப் பெயருக்கும் சோகம் குடிகொண்டிருந்த அவனுக்கும் எந்த சம்பந்தமும் இல்லை. மிலா ஒரு விஷயத்தைக் கவனித்திருக்கிறாள். எப்போதும் ஒதுங்கியே இருக்கும் அவன், ரொட்டி விநியோகம் நடக்கும்போது மட்டும்

மிகவும் கவனமாக இருந்து தன் பங்கு கொஞ்சம் அதிகமாக இருக்குமா என்று பார்த்துக்கொள்வான்... கிட்டத்தட்ட ஒவ்வொரு வாரமும் கூடுதலாக ஒரு குழந்தை 'குடும்பத்தில்' வந்து சேரும். ஜனவரி மாதக் கடைசியில் தெருவில் சுற்றிக் கொண்டிருந்த இரண்டு பெண்பிள்ளைகளை அழைத்துக் கொண்டாள். அவர்கள் இருவரும் சகோதரிகள். மூத்தவள் இளையவளைத் தாயொருத்தி தன் பிள்ளையைச் சுமந்து வருவதைப் போல் சுமந்து வந்திருந்தாள்.

கொஞ்ச நாள் கழித்து இச்சிறு குடும்பம் இடம் பெயர்ந்தது. லெனின்கிராடின் சுற்றுப்புறத்தில் காலியாகக் கிடந்த தொழிலாளர் விடுதியில் மிலா அக்குழந்தைகளைத் தங்க வைத்தாள். நகரின் சுற்றுப்புறங்கள் நகரின் மையப்பகுதி அளவுக்குக் குண்டு தாக்குதல்களுக்கு உட்படவில்லை. அந்தப் பெரிய காலிக் கட்டடத்தில் குளிரின் கொடுமையைச் சமாளிக்க விறகும் கிடைத்தது. அதைவிட முக்கியமான விஷயம், நெடுஞ்சாலைகளில் போய்க்கொண்டும், வந்துகொண்டும் இருந்த இராணுவத்தினரிடம் ரொட்டியைப் பிச்சையாகப் பெற முடிந்தது.

இறந்துகொண்டிருந்த அந்த நகரில் எல்லோருக்கும் பொதுவான விஷயம் என்னவென்றால், உயிரோடு இருப்பதும், உயிரோடு இல்லாததும் கொஞ்சம் அதிகக் குளிர் அடிப்பது, அல்லது ரொட்டித் துண்டைப் பொறுக்க ஓடும்போது விழுவது, அல்லது கொஞ்சம் அதிகமாகக் களைப்படைவது போன்றதைப் பொறுத்தே நிகழ்ந்தது. மேலும் இராணுவ லாரியிலிருந்து ரொட்டித் துண்டு வந்து விழுவதும்கூட நிச்சயமற்றதாக இருந்தது. ஒரு சின்ன அசம்பாவிதம்கூடப் பதினாறு குழந்தைகள் கொண்ட அவள் 'குடும்பம்' வாழ்வதைக் கேள்விக்குறியாக்கி விடும்.

ஆனால் அந்த ஒரு நாளில், தொடர்ச்சியாகப் பல அசம்பாவிதங்கள் நிகழ்ந்துவிட்டன. நகரத்திற்குச் சென்று வரும் வழியில், மிலா கால்தடுக்கி விழுந்ததால் கணுக்காலில் சுளுக்கு ஏற்பட்டுவிட்டது. மறுநாள் நெடுஞ் சாலைக்குச் சென்று பிச்சை எடுக்க அவளால் முடியவில்லை. ஒரு வாரமாக வெதுவெதுப்பாக இருந்த வானிலை அன்று இரவு மாறிவிட்டது. திடீரென வீசிய பனிக்காற்றில் விடுதியை மற்ற சுற்றுப்புறங்களோடு இணைக்கும் சாலைகள் துண்டிக்கப்பட்டு விட்டன. சிறுவர்களில் பலர் எழுந்திருக்கவில்லை. மான்டரின் மட்டுமே கலகலப்பாகவும் மகிழ்ச்சியாகவும் இருந்தான். அவன்தான் அவள் அடுப்புப் பற்றவைக்க உதவிவிட்டு, மற்றவர்களைப் பார்த்து, 'மரமண்டைகளா! எழுந்திருங்க! தீயைச் சாப்பிடக் கற்றுத் தருகிறேன்!' என்று சொல்லி எழுப்பிவிட்டான். அவர்களில் சிலர் அவனுடைய துடிப்பைப் பார்த்து, ஒருவாறாக எழுந்து அடுப்பருகில் சென்றார்கள். அவனைப் போலவே வாயைத்திறந்து தீ ஜுவாலையிலிருந்து வரும் வெப்பத்தைக் கடித்தனர்.

அவன் ஹாலுக்கும் படுக்கையறைக்கும் மாறி மாறிப் போவதைப் பார்த்த மிலா 'அவன் அழிவற்றவன்' என்று மனதுக்குள் சொல்லிக்கொண்டாள்.

ஆனால், அவனுங்கூட ஒரு நாள் மாலை நடைக்கூடத்தில் விழுந்து கிடந்தான். கண்கள் செருகி இருந்தன. உடல் சில்லிட்டிருந்தது. மூச்சுத் திணறியது. அவனை நெருப்பருகே கொண்டு செல்லும்போது, 'என்

மார்பில் மணியோசை கேட்கிறது...' என்று சொன்னான்... கடைசியாக இருந்த ரொட்டித் துண்டுகள் முந்தைய நாளே காலியாகி விட்டன.

அவள் கிளம்பிப்போனாள். ஒரு மணி நேரம் கழித்து, பனிச் சதுப்புகளையெல்லாம் தாண்டிச் சென்று நெடுஞ்சாலையை அடைந்தாள். முதல் தடவையாக அப்போதுதான் நிமிர்ந்து நிற்கக்கூடிய தெம்பு அவளிடம் இல்லாமல் போயிருந்தது. தெரு விளக்குக் கம்பத்தில் சாய்ந்துகொண்டாள். கையுறைக்குள்ளிருந்த கைகளையோ, அழுத்தமான சாக்குத்துணிக்குள்ளிருந்த கால்களையோ அவளால் உணரமுடியவில்லை. காத்திருந்தாள். ஒரு லாரி வந்தது. ஓடிப்போய் அதனைத் தடுத்தாள். எப்படியாவது கொஞ்சம் உணவைப் பெற்றுவிட வேண்டுமென்று லாரியின் முன் போய் நின்றாள். ஓட்டுநர் வண்டியிலிருந்து குதித்து அவளை அப்படியே பிடித்துத் தள்ளிவிட்டு முன்னேற முயன்றார். 'பதினாறு குழந்தைகள். இரண்டு நாட்களாக உணவின்றித் தவிக்கிறார்கள்...' என்று திக்கித் திக்கிச் சொன்னாள். அதற்கு அந்த இராணுவ வீரர்: 'லாரியில் ஐம்பத்திரண்டு பிணங்கள். நாங்கள் செத்த குதிரைகளைத்தான் தின்று வருகிறோம். வேண்டுமானால் என்னால் கொஞ்சம் புகையிலையைத்தான் தர முடியும்...' என்று காற்று அலைமோதலில் தட்டுத்தடுமாறிய குரலில் சொன்னான்.

மறுநாள் காலையில் நகரத்திலிருந்து சில ரொட்டிகளைக் கொண்டு வந்தாள். அவற்றைத் தூளாக்கி கொதிக்க வைத்த தண்ணீரில் கொட்டி ஒரு வித சூப் செய்து எல்லோருக்கும் பகிர்ந்தளிக்க தயாரானாள்... ஆனால், நீரைக்கொதிக்க வைப்பதற்குள், ரொட்டிகள் மறைந்துவிட்டன. எட்வர்ட் என்ற பையன் அதனைத் தின்றுகொண்டிருந்தான். தான் தவறு செய்கிறோம் என்பதை அவன் உணர்ந்திருந்தது அவன் பார்வையிலிருந்தே தெரிந்தது. அவனைக் கன்னத்தில் அறைந்தாள். எல்லோர் முன்னாலும் கண்டபடி திட்டினாள். அழுதாள். பின்னர் செய்வதறியாது அப்பிஞ்சு முகத்தைப் பார்த்தாள். அதில் அச்சமும், உயிர்வாழ வேண்டுமென்ற துடிப்பும் காணப்பட்டன. மென்றுகொண்டே சொன்னான்: 'எனக்கு அகோரப்பசி... என் மாமா கட்சிப் பொறுப்பில் இருக்கிறார்...' அவன் சொன்னது அவள் கோபத்தைக் குறைத்தது. அவனுக்குப் பதினோரு வயதுதான் இருக்கும். அவன் தன் மாமாவைப் பெருமையாகச் சொல்லிக்கொண்டது அர்த்தமற்றதாகத் தெரிந்தது. மீதமுள்ள ரொட்டித் துண்டுகளையும் சாப்பிட நினைத்தான் போலும். அவன் சொன்னது சுத்தப் பொய் என்று அவளுக்குத் தெரிந்துவிட்டது. அப்படி ஒரு மாமன் அவனுக்கிருந்தால் அவன் ஏன் வழி தவறிவந்த பிள்ளைகளோடு இருக்க வேண்டும். வேறு யாரோ ஒருவன் அதுபோல் பேசியதைப் பார்த்துவிட்டு, அதனால் ஏற்பட்ட தாக்கத்தையும் பார்த்துவிட்டு, தானும் பேசினால் நல்ல பலன் கிடைக்குமென்று அந்த வாசகத்தைக் கிளிபிள்ளைகள் போல் திருப்பிச் சொல்லி இருக்கிறான். அச்சமயத்தில் மற்ற பிள்ளைகள் ரொட்டித் தூள்களைப் பொறுக்கித் தின்றுகொண்டே அன்று ஒரு சாப்பாடு கிடைக்கும் என்று நம்பிக்கொண்டிருந்தனர்.

அன்று மாலை எழுந்து நிற்பதற்குத் தெம்புள்ள குழந்தைகள் அடுப்பருகே சென்று மான்டரின் சொல்லிக்கொடுத்ததுபோல் வெப்பத்தை

விழுங்கிக்கொண்டிருந்தார்கள். மான்டரின் மூலையில் ஒடுங்கிப் படுத்துக் கொண்டு அவ்வப்போது இருமிக்கொண்டிருந்தான். அவன் ஏதோ பேச நினைத்தான், ஆனால் முடியவில்லைபோலும். அவள் அவன் அருகில் சென்று தலையிலிருந்து நழுவிப்போய்க்கொண்டிருந்த ஒரு கம்பளிக் குல்லாயைச் சரி செய்தாள். அவன் கண்களைத் திறந்தாள். முதலில் பேந்தப் பேந்த விழித்தபின் அவளை அடையாளம் கண்டுவிட்டுப் புன்னகை செய்ய முயன்றான். அவனைப் பார்த்து 'கவலைப் படாதே, நாளைக்கு நான் நகரத்துக்குச் சென்று ரொட்டியும், மாவும் கொண்டுவருகிறேன்...' என்று சொல்லிவிட்டுப் பேசுவதை நிறுத்தினாள். அவன் பார்வை அவளுக்குச் சங்கடத்தை ஏற்படுத்தியது. சுத்தப் பொய் ஒன்றைத் தான் சொல்வதாக அவன் நினைத்ததுபோல் இருந்தது. அவன் முகத்தில் பெரியவர்களின் முகபாவம் இருந்தது. அவனுடைய குரலும் அப்படியே. அவன் மெதுவாகச் சொன்னான்: 'மிலா ஆண்டி. நான் இன்று இரவே செத்துவிடுவேன். என்னுடைய ரொட்டியை மற்ற பிள்ளைகளுக்குக் கொடுத்துவிடுங்கள்...' அவனுடைய சரீரத்திற்கும், அவனுடைய கம்பீரமான குரலுக்கும் இருந்த வேறுபாடு அவளை அசரவைத்தது. அவனை உலுக்கிவிட்டு, செல்லமாகத் திட்டினாள். 'பைத்தியக்காரத்தனமாகப் பேசாதே. நாளைக்கு உனக்கு நிஜமாகவே சூப் தயாரித்துத் தருகிறேன்.' ஆறுதலுக்காகச் சொல்லப்படும் இந்த வெறும் பேச்சில் நம்பிக்கை இல்லாததுபோல் அவன் கண்களை மூடிக்கொண்டான். அவளும் மவுனமானாள்...

அரை மணி நேரம் கழித்து எப்போதும்போல் போர்முனைக்குச் செல்லும் சாலை மருங்கில் போய் நின்றாள்.

வானம் கருத்துத் தெளிவாகத் தோன்றியது. வாடைக்காற்று வலுவாக வீசி அதனை அலைக்கழித்துக்கொண்டிருந்தது. சாலை உறைந்துபோய்க் கால் வைக்கும்போதெல்லாம் கண்ணாடி உடைவது போன்ற உணர்வை ஏற்படுத்தியது. இதுபோன்ற குளிரில், பசியால் வாடும் ஒருவன் நீண்ட நேரம் உயிருடன் இருக்க முடியாது என்று அவளுக்குத் தெரியும். ஒரு உபாயம் தோன்றியது. போர் வீரர்கள் தங்கும் கூடாரத்துக்குப் போய் அவர்கள் ரொட்டியைத் திருடிக்கொண்டு வந்து விடலாமென்று நினைத்தாள். அது ஒரு பைத்தியக்கார எண்ணம்தான். அவள் பைத்தியமாக இருக்க வேண்டும், அல்லது உலகம் பைத்தியமாக இருக்க வேண்டும். அந்தப் பையன் 'இன்று இரவு நான் செத்து விடுவேன்' என்று சொன்னது நினைவுக்கு வந்தது. எப்படியாவது இவ்வுலகத்திலிருந்து கொஞ்சம் உணவைப் பிடுங்கிக்கொள்ள வேண்டும். தாய் ஓநாய்க்குத் தன் குட்டிகளைக் காப்பாற்ற வேண்டுமென்று ஏற்படும் உள்ளுணர்வுதான் அது. சாலையைக் கடந்து சென்று ஜெர்மானியர்களிடம் சென்று உணவு கேட்கவும் அவளுக்குத் துணிவு ஏற்பட்டது. அதனால் என்ன தண்டனை கிடைத்தாலும் பரவாயில்லை. உணவைக் கொண்டுபோய்ப் பிள்ளைகளிடம் கொடுத்துவிட்டு வந்து எதிரிகள் முகாமில் அடிபட்டு, கற்பழிக்கப்பட்டு செத்தாலும் தேவலாம் என்று நினைத்தாள். அவளுடைய உடலும், அவளுடைய வாழ்வும் முற்றிலுமாக முக்கியத்துவம் இழந்ததாகத் தோன்றின.

இருபது நிமிடம் நடந்திருப்பாள். நடக்கும்போது பலதடவை தடுமாறி யிருப்பாள். பின்னர் நின்றுவிட்டாள். விழுந்துவிட்டால் அவளால்

மீண்டும் எழ முடியாது. குளிர் அவள் அங்கங்களை விறைப்பாக்கி விட்டது. அவள் இல்லையென்றால் பிள்ளைகள் வாழ்வு அதோகதிதான். திரும்பித்தான் போகவேண்டும். வானின் விண்மீன்கள் பிரகாசமாக ஜொலித்தாலும் சாவுக்குத்தான் கட்டியம் கூறின. சில நொடிகள் நின்று அந்த இருளை நோக்கி பிரார்த்தனை செய்வதற்குப் பதில், ஒரு வைராக்கியம் எடுத்துக் கொண்டாள். குழந்தைகளுக்கு உணவு. அதற்காக எவ்வளவு வேண்டுமானாலும் துன்பத்தை எதிர்கொள்ளத் தயாரானாள்:

விடுதியின் கதவைத் திறக்கப் போகும்போது எதிரில் வந்த ஜீப்பின் ஒளி கண்களைக் கூசச் செய்தது. இராணுவ அதிகாரி ஒருவர் அவளைக் கூப்பிட்டான். அவன் பூதாகரமான உடலையும், அவன் அணிந்திருந்த – பட்டன்கள் கழற்றப்பட்டிருந்த – பெரிய கோட்டையும் கவனிக்கும் முன்னரே ஒன்றைக் கவனித்துவிட்டாள். அவன் வாயிலிருந்து வந்த அவன் அருந்தியிருந்த ருசியான உணவு வாடையும், மது வாடையும் அவளுக்கு மயக்கம் தரும் போல் இருந்தன. 'கொஞ்சம் தண்ணீர் கிடைக்குமா, அழகுப் பெண்ணே? என் ஆன்மா தாகத்தால் தகிக்கிறது!' என்று சொல்லிக்கொண்டே அவள் பக்கம் குனிந்தபோது அந்த வாடை அவள் தொண்டைவரை போனது. அவள் அவனை அடுக்களை வரை அழைத்துப் போய்த் தண்ணீர் கொடுத்துவிட்டுப் பிள்ளைகளைப் பற்றிச் சொன்னாள். 'ஓ, அது ஒரு பெரிய விஷயமல்ல. என்னுடைய வேனில் பன்றி இறைச்சியும் ரொட்டியும் இருக்கின்றன. நான்தான் இந்த நகரத்திலேயே பெரிய மனிதன். ஸ்மோன்லி விநியோகம் செய்கிறேன்.' அவளிடமிருந்து இன்னும் கொஞ்சம் தண்ணீர் வாங்கிக் குடித்துவிட்டு, திருப்தியாக ஏப்பம் விட்டுவிட்டு, நகரின் பெரிய குடும்பங்களுக்குத் தான் விநியோகம் செய்யும் உணவுப் பொருட்களைப் பற்றி விவரித்தான்.

மிலா அவன் சொன்னதை அவ்வளவாகக் கவனிக்கவில்லை. கனவில் மிதந்தாள். அடுப்பில் பெரிய பானை வைப்பது பற்றியும், இறைச்சித் துண்டுகளையும் மாவை அதில் கலப்பது பற்றியும், பின்னர் எழப்போகும் ஸ்பூன் ஓசையைப் பற்றியும் கற்பனை செய்து பார்த்துக்கொண்டிருந்தாள்.

அவனிடமிருந்து வந்த வாடையின் மயக்கத்திலிருந்து மீளாமல் 'கொஞ்சம் மாவு இருந்தாலும் தேவலாம்,' என்றாள்.

'சரி சரி. உன் முக அழகுக்காகவே உனக்கு எது வேண்டுமானாலும் தருகிறேன்,' என்று சொல்லிக்கொண்டே அவள் கையைப் பற்றி தன் பக்கம் இழுத்தான். அவனிடமிருந்து விலகிக்கொண்டு 'என் பொறுப்பில் பதினாறு பிள்ளைகள் இருக்கிறார்கள். அவர்களில் பெரும்பாலானோருக்கு உடல் சுகமில்லை...' என்று விளக்க முயன்றாள்.

'அப்போ, நீ என்னை நம்பவில்லையல்லவா. நான் ஓர் உயர் இராணுவ அதிகாரி!' என்று சொல்லப்போனான். பின்னர் காமம் தலைக்கேற, அவன் தன் அணுகுமுறையை மாற்றிக் கொண்டான். 'சரி நீ உன் கண்ணாலேயே பார்!'

சட்டென்று, அவன் தன் வண்டிக்குச் சென்று ஒரு பெரிய சாக்குப் பையை எடுத்து வந்தான். ஒரு வியாபாரி செய்வதைப் போல் சைகை செய்து

பையைத் திறந்தான். அதிலிருந்து இரண்டு பெரிய உணவு டின்களையும், ஒரு பாக்கெட் சாப்பாட்டையும், ஒரு பெரிய ரொட்டியையும் எடுத்தான்...

'நல்லா பார்த்துக்க. நான் சொன்னேனல்லவா? என்னிடம் பக்குவமாக நடந்து கொண்டாயானால்...' அவன் அவளை அணைத்தான். அவன் பேசிய வார்த்தைகளோடு அவன் சாப்பிட்டு ஜீரணித்துக்கொண்டிருந்த உணவின் நாற்றமும், மதுவின் நாற்றமும் அவள் முகத்தில் பாய்ந்தன. அவளைப் படுக்கையில் தள்ளும்போது நலிந்த குரலில் 'பசங்களில் ஒருவன் இன்று சாகக்கிடக்கிறான். வெட்கமாக இல்லை...'

நடக்கவில்லை. அவளிடமிருந்து எந்த விளக்கத்தையும் ஏற்றுக் கொள்வதாக இல்லை. அவள் தன்னை ஒரு ஜடமாக மாற்றிக்கொள்ள வேண்டியதுதான். அவன் உதடுகள் அவளை முத்தமிடும்போது அவளுக்குள் குமட்டிக்கொண்டுவந்ததை அடக்கிக்கொள்ள வேண்டும். அவன் கைகள் அவள் உடலைப் பதம்பார்க்கும்போது எழுந்த வெறுப்பையும் உணரக் கூடாது... அவன் அவளை அனுபவித்து சுகத்தின் உச்சத்துக்குப் போகும் வரை அவனைச் சமாளித்து விட்டாள். பின்னர் அவன் பலமாகச் சிரித்தான். போவதற்குமுன் நிறைய வாக்குறுதிகள் தந்தான்.

ஜட நிலையில்தான் அவள் உணவு சமைத்தாள். சிறுவர்கள் ஓடி வந்து சத்தம் எதுவுமின்றி சாப்பிட்டுவிட்டுப் போய்ப் படுத்துக்கொண்டார்கள். இராணுவ அதிகாரி விட்டுச் சென்ற சாக்குக்குள் ஒரு பாட்டில் வோட்கா இருந்தது. அதனை பாட்டிலோடு குடித்தாள். மயக்கம் அவளை ஆட்கொண்டபோது வாய்விட்டு அழுதுவிட்டாள்.

இரண்டு நாள் கழித்து மேண்டரின் தீ மூட்டத்தின் முன்பு வரும்போது, முன்பிருந்ததுபோலவே துடிப்புடன் காணப்பட்டான். இல்லை, இல்லை. முன்பிருந்ததுபோலில்லை. இப்போது அவன் பஞ்சடைந்த கண்களில் ஒரு விதப் புன்முறுவல் இருந்தது.

இன்னொரு நாள் மாலையும், பட்டாளத்தான் வந்தான். முதல் தடவை நடந்ததுதான் இப்போதும் நடந்தது. சில நிமிடங்கள் ஜடமாக அவள் இருந்தபின் உணவு கிடைத்தது. பின்னர், அவமானத்திற்கும், அர்ப்பணிப்புக்கும் இடையே இருந்த இடைவெளியை வோட்கா மறையச் செய்துவிட்டது.

இன்னும் பல சந்திப்புகள் நிகழ்ந்தன. இன்னும் பலபேர் வந்தனர். ஒவ்வொரு தடவையும் ஒப்பந்தம் எளிமையாகி விட்டது. சிறுவர்கள் வாழ்க்கைப் பிரச்சினையைத் தீர்க்க அவள் கொஞ்ச நேரம் சுகம் அனுபவிப்பதுபோல் பாவனை செய்ய வேண்டி இருந்தது. மேலும் மார்ச் மாதத்தில் பனிப்புயல்கள் வீசியதாலும், பனிக்கட்டிகள் உருகியதாலும் அவளால் பழையபடி சாலையோரம் சென்று பிச்சை எடுக்கவோ, நகரத்துக்குச் சென்று வரவோ இயலாது. நகரத்திலும்கூட உயிருடன் இருப்பவர்கள் எண்ணிக்கை குறைந்துகொண்டே போனது.

என்றைக்கு அவள் தன் சொந்த வாழ்க்கையை விட்டுத் துரத்தப்பட்டாள் என்று அவளுக்கே தெரியவில்லை. ஒரு நாள் கண்ணாடி முன் நின்று

பார்க்கும்போது தன்னையே தன்னால் அடையாளம் காண முடியாமல் போன அன்றாக இருக்கலாம். அல்லது, அடுத்த குளிர்காலத்தில் இரவில் யாரும் வரவில்லையாயின் வோட்காவின் வாசனை அவளுக்கு ஒரு முக்கியத் தேவையாகிவிட்ட போதாக இருக்கலாம்.

எப்படி இருந்தாலும், அமைதி திரும்பியதும், அவள் வேறொருத்தியாக ('அந்த மாதிரி' பெண் என்று சுற்றுப்புறத்திலுள்ளவர்கள் குறிப்பிட்டவளாக) மாறிப் புதிதாக வந்தவர்கள் வசித்த விடுதி அறை ஒன்றில், தங்கிக் கொண்டாள். வளர்த்த பிள்ளைகளெல்லாம் அனாதை ஆசிரம் ஒன்றிற்குப் போய்விட்டார்கள். அவள் தனிக்கட்டையானாள். எப்போதும் கடந்தகால நினைவில் மூழ்கிக் கிடந்தாள். முற்றுகைக் காலம்தான் அவள் நினைவை ஆட்கொண்டிருந்தது. ஆண்கள் எவ்வளவு கேவலமாக அவளை அழைத்தாலும் அவள் கவலைப்படவில்லை.

ஒரு நாள் மாலை. அக்கட்டடத்திலிருந்தவர் அனைவரும் ஜெர்மனியைத் தோற்கடித்ததைக் கொண்டாடிக்கொண்டிருந்தனர். அவள் சன்னலுக்கு வெளியே உட்கார்ந்திருந்தாள். அப்போது போதையிலிருந்த அவள் நினைவில் பழைய வாழ்க்கையிலிருந்து ஒரு பாடல் வரி ஒலித்தது: 'உனக்கு மட்டுமே என் கனவு ஒன்றை சமர்ப்பிக்கிறேன், என் அன்பே...' விம்மி விம்மி அழுதாள். மற்றவர்கள் கொண்டாட்டத்தில் இருந்தபோது இவள் அழுதது அபசுரமாகப் பட்டது. அவர்களில் ஒருத்தி 'அங்கே பார். எல்லோரும் மகிழ்ச்சியாக இருக்கும்போது, அவள் மட்டும் தொண்டை கிழிய புலம்பிக்கொண்டிருக்கிறாள்,' என்றாள்.

அந்த சமயத்தில்தான் அவள் மற்றவர்கள் என்ன நினைத்தார்களோ அப்படியாகிவிட்டாள். கொஞ்ச காலம் கழித்து தன் கருத்த தலைமுடியை வெளிறச் செய்தாள்: 'இப்போது நான் இறந்துவிட்டால், யாருக்கும் என்னை அடையாளம் தெரியாது. அவளுக்கிருந்த ஒரே பயம்: தனக்காக 'உனக்கு மட்டுமே...' என்று பாடிய அந்த மனிதனைச் சந்திப்பதுதான்.

பட்டாம்பூச்சி ஒன்று ஸ்டவ்வின் தீச்சுடர் பக்கம் வேகமாக வந்தது. அதனைக் காப்பாற்ற வோல்ஸ்கி கையை ஆட்டி விரட்டினான். அதனால் மிலாவின் மவுனம் கலைந்தது.

'என் வாழ்க்கையும் அப்படித்தான் இருந்தது,' என்று ஈனசுரத்தில் சொன்னாள் மிலா. 'நீ என்னை மீண்டும் பார்க்க மாட்டாய் என்று நம்பினேன்... எவ்வளவோ பெண்கள் தனித்திருக்கிறார்கள். போர்க்களத்திலிருந்து திரும்பி வரும் பட்டாளத்தானுக்குப் பெண்கள் வரிசையாக நிற்பார்கள்...'

'உன்னைத்தான் தேடிப்பிடித்துவிட்டேனே. பின்பு என்ன?'

அவள் அவன் சொன்னதைக் காதில் வாங்கிக் கொள்ளாததுபோல் இருந்தாள்.

அவள் தொடர்ந்தாள்: 'நீ போரில் இறந்துபோய் இருப்பாய் என்று நினைத்தேன். உன்னுடைய நினைவுச் சின்னத்திற்குப் போய்வருவதாகக் கனவுகண்டேன். அப்படி ஆகி இருந்தால் நான் என்னவாகி இருக்கிறேன் என்று உனக்குத் தெரிந்திருக்காது அல்லவா?...'

அவனையறியாமல் புன்முறுவல் செய்தான்.

'என்ன செய்ய, நான்தான் இறக்கவில்லையே!... ஆனால், நீ அதிக மாற்றம் இல்லாமல்தான் இருக்கிறாய்!'

'பொய் சொல்வதில் பலனில்லை, கிரகரி. உனக்கு நன்றாகவே தெரியும்... நான் ஒரு வேசியாகிவிட்டேனென்று.'

பதில் சொல்வதற்காக மூச்சை இழுத்தான். பின்னர் ஏனோ திடீரென ஒரு பெருமூச்சு விட்டான். மீண்டும் அவர்களுக்குள் நிசப்தம் குடிகொள்ள ஆரம்பித்துவிடுமோ என்ற பயத்தில் கலவரமாகி வெகு சீக்கிரமே பேச ஆரம்பித்தான்.

'சரி. ஏற்றுக்கொள்கிறேன். அப்படியானால் நான் ஒரு கொலைகாரன்தானே! ஆம். நான் அடிக்கடி மனிதர்களைக் கொன்றிருக்கிறேன். போர் சமயத்தில் அது என் தொழிலாகி விட்டது. நான் ஆயிரமாயிரம் ஜெர்மானியர்களைக் கொன்றதற்காக இந்தச் சிவப்பு நட்சத்திர பதக்கம் எனக்குக் கொடுக்கப்பட்டது. நான்கு ஆண்டுகள் நான் மனிதர்களைக் கொன்றிருக்கிறேன். எவ்வளவு பேரைக் கொல்ல முடியுமோ

ஆந்திரேயி மக்கீன்

அவ்வளவு பேரைக் கொன்றேன். பதுங்கும் குழிக்குள் போனதும் கண்ணில் பட்டவர்களையெல்லாம் சுட்டேன்... என்னுடைய தொழில் சுடுவதல்ல. நான் ஒரு பாடகன் என்பது உனக்குத் தெரியும். ஆனால் நான்கு ஆண்டுகள் வேகமாகவும், அதிக எண்ணிக்கையிலும் மனிதர்களைச் சுட்டு வீழ்த்தும்படி இராணுவ வீரர்களுக்கு ஆணையிட்டிருக்கிறேன். பின்னர் ஒரு நாள்... பீரங்கிப் படையைச் சேர்ந்த ஜெர்மன் இராணுவ வீரன் ஒருவனைச் சுட வேண்டாமென்று விட்டு விட்டேன். சுட்டிருக்கலாம். ஆனால் சுடவில்லை. ஏனென்றால், என் கையில் ஆயுதம் இருந்தது. அவன் கையில் ஆயுதம் இல்லை. அதுதான் காரணம்...'

அவன் சற்று உரத்த குரலில் பேசிவிட்டான். உடனே கதவை யாரோ இரண்டு பெண்கள் கோபமாகத் தட்டுவது கேட்டது. அவர்கள் தகாத வார்த்தைகளில் திட்டிக்கொண்டிருந்தனர்: 'இந்த அசிங்கத்தையெல்லாம் நிறுத்திக் கொள்ளுங்கள். இல்லையேல் போலிசைக் கூப்பிடுவோம்! கேடு கெட்டவள்! இரவு இரண்டு மணிக்கு ஆண்களை வரச்சொல்லி கூத்தடிக்கிறாள்...'

அவர்களின் கோபம் வோல்ஸ்கியையும், மிலாவையும் இன்னும் நெருக்கமாக்கியது. அந்த விஷமத்தனமான பேச்சு அவர்களை எழச்செய்து இருவர் உடல்களையும் கைகளையும் தழுவச்செய்தது.

குரலைத் தாழ்த்தி ஆனால் மகிழ்ச்சி பொங்க அவன் பேசினான். 'அன்று அந்த இளம் ஜெர்மானியனைக் கொன்றிருந்தால், நான் ஒரு கொலைகாரனாகி இருப்பேன். அதுபோலத்தான் நீயும். அது தெளிவாகி விட்டது...'

பின்னர் அவன் பேசுவதை நிறுத்திக்கொண்டான். அவர்களிருவருக் குள்ளும் ஏற்பட்ட அந்தப் புரிதல் பாழாகிவிடுமோ என்ற பயம். அவன் அன்று ஜெர்மன் இளைஞனைக் கொல்லாமல் விட்டதற்குக் காரணம் அவன் மீது பரிதாபப்பட்டதாலன்று. அத்தருணத்தில் உலகத்தை – அந்த ஜெர்மானியன், தான், மற்றும் வெளியுலகம் ஆகியவற்றை – தன் குறுகிய உலகத்துக்கப்பால் வைத்துப் பார்த்ததுதான் உண்மையான காரணம். அதே கண்ணோட்டத்தில்தான், மிலா தன் உடலுக்குக் கைமாறாகக் குழந்தைகளுக்கு உணவு வாங்கிக் கொடுத்திருக்கிறாள்.

'உன்னோடு உறவு கொள்ளலாம் என்று நினைக்கிறேன். ஆனால்...' என்று மிலா புன்முறுவலோடு முணுமுணுத்தாள். அவளுக்கு அது முக்கியத்துவம் அற்றதுபோல் தோன்றியதுபோலும்.

மீண்டும் ஒரு முறை அவர்கள் இருவரும் அங்கிருந்து போய்விட வேண்டும் என்று சொல்லாமலேயே புரிந்தது. அக்கம்பக்கத்தவர்கள் எழுந்து தங்கள் அன்றாட வாழ்க்கையைத் தொடங்குமுன்னரே போய்விடவேண்டும். அவர்கள் வாழ்க்கையில் இவ்விருவருக்கும் இடமில்லை.

அவர்கள் விரைவிலேயே தயாராகி விட்டார்கள். மிலாவுக்குத் தன்னிடம் அவ்வளவு குறைவாகத்தான் பொருட்கள் இருந்தன என்பது அவளுக்கே வியப்பாக இருந்தது. சில துணிமணிகள், கீறல் விழுந்த

மூன்று தட்டுகள், ஒரு கெட்டில்: இவ்வளவுதான். அத்துடன் குழந்தைகள் வரைந்த சில சித்திரங்கள், ஸ்டவ்வைச் சுற்றி சுவரில் ஒட்டி இருந்த சில காகிதங்களையும் சேர்த்துக்கொள்ள வேண்டும்.

அவர்கள் இருவரும் ஏதோ ஒரு கலையாத கனவில் நிகழ்வதுபோல் எதிரிலிருந்த மைதானத்தைக் கடந்து சென்றார்கள். வானில் மேகங்கள் புரண்டுகொண்டிருந்தன. காற்று வீசி இலைகளைச் சலசலக்க வைத்துக் கொண்டிருந்தது. துணி காயவைக்கும் கயிற்றிலிருந்து, குழந்தையொன்றின் சட்டை புல்லின் மேல் விழுந்து கிடந்தது. கயிற்றின் மீதிருந்த மற்ற துணிகளும், போர்வைகளும் காற்றில் அலைமோதின. விழுந்திருந்த துணியைப் பொறுக்கி எடுத்து, மீண்டும் கயிற்றின் மீது ஒரு கொக்கியில் மாட்டினாள் மிலா... அவர்கள் இருவரும் திரும்பிப் பார்த்தார்கள். இருளில், அந்த சன்னல்களுக்கு அப்பால் எதுவும் அறியாமல் ஜனங்கள் தூங்கிக்கொண்டிருந்தார்கள். எல்லாமே தங்களுக்குத் தெரியும்–எல்லாமே சுலபம் அல்லது கஷ்டம்–என்ற ஓர் எண்ணத்தில் அவர்கள் தூங்கிக் கொண்டிருந்தார்கள். அவர்களுக்கு இப்போது விடுதியைவிட்டு வெளியேறிக் கொண்டிருக்கும் இருவர் பற்றி எதுவுமே தெரிந்திருக்கப் போவதில்லை.

சாலையில் குறிப்பிட்ட சில இடங்கள் இருந்தன: லாரிகளை எதிர் பார்த்து மிலா காத்திருக்கும் மூலை, அவர்கள் கடைசியாக இசை நிகழ்ச்சி செய்த இடம்... அவற்றை எல்லாம் கடந்து சென்றார்கள். ஆற்றையொட்டி நடந்தார்கள். அந்த ஆற்றுத் தண்ணீரின் சுழற்சியின் மீது வானத்து விடியலின் ஒளி மின்னியது. அவ்வப்போது சாலையின் நடுவே குண்டு வெடித்ததனால் ஏற்பட்ட படுகுழிகளின் பக்கத்திலும் சென்றார்கள். படுகுழிகள் பலவற்றில் நீர் நிறைந்து, செடிகளும் முளைத்திருந்தன. அவற்றிலிருந்து சில பறவைகள் பறந்த வண்ணம் இருந்தன.

போகும் வழியில் ஓர் உடைந்த பாலமருகே மிலா தன் வேகத்தைக் குறைத்து, சற்று நிற்க வேண்டுமென்பதை அவனுக்கு உணர்த்தினாள். அப்போது அவர்கள் பள்ளத்தாக்கின் பக்கச் சரிவில், தீக்கிரையான வீடுகளுக்கிடையே, ஓர் அழிக்கப்படாத வீடிருப்பதைக் கண்டார்கள். காலியாகக் கிடந்த ஓர் 'இஸ்பா'. அதன் கதவு விரியத் திறந்திருந்தது, மரவேலியொன்றிற்கும், கிணறு ஒன்றுக்கும் இடையே நாற்பது அடி உயரமுள்ள ஒரு நெட்டிலிங்க மரம் நின்றுகொண்டிருந்தது. காலையின் கரு நீல ஒளியில் பார்க்கும்போது, சுவர்கள் தெள்ளத்தெளிவாகத் தெரிந்தன. புறகளுக்கிடையே, பெருங்கடலில் ஒரு கப்பலைப்போல், வீடு காற்றில் அசைவது போன்ற தோற்றத்தைக் கொண்டிருந்தது.

IV

VI

அங்கிருந்தவர்கள் அவர்கள் தம்பதிகளாக வாழ்வதை முற்றிலும் யதார்த்தமாக எடுத்துக்கொண்டனர். அவர்கள் வாழ்ந்தது மின்சாரம் இல்லாத ஒரு 'இஸ்பா'வில். இடிபாடுகளுக்கு மத்தியில் வாழ்ந்தது விசித்திரமானதன்று. போருக்குப் பிறகு நாட்டில் பாதிப்பேர் அப்படித்தான் வாழ்ந்தார்கள். அவர்கள் கிழிந்த உடைகள் உடுத்தி இருந்ததுகூட விசித்திரமானதன்று. அக்காலகட்டத்தில், ரஷ்யாவில் ஒழுங்காக உடுத்தி இருந்தவர்கள் மிகச் சிலரே. அவர்கள் செய்த வேலைகூட விசித்திரமானதன்று. மிலா பக்கத்திலிருந்த சிறு நகரம் ஒன்றில் ஒரு பள்ளியில் இசை சொல்லிக் கொடுத்தாள். வோல்ஸ்கிக்குத் தபால்காரர் வேலை கிடைத்தது. அவர்கள் ஒதுங்கி வாழ்வது மற்றவர்களுக்குப் பழக்கமாகிவிட்டது. மிலா அதிகாலையில் கிளம்பி பள்ளிக்குச் செல்வதைப் பார்த்தனர். வோல்ஸ்கி பெரிய பையொன்றில் நல்ல அல்லது கெட்ட செய்திகளைச் சுமந்துகொண்டு சைக்கிளில் போவதைப் பார்த்தனர். அவர்களிடம் கேள்வி கேட்டால் பதில் சொல்வார்கள். ஆனால், அவர்களாகவே முன்வந்து பேசமாட்டார்கள். மேலும், அக்கால கட்டத்தில் தவறிச் சொல்லிவிட்ட வார்த்தையொன்று ஆபத்தில் போய் முடியும் என்பதால், யார்தான் பேச முன்வருவார்கள்?

உண்மையாகச் சொல்ல வேண்டுமானால் அவர்களிடம் காணப்பட்ட சிறப்பு அம்சம் அவர்கள் தலைமுடிதான். சில மாதங்களில், வோல்ஸ்கியின் முடி சாம்பல் நிறத்திலிருந்து வெள்ளைக்கு மாறிவிட்டது. மிலாவின் முடி மீண்டும் கருப்பாகத் தெரிந்தது. ஆனால், இந்த விஷயம் மற்றவர்களைப் பெரிதாகக் கவரவில்லை. நகரங்களில் போரில் ஏராளமான காயமுற்றவர்களும், முகத்தில் அடிபட்டவர்களும் நடமாடிக் கொண்டிருந்தனர்... ஆகையால் வோல்ஸ்கியும், மிலாவும் ஒரு சாதாரணத் தம்பதியினர்தான்.

அசாதாரணமாகப் பட்டது அவர்கள் குடியேறிய இடம்தான். மலைச் சரிவிலும் பள்ளத்தாக்கு, காடுகள் ஆகியவற்றின் இறக்கத்திலும் நிறைய ஆயுதச் சுரங்கங்கள் இருந்தன. அவை பெரும்பாலும் ப்ளைவுட் பலகைகளால் அடையாளம் காட்டப்பட்டன. அப்படி அடையாளம் காட்டப்படாதவையும் இருந்தன. இறந்த படைவீரர்களின் உடல்கள் மண்ணுக்குக் கீழ் ஏராளமாகப் புதைந்திருந்தன.

குடிவந்த சில நாட்களிலேயே, அவர்கள் கடைசி நிகழ்ச்சி நடந்த இடத்தைப் பார்வையிடப் போனார்கள். வோல்ஸ்கி ஆற்றை நோக்கிப் போகும்போது திடீரென்று உலோகத்தாலான பொருளொன்று காலில் தட்டுப்பட்டு, கணீரென்று ஒலித்தது. நீண்டு வளர்ந்த செடிகளுக்கு மத்தியில் குனிந்து தேடிப் பார்த்தான்... கையில் எடுத்துப் பார்த்தபோது அது ஒரு பெரிய ஜால்ரா கருவியாகத்தெரிந்தது. சேறும் பூசணமும் அதனை மூடிக்கொண்டிருந்தன. வீணாகிப் போன அதனை மிலா தட்டிப் பார்த்தாள். ஓசை வெகுதூரம் வரை சென்று எதிரொலித்தது... அன்றைய தினம் இதமான வெப்பத்துடன் கூடிய அருமையான கோடைக்காலம். கவலைகளை மறந்து ஓய்வெடுக்கும் நாள். ஒருவரையொருவர் பார்த்துக் கொண்டார்கள். இருவரின் கண்களிலும் ஒரே நினைவுதான் வந்து நின்றது. அதுதான் அந்தக் குளிர்கால இரவின் இறுதி நேரம்! பனி மூடிய பரந்த வெளியில் இராணுவத்தினர் தாக்குதல் நடத்திக்கொண்டிருந்தார்கள். பாடகர்கள் மரணத்தைப் பொருட்படுத்தாமல் பாடிக்கொண்டிருந்தார்கள். அப்போது கைதவறி ஜால்ரா கருவி பனிக்கட்டி மீது உருண்டோடி ஆற்றங்கரைப் பக்கம் போனது...

அவர்களின் உண்மையான வாழ்க்கையானது, மற்றவர்கள் நடத்திக் கொண்டிருந்த வாழ்க்கைக்குப் பின்னால், யார் கண்ணுக்கும் புலப்படாமல், நடத்திக்கொண்டிருந்த வாழ்க்கைதான்.

ஒரு நாள் மாலை லெனின்கிராடுக்குத் திரும்பும்போது, வோல்ஸ்கி போருக்கு முன் வாழ்ந்து வந்த ஒரு அடுக்குமாடிக் குடியிருப்பைச் சென்று பார்த்தார்கள். மாடிப்படி வளைவில், வானத்தின் ஊதா நிறம் சன்னல் வழி வந்தது. வெப்பத்தினூடே விண்மீன் ஒன்று கண் சிமிட்டியது... மைதானத்தில் சிறுவர்கள் ஒரு பந்துக்காக மோதிக்கொண்டிருந்தனர். பொதுக்கூடம் அருகே இரண்டு பெண்கள் அடுப்பு பற்றி விவாதித்துக் கொண்டிருந்தனர். படாடோபமாக உடுத்தியிருந்த தம்பதியினர் இருவர் அப்போதுதான் வெளிவந்த நகைச்சுவை படத்தைப் பற்றிப் பேசிக் கொண்டு போனார்கள். வோல்ஸ்கியும் மிலாவும் ஒருவரையொருவர் பார்த்துக்கொண்டனர். ஆம், அதுபோன்ற வாழ்க்கை அவர்கள் வாழப் போவதில்லை.

மற்றவர்கள் போல் வாழாமலிருப்பதற்கு அவர்களுக்குக் கிடைத்த இந்த சுதந்திரத்தைப் பற்றி அவர்கள் அடிக்கடி சிந்தித்தார்கள். ஒரு நாள் அவர்கள் நகரத்துக்குத் திரும்பிப்போகும்போது, அவர்கள் பயிற்சி பெற்ற பயிற்சி நிலையத்து ஜன்னல் அருகே நின்றார்கள். பாடல்களின் சந்தங்கள் மகிழ்ச்சி வெள்ளமாக அவர்கள் நினைவில் விட்டு விட்டுப் பாய்ந்தன. 'ஓர் இசை நிலையம்... தடம் புரண்டு போகின்றது" என்றாள் மிலா. இருவரும் சிரித்துக்கொண்டனர். மாணவர்கள் வாசல் படிகளில் விரைவாக ஓடும்போது ஒரு சின்ன சுழல்மேடையிலிருந்து சிறு சிறு நடிகர்கள் இறங்கி ஓடுவதுபோல் இருந்தது. தவறாக வாழ வேண்டிய வாழ்க்கையிலிருந்து அவர்கள் ஒருவாறாகத் தப்பித்துக்கொண்டார்கள் என்று மீண்டும் ஒரு முறை வோல்ஸ்கியும், மிலாவும் நினைத்துக்கொண்டார்கள்.

ஆந்திரேயி மக்கீன்

இன்னொரு நாள் மாலையில், இன்னொரு ஆப்பெராவிலிருந்த இசைநிலையத்துக்குச் சென்றார்கள். நடிகர்களெல்லாம் இராணுவத்தினர் போல் வேடமிட்டு, பட்டாளத்தாரின் சாதனை, வீரம், தாயகம் பற்றியெல்லாம் பாடிக்கொண்டிருந்தனர். மேடையில் போரைச் சித்திரித்திருந்த விதம் வோல்ஸ்கிக்குக் குழப்பத்தைத் தந்தது. அவர்களது கடந்த காலத்தைப் பற்றிய குறிப்பு எதுவுமில்லை. ஆனால் பிரமாண்டமான அரங்க அமைப்பில், அட்டையால் செய்யப்பட்ட தீச் சுடர்களின் பின்னணியில், லெனின்கிராட் வெற்றி குறித்து வாய் கிழிய மெச்சிக்கொண்டிருந்தார்கள். உச்சகட்டத்தில் நடிகன் ஒருவர் கட்சித் தலைவராக வேடமிட்டுக்கொண்டு 'லெனின்கிராட் நகரம் ஒருபோதும் விழாது,' என்று பாடினான். அந்த ஆள் தாட்டிகமாக இருந்தான். அவன் அணிந்திருந்த சீருடை அவனுடைய குண்டான உருவத்தோடு ஒத்துப் போகவில்லை. 'ரிகோலெட்டோ அரசனின் தொடைகள்...' என்று வோல்ஸ்கி நினைவுபடுத்தினான்.

நிகழ்ச்சி முடிந்ததும் டிராம் வண்டியில் ஏறிப் புறப்பட்டார்கள். அது அவர்களை நகரத்து எல்லையில் இறக்கி விட்டது. அங்கிருந்து வழி தண்ணீர் பட்ட பாடு. இரண்டு மணி நேரம் நடக்க வேண்டி இருந்தது. சாலைகள் குண்டால் தகர்க்கப்பட்டிருந்தன. லுக்தாவுக்கு ஓரமெல்லாம் தரிசு நிலங்கள். ஆற்றங்கரையோரம் செடிகளின் சலசலப்பு. வோல்ஸ்கி போர்க்களத்தில் இராணுவ அணியினருடன் பாடிய எளிதான பாடல் வரிகளை முணுமுணுத்துக்கொண்டு வந்தான். தூரத்தில் அவர்கள் வீடு தெரிந்தது. அது விண்மீன்கள் கண்சிமிட்டும் கருத்த வானத்தின் கீழ, நீல ஒளியுடன் காட்சியளித்தது. சின்ன வீடு. பெரிய நெட்டிலிங்க மரத்தின் கீழ் மலைக்குன்றின் வாட்டத்திற்குத் தகுந்தாற்போல் கட்டப்பட்ட வீடு.

'இன்னும் கொஞ்ச காலத்தில் மிலாவுக்கு இந்தச் சின்ன இடம் பிடிக்காமல் போய்விடும்,' என்று வோல்ஸ்கி தனக்குள் சொல்லிக் கொண்டான். 'இப்படி வயல்களுக்கு மத்தியில் நடந்துபோவது அலுத்துப் போய், நாடக அரங்கத்துக்கு வெளியே, சற்று முன் அமைதியாகப் போய்க்கொண்டிருந்தவர்களைப் பார்த்து பொறாமை படக் கூடும்...'

அவள் நடப்பதை நிறுத்திவிட்டு அவர்களது வீட்டைக் காட்டிச் சொன்னாள். 'அங்கே பார், நமக்காக யாரோ ஒருவர் காத்திருப்பதுபோல் தெரிகிறது.' வானத்தில் ஊர்ந்து சென்ற நிலாவின் ஒளிக்கதிர் சன்னல் கண்ணாடியொன்றில் பட்டு, வழிகாட்ட வைக்கப்பட்ட ஒரு கலங்கரை விளக்கம் போல் தோன்றியது.

அடுத்தடுத்த மாதங்களில் மிலா 'தன் பிள்ளைகளைப்' பார்க்க விருப்பம் தெரிவித்தபோது நகரத்துக்கு ஒரு முறை திரும்பிச் சென்றார்கள்.

அனாதை ஆசிரமத் தடுப்புகளுக்குப் பின்னால் பஞ்சு பஞ்சாகப் பனி விழுவதைப் பார்த்து மகிழ்ச்சியில் சில உருவங்கள் நடனமாடிக் கொண்டிருந்தன. கொஞ்சம் தள்ளி, பன்னிரண்டு வயது மதிக்கத்தக்க பையன் ஒருவன் நின்றுகொண்டிருந்தான். தலையைப் பின்னால் சாய்த்திருந்தான். கண்கள் பாதி மூடி இருந்தன. அவன் தன் முகத்தில் வெண்பனி சாரல் விழும்படி செய்துகொண்டிருந்தான். திடீரென

அவனுக்கு மயக்கம் வந்து தன் ‘ஷப்கா’வை நழுவ விட்டான். அவனுடைய பளபளப்பான – ஒட்டி வெட்டப்பட்ட – செந்நிற முடி தெரிந்தது. ஷப்காவை மீண்டும் எடுத்துக்கொண்டு எழும்போது ‘கேட்’டுக்கு அப்பால் நின்ற இருவரையும் அவன் பார்த்து விட்டான். மிலா முகத்தைத் திருப்பிக்கொண்டு, தலைகுனிந்து நடக்க ஆரம்பித்தாள். வோல்ஸ்கி அவளைப் பின்தொடர்ந்தான். கொஞ்ச நேரம் நிசப்தமாக இருந்துவிட்டு, அவன் தயங்கித்தயங்கி ‘நாம் ஏன் அவனையும் மற்றவர்களையும் நம்மோடு வைத்துக்கொள்ளக் கூடாது ...?’ என்று கேட்டான்.

பின்னர் அவர்கள் அதுபற்றிப் பேசவில்லை, ஆனால் அவர்கள் வீட்டில் அந்த எதிர்பார்ப்பு மட்டும் அவர்களிடம் இருந்து வந்தது.

நிலத்தடி வெடிகுண்டுகள் அகற்றும் பணி ஆரம்பித்து ஆகஸ்ட் மாதம் முழுதும் நீடித்தது. பணியாளர்கள் அவர்களது இஸ்பாவைச் சுற்றி ஒரு பிரமாண்டமான சிலந்தி வலையைக் கண்டுபிடிப்பதுபோல் இருந்தது. இரண்டு இராணுவங்களும் எத்தனை டன் சாவுகளை மண்ணுக்குள் புதைத்து வைத்திருந்தன என்பதைப் பார்க்கும்போது பிரமாண்டமாகத் தெரிந்தது. ஒவ்வொரு அடிக்குக் கீழும் நிறைய வெடிமருந்து புதைத்து வைக்கப்பட்டிருந்தது. காட்டில் மரங்கள் இல்லாத இடம் ஒவ்வொன்றும் கவனக் குறைவாக வரும் எவருக்கும் ஒரு சவக்குழியாக இருந்தது ...

அவர்கள் கிளம்பும்போது பணியாளர் ஒருவர் சரிவு ஒன்றின் உச்சிக்கு அழைத்துப் போய் சற்று உயரமான மேடைபோன்ற பெரிய அமைப்புகளைக் காட்டினார். ‘அங்கெல்லாம் நிலத்தடி வெடிகுண்டுகள் பதுக்கி வைக்கப்பட்டில்லை. அவையெல்லாம் இடுகாடுகாடுகள். அவற்றை நாங்கள் எதுவும் செய்யக்கூடாது ...’

அவையெல்லாம் போருக்குப் பின் அவசர அவசரமாக அமைக்கப் பட்ட இடுகாடுகள். நிலத்தின் மடிப்புகளுக்கிடையே அவை சிறு சிறு மேடைகள் போல் தோன்றின. அங்குமிங்கும் சில பெயர்கள் எழுதி ஒட்டப்பட்டிருந்தன. அதுதான் அவர்களுடைய வாழ்க்கைக் குறிப்பு. ஆனால் மற்ற மேடுகளில் அதுவும்கூடக் காணப்படவில்லை. ஆற்றங்கரைக் கருகில் சேற்றிலும், அழுகிய செடிகளிலும் எலும்புத்துண்டுகள் கண்டெடுக்கப்பட்டன.

அவர்கள் சாதனையின் தொடக்கத்தில் என்னென்னவோ செய்தார்கள். மண் மூடிப்போன பதுங்கும் குழியிலிருந்து ஒரு துப்பாக்கியை எடுத்தார்கள். ஒரு நோட்டுப் புத்தகத்தை எடுத்தார்கள். ஆனால், பக்கங்கள் நனைந்திருந்ததால், அதில் எழுதி இருந்ததைப் படிக்க முடியவில்லை ... தங்களுக்கென்று எந்த ஒரு செயல்திட்டத்தையும் அவர்கள் வகுத்துக் கொள்ளவில்லை. புனித சடங்கென்று அவர்கள் எதையும் நினைத்துக் கொள்ளவில்லை. முன்பு அவர்கள் செய்த கடைசிக் கச்சேரியின்போது அவர்கள் கண்ணெதிரே சுடப்பட்டவர்களின் தடயங்களை எளிமையான வகையில் தினம் தினம் சேகரித்து அவர்களை மறதியெனும் படுகுழியிலிருந்து காப்பாற்ற முயன்றனர்.

ஒரு தடவை மட்டும் சிதைவெச்சங்களை என்ன செய்வதென்று தெரியாமல் தவித்தார்கள். ஏனெனில், அவற்றில் ஜெர்மன் போர்வீரர்களின் சிதைவெச்சங்களும் கலந்திருந்தன. அவர்கள் தலைக்கவசங்கள், கிழிந்து போன சீருடைகள், எலும்புகள், மண்டையோடுகள் போன்றவை எல்லாம் கிடைத்தன... மனதில் ஏற்பட்ட வெறுப்பை அடக்க முடியவில்லை. லெனின்கிராடை அவர்கள் கசக்கிப் பிழிந்தது நினைவுக்கு வரத்தான் செய்தது. ரஷ்யா ஒரு பெரிய இரத்த ஆறானதும், நகரங்கள் தரை மட்டமாக்கப்பட்டதும் நினைவைவிட்டு அகலவில்லை. மண்வெட்டி முனையால் ஜெர்மானியன் ஒருவனின் மண்டை ஓட்டைத் தொடும் போது 'இவனால் எத்தனை குழந்தைகள் இறந்தன' என்று மிலா தனக்குள் சொல்லிக்கொண்டாள். வெறுப்பு என்பது மூச்சுக் காற்றுப் போல் இயல்பானதுதான். இருந்தும், அவர்கள் சுவாசித்த காற்றில் பழுத்த இலைகளின் கடுமையான மணமும், வானில் படிகமாகவும், வானவில்லாகவும் மின்னும் உறைபனியின் மணமும் கலந்தே வந்தன. நிலத்தில் பனியால் காய்ந்த கடைசி மலர்கள் அந்த எலும்புகளுக்கிடையே துளிர்த்து வந்தன. வானத்தின் வெளிர் ஒளியிலிருந்து ஒரு வித நலமீட்சி ஒளிவட்டம் தோன்றியது.

'இதையெல்லாம் என்ன செய்யப் போகிறோம்?' என்று வோல்ஸ்கி எரிச்சலோடு சொன்னான். 'சாக்கடையில் தூக்கி எறிந்துவிட்டு அப்படியே மறந்துவிட வேண்டியதுதான்.'

மிலா தலையை மெதுவாக அசைத்தாள். 'எனக்குப் புரியவில்லை... அவர்கள் நம்மைக் காட்டுமிராண்டிகளாகப் பார்த்தார்கள். அழிக்கப்பட வேண்டிய விலங்கினமாகப் பார்த்தார்கள். அவர்களையும் நம்மவர்களோடு சேர்த்துப் புதைக்க வேண்டும். அவர்கள் பெயர்கள் தெரிந்தால் அந்தப் பெயர்களோடும் சேர்த்துப் புதைக்க வேண்டும். அப்போதுதான் அவர்கள் நம்மைப் பற்றி நினைத்ததெல்லாம் தவறு என்று தெரியும்.'

அப்படியே செய்தார்கள். வரிசை வரிசையாக மேடுகளை ஏற்படுத்தி, வோல்ஸ்கி அருகிலிருந்த காடுகளிலிருந்து கொண்டுவந்த மரச்செடிகளை ஒவ்வொரு புதைகுழியின் மீதும் நட்டு வைத்தார்கள். இலையுதிர்காலத் தொடக்கத்தில் லெனின்கிராடில் முற்றுகை அருங்காட்சியகம் திறக்கப் போவதை அறிந்தார்கள். அவர்கள் கண்டெடுத்த ஆயுதங்கள், ஆவணங்கள், விருதுகள் எல்லாவற்றையும் அங்குக் கொண்டுபோய் ஒப்படைத்தார்கள். அதில் ஜெர்மானியன் ஒருவனின் கடிதம்கூட இருந்தது. அது வெறும் சாக்லெட் மேலுறையின் மீது எழுதப்பட்ட அன்பான வார்த்தைகளாக இருந்தன ...

வசந்தம் வந்ததும் அந்தக் கல்லறை மெல்லிய பிஞ்சு இலைகள் பளபளக்கும் நந்தவனமாக மிளிரும்.

கிராமத்தின் இடிபாடுகளிலிருந்து, வோல்ஸ்கி தங்கள் குடிசையை விரிவுபடுத்த ஏராளமான பொருட்கள் சேகரித்தான். மரத்துண்டுகள், பலகைகள், உத்திரங்கள் ஆகியவை அவனுக்குக் கிடைத்தன. அவர்கள் பிள்ளைகளை அழைத்துக்கொள்ளும் எண்ணத்தோடு 'இன்னும் இரண்டு பெரிய அறைகள்,' கட்டத் திட்டமிட்டனர். அவர்களுடைய வருங்கால வீடு பிரமாதமாக அமையவேண்டுமென்று கற்பனை செய்தனர்.

அவர்கள் வாழ்க்கையோ நீரால் எழுதிய சித்திரம்போல் மற்றவர்கள் கண்ணுக்குத் தெரியாமல் இருந்தது. அவர்களிட மிருந்து உலகம் என்ன எதிர்பார்த்ததோ அதனை அவர்கள் கொடுத்து விட்டார்கள். மற்றபடி அவர்கள் மற்றவர்கள் நினைவில் நிற்க வேண்டுமென்று நினைக்கவில்லை. மிலா பள்ளிக்கூடத்திலிருந்து வரும்போது அவள் உடைகளி லெல்லாம் சாக்கட்டித் தூள் இருக்கும். வோல்ஸ்கி தினமும் தன் தோளில் தபால் பையை மாட்டிக்கொண்டு ஊரைச் சுற்றி சைக்கிளில் வலம் வருவான்.

அக்டோபர் மாதத்தில் ஒரு நாள் லெனின்கிராட் ரயில் நிலையம் ஒன்றிற்கு அவர்கள் ஓடி வந்துகொண்டிருந்தார்கள். அந்த ஒரு ரயில் மட்டுமே உள்ளூர் மக்கள் பயன்பாட்டுக்காக மீண்டும் இயக்கத்தில் விடப்பட்டிருந்தது. அவர்களால் அதனைப் பிடிக்க முடியவில்லை. அவர்களுக்கு மூச்சிறைத்தது. புறப்பட்டு விட்ட ரயில் வண்டியில் இருந்தவர்களில் சிலர் அவர்களைப் பரிகாசமாகப் பார்த்தனர். சிலர் கண்டுகொள்ளவில்லை. இன்னும் சிலர் அவர்களைப் பரிதாபமாகப் பார்த்தனர். ஆனால், எவரும் அவர்கள் என்ன வாழ்க்கை வாழ்கின்றார்கள் என்பதைப் புரிந்துகொள்ளவில்லை. அவர்களோ வந்த வழியே திரும்பி வழக்கமான வழியில் போய்க்கொண்டிருந்தார்கள்.

அவர்கள் எடுத்துச் சென்றது மண்ணில் புதைக்கப் பட்டிருந்த மனிதர்களின் சிதை எச்சம் என்பது யாருக்கும் தெரியாது. முற்றுகை அருங்காட்சியகத்தில் அவர்களுக்குக் கிடைத்தது ஒருவிதக் கசப்புணர்வுடன் கூடிய மன அமைதி யாகும். அங்கிருந்த அறைகள் சாதாரணக் கிடங்கு போல் இருந்தன. பேசுவதற்குக் கஷ்டமான கடந்த காலம் சம்பந்தப் பட்ட பொருள்கள் கன்னாபின்னாவென்று கொட்டி

வைக்கப்பட்டிருந்தன. புகைப்படங்கள், தனிப்பட்ட முறையில் பயன் படுத்தும் பொருட்கள், கடிதங்கள் முதலியன குவிந்து கிடந்தன. அங்கிருந்த சில பயிற்சி புத்தகங்களில் மரணத்தை எதிர்நோக்கி இருந்த பிள்ளைகள் புல், கோடைகால மேகங்கள், முதலியவற்றை வரைந்திருந்தனர்... அதில் ஒருவன் தன் குடும்பத்தில் இறந்து போனவர்களின் இறந்த தேதியைக் குறித்து வைத்திருந்தான்.

அறைக்கு மத்தியில் லஃப்வாஃப் விமானம் சுட்டு வீழ்த்தப்பட்ட நினைவு ஊசலாடியது.

உண்மையை அவர்கள் மறதியின் விளிம்பிலிருந்து பகுதிப் பகுதியாகப் பொறுக்கி எடுத்தது அவர்களுக்கு மன அமைதியைத் தந்தது. சேற்று மணலை மூடிக்கொண்டிருந்த பொன்வண்ண இலைகளும்கூட அவர்களுக்கு மன அமைதியைத் தந்தன. ரயிலைத் தவற விட்டது அவர்களுக்கு நல்லதாகப் பட்டது. அவர்கள் வீடு நோக்கிப் போகும்போது வழியெங்கும் காட்டுச் செடிகளின் மணமும், ஒளியுடன் கூடிய குளிர்ச்சியும் அவர்களை வரவேற்றன. அவர்கள் மகிழ்ச்சிக்குக் காரணம் உள்ளுக்குள் அவர்களுக்கு எழுந்த உணர்வுதான். அருங்காட்சியகத்தின் அறைகளில் அடைந்துபோகும் எல்லையில்லாத் துன்பம் அனுபவிப்பதைத் தவிர்த்து, அவர்கள் இருவரும் அங்கு நிலவிய பனிமூட்டத்திலும், மங்கிய ஒளியிலும் நடந்து செல்வது அவர்களுக்குக் கிடைத்த வாய்ப்பு. அவள் கண் இமைகளிலிருந்து முத்து முத்துத்தாக தண்ணீர் சொட்டியது. அவன் முகத்தில் காயங்களால் ஏற்பட்ட முகச்சுளிப்பல்லாமல், அவ்வப்போது புன்னகை தோன்றி மறைந்தது.

அதுபோன்ற திடமானதும், திடமற்றதுமான தருணங்களில் அவர்கள் வாழ்க்கையில் என்ன நடக்கிறது என்று யாராலும் யூகிக்க முடியாது.

இந்த அழகுக்குக் கொண்டாட்டமோ, கேளிக்கைகளோ தேவை இல்லை. அணிவகுப்புகள், ஊர்வலங்கள், வெற்றிக்கு வழிவகுத்த தலைவர்களைப்பற்றிய புகழ்மாலைகள் எதுவும் தேவை இல்லை. வெற்றி விழாக்களின்போது சிலர் முக்கியப் பங்கு எடுத்துக்கொள்ள விரும்புவதுதான் இதற்கெல்லாம் காரணம்.

அவர்கள் ஆரவாரத்திலிருந்து ஒதுங்கி இருந்தனர். காதலாலும், தனிமையாலும் அவர்களுக்கு அது முடிந்தது. டிசம்பர் மாதத்தில் ஒரு நாள் பனி மூடிய காடொன்றில் விழுந்த மரக் கட்டைகளை அவர்கள் பொறுக்கிக்கொண்டிருக்கும்போது அந்தப் பிணைப்பு உறுதியானது. உயர்ந்த ஃபர் மரங்களின் உச்சியில் பலமான காற்று வீசிக்கொண்டிருந்தது. ஆனால், அவற்றின் கீழ், மரச்சுள்ளிகள் மீது அமர்ந்திருந்தபோது, அவர்களுக்கு ஒரு சலசலப்பு கேட்டது. மரங்களின் உச்சியிலிருந்து, ஒரு பெரிய பனிக்கட்டி ஒவ்வொரு கிளையாக உருண்டு வந்தது. அது தொடர்ச்சியாக சில வார்த்தைகள் உச்சரிப்பதுபோன்று இருந்தது. அவர்கள் பேசவில்லை. அவர்களுக்கு ஒன்று மட்டும் விளங்கியது. அதாவது, ஏழைகளாக இருந்தாலும், ஆனந்தத்தை அனுபவிப்பது – ஏராளமான ஆனந்தத்தை அனுபவிப்பது – அவர்களுக்கு எளிதான

ஒன்றுதான். மரக்கிளைகளிலிருந்து விழுந்த பனிக்கட்டி அவசரம் அவசரமாக ஏதோ சொல்லிவிட்டு விழுந்ததுபோல் இருந்தது. அமைதியான அந்தக் காடு அந்தப் பெண் கண்களை மூடிக்கொண்டு, முகத்தைத் திருப்பிக் கொண்டு, பனித்துகள்கள் அநாயாசமாகப் பறப்பதை ரசித்துக் கொண்டிருப்பதை உணர்ந்துகொண்டது போலும்... மனிதர்கள் நிலத்தைப் பிளந்து, பதுங்குக் குழிகள் அமைத்து ஆயிரமாயிரம் உயிர்களைப் புதைத்ததை வோல்ஸ்கி சிந்தித்துப் பார்த்தான். நான்கு ஆண்டுகள் அது நடந்தது. தப்பித்தவர்களெல்லாம் நிலத்தடி வெடிமருந்துகளைத் தோண்டி எடுத்துக்கொண்டுபோய் விட்டார்கள். பின்னர் மீண்டும் காடு முன்பிருந்தது போலவே துளிர்த்துத் தலைதூக்கிவிட்டது. 'நான் காதலிக்கும் பெண் இப்போது கண்களை மூடிக்கொண்டு, காற்றின் ஒலியைக் கேட்டுக்கொண்டிருக்கிறாள். அவள் முகத்தில் சிறு சிறு பனிப் படிகங்கள் படிந்துகொண்டிருந்தன. ஒரு சிறு குழந்தை வரைந்த சித்திரம்போல் அவள் முகம் மென்மையாகவும், இளமையாகவும், அவள் முடி கருப்பாகவும் இருந்தன ...'

அந்த டிசம்பர் மாத மாலையில் வோல்ஸ்கி இரண்டு அறைகளுக் கிடையே அமைத்திருந்த பெரிய அடுப்பை முதன் முதலாகப் பரிசோதித்துப் பார்த்தார்கள். கிளைகள் உடனே அதிவேகமாகப் பற்றிக்கொண்டன. மிலாவின் பிள்ளைகள் அதனைச் சுற்றிக் குளிர் காய்வதைக் கற்பனை செய்துபார்த்தார்கள்.

பனிக்கட்டிகள் உருகி, தண்ணீர் அவர்கள் வீட்டு வாசலின் முதல் படிவரை வந்துவிட்டது. வோல்ஸ்கி அதில் இறங்கி நடக்காமல், பரண் மீதிருந்த ஒரு பழைய மீன்பிடி வலையை எடுத்து மெதுவாக ஓடிக்கொண்டிருந்த தண்ணீர் மீது எறிந்தான். இருவருமே சிரித்தனர். ஆல்டர் மரங்களின் ஈரப் பட்டையின் மணம் காற்றில் மிதந்து கொண்டிருந்தது. மரச் சுவர்களின் உள்பகுதி சூரிய ஒளியில் சூடாகி இருந்தது. வீட்டு வாயிலின் மேல் படியில் அமர்ந்துகொண்டு வானம் வெளுப்பதையும், அது நீரில் பிரதிபலிப்பதையும், தூக்கிப் போட்ட மீன் வலை துள்ளித்துள்ளிப் போவதையும் அவர்கள் ரசித்துக் கொண்டிருந்தனர். வெகுதூரத்தில் ஆற்றின் அடுத்த கரை தெரிந்தது. மரங்களின் மெல்லிய உருவங்கள் கல்லறைகளைக் கண்காணிப்பதுபோல் தோன்றியது.

ஒரே பார்வையில் அவர்களுக்கு எல்லாம் நினைவுக்கு வந்துவிட்டன. ஏராளமான மனிதர்கள் மாண்டுபோன நதிக்கரை, மெல்ல நகர்வதால் ஏரிபோல் ஆகிவிட்ட நதி, அதன் மீது கவிந்திருந்த பனிக்கட்டிகள் மீது பாடகர்கள் பக்கம் நகர்ந்து வந்த காயம்பட்ட போர்வீரர்களின் இரத்தம், குண்டு வெடிப்போடும், கூச்சல்களோடும் கலந்து வந்த அவர்கள் குரல்கள் ஆகியவை எல்லாமே அவர்கள் கண்முன் தோன்றின. கடந்தகாலம் இப்போது வாசல்படியிலிருந்து தண்ணீரில் சிறு சிறு கிளைகளைப் போட்டு வேடிக்கை பார்க்கும் பெண் இருக்கும் தூரத்தில்தான் இருந்தது.

'இதெல்லாம் எதற்கு?' என்று வோல்ஸ்கி தன்னைத்தானே கேட்டுக் கொண்டான். அவன் நினைவில் ஒரு துப்பாக்கியைச் சுற்றி பலபேர் ஏதோ செய்துகொண்டிருந்த காட்சி வந்து வந்து போனது. அதோ,

அந்தக் கரையில்தான் மனிதர்கள் கொன்று குவித்துக்கொண்டிருந்தார்கள் அல்லது கொல்லப்பட்டார்கள். இதெல்லாம் எதற்கு?

'நாட்டைப் பாதுகாப்பதற்கு, வெற்றியை எட்டுவதற்கு ...' என்ற வார்த்தைகள் அவனுக்குள் பயங்கரமான உண்மையை எடுத்துக் கூறின. இந்த மரணங்களெல்லாம் அதற்குத் தேவைப்பட்டன. அதுவும் வீர மரணங்கள் அடிக்கடி தேவைப்பட்டன. 'ஆம், தேவைப்படலாம், ஆனால் இதுபோன்ற மகிழ்ச்சியெல்லாம் இருப்பது தெரியாதபோதுதான்,' என்று தனக்குள் சொல்லிக்கொண்டான். அப்போது அவன் அனைத்து மனிதர்களையும், அனைத்து உயிர்களையும் உள்ளடக்கிய ஓர் உண்மையை நெருங்கிக்கொண்டிருப்பதை உணர்ந்தான். இதுபோல் இளஞ்சூரியனின் ஒளிபட்டுக்கொண்டிருக்கும் நீரோட்டத்தில் சின்னஞ்சிறு கிளைகள் மிதந்து செல்வதைப் பார்ப்பதில் மகிழ்ச்சி. அந்தப் பெண் எழுந்து வீட்டுக்குள் செல்வதைப் பார்ப்பதில் மகிழ்ச்சி. ஓடைக்குமேல் ஒரு சன்னலில் அவள் முகத்தைப் பார்ப்பதில் மகிழ்ச்சி. சன்னல் வழியே அவள் அணிந்திருக்கும் ஆடையின் பளபளப்பையும், அவள் புன்னகையையும் பார்ப்பதில் மகிழ்ச்சி.

இதுபோன்ற மகிழ்ச்சியெல்லாம், மனிதனிடம் ஆளுமை பெறுவதற் காகவும், கொல்வதற்காகவும், அபகரித்துக் கொள்வதற்காகவும் ஏற்படும் ஆசையினால் அர்த்தமற்றுப் போய்விடுகின்றது என்று வோல்ஸ்கி நினைத்தான். அவனிடமோ, மிலாவிடமோ எதுவுமில்லை. அவர்கள் மகிழ்ச்சியானது அவர்களிடம் இல்லாததிலிருந்தும் – மற்றவர்கள் விட்டுச் சென்றதிலிருந்தும் – மற்றவர்கள் வேண்டாமென்று ஒதுக்கியதிலிருந்தும் கிடைத்தது. அதே சமயம், மறைந்து கொண்டிருக்கும் இந்த சூரியனும், மரப்பட்டையிலிருந்து வீசும் இந்த மணமும், கல்லறைச் செடிகளுக்கு மேல் ஓடுகின்ற இந்த மேகங்களும் அனைவருக்குமே சொந்தந்தான்!

அவர்கள் வீசியெறிந்த வலை வாசல் படிக்குத் திரும்பி வந்தபோது அதில் ஒன்றும் இல்லை. அவ்வப்போது அவ்வலையினூடே மந்தமான நிலவொளியின் பொற்கதிர் புகுந்து புறப்பட்டுக்கொண்டிருந்தது.

சுற்றி இருந்தவர் எவருக்கும் உலகம் உருமாறியது தெரியவில்லை. அக்கம்பக்கத்திலுள்ளோர் லுக்தா ஆற்றில் வெள்ளப் பெருக்கு ஏற்பட்டதையும், சாலைகளில் தண்ணீர் தேங்கி நின்றதையும் பெரிதாக எண்ணி வருத்தத்துடன் திட்டிக்கொண்டிருந்தனர். அவர்களைக் கோபப்படுத்தக் கூடாது என்பதற்காக வோல்ஸ்கியும், மிலாவும் அவர்களுக்கு மறுப்பு கூறவில்லை. ஆனால் அவர்கள் வீடு திரும்பியதும் முன்புபோல் பளபளப்பாக ஓடிக்கொண்டிருந்த தண்ணீரை சளைக்காமல் பார்த்து ரசித்துக்கொண்டிருந்தனர். இரவு நேரத்தில் அவர்கள் சன்னலுக்குக் கீழே வெள்ளம் வந்து ஏதோ முணுமுணுத்தது. சிறு சிறு அலைகளாக வாசற்படியில் வந்து விழுந்தது. இந்த அமைதி – மகிழ்ச்சி ஆகியவற்றை மற்றவர்களுக்குச் சொல்லி அவர்கள் வாழ்க்கையை வேறு விதமாக மாற்ற வேண்டும் என்று நினைத்தார்கள். ஆனால் எப்படி எடுத்துரைப்பது?

எதையும் விளக்கத் தேவை இல்லை என்று நினைத்தான் வோல்ஸ்கி. அந்த வாழ்க்கையை வாழ்ந்து காட்டினால் போதுமானது... ஒரு நாள் லெனின்கிராடிலிருந்து திரும்பி வந்தான். அப்போது அவனையறியாமலேயே நகரின் எல்லையில் ஓர் அணிவகுப்பைப் பார்க்க நேர்ந்தது. ஸ்டாலினின் உருவத்தைச் சுமந்துகொண்டு தொழிலாளர்கள் ஊர்வலமாகச் சென்றுகொண்டிருந்தனர். அவர்கள் திட்டத்தின்படி, அவர்களின் தலைவன் வெற்றிபெற்ற இராணுவத்திற்குத் தலைமை தாங்கவேண்டும். பாண்டு வாத்தியம் முழங்கியது. இரண்டு அணிகளும் இணையும் நிகழ்ச்சி அற்புதக் காட்சியாக அமைய சற்றுத் தாமதமானது. உயரமான மர மேடையில் ட்ரில்பீ தொப்பி அணிந்த குள்ளமான ஒருவன் 'காம்ரேட் ஸ்டாலினைப் பார்க்க முடியவில்லை' என்று கத்தினான். (தொழிலாளர்கள் உருவத்தைக் கூடிய மட்டும் உயர்த்திப் பிடித்தனர்.) அல்லது, 'வாருங்கள்! இப்போது எவ்வளவு அபாரமாக இருக்கிறது பாருங்கள்!' என்று முழங்கினான். பட்டாளத்தார்கள், கண்களை அகல விரித்து, முகத்தைத் தூக்கி வைத்துக்கொண்டனர்...

வோல்ஸ்கி சைக்கிளில் விளை நிலங்களைக் கடந்து சென்றான். ஒலிபெருக்கியின் ஓசை கொஞ்சம் கொஞ்சமாக அடங்கியது. அவனுடைய பழைய சைக்கிளின் 'லொட லொட'

ஓசைதான் அவன் காதுகளில் விழுந்தது. அவன் பார்த்து வந்த காட்சி நகைப்புக்குரியதாக இருந்தது. வாய்விட்டுச் சிரித்திருப்பான். அங்குப் பார்த்த ஊர்வலத்தில், முற்றுகையின் உக்கிரத்தை அனுபவித்த தொழிலாளர்கள் இருந்திருக்கக் கூடும் என்பதில் ஐயமில்லை. பட்டாளத்தார்களில் பலர் முகமிழந்த, உடல் ஊனமுற்ற மனித உடல்களைச் சுமந்து சென்றிருக்கக் கூடும். அவர்களுடைய வேதனை அவர்களுக்கு ஒரு புதிய, ஒளிமிக்க உண்மையை உணர்த்தி இருக்க வேண்டும். அதையெல்லாம் விட்டு விட்டு, அவர்கள் பைத்தியக்காரத் தனத்தை வெளிப்படுத்தும் பழைய பல்லவியை ஆரம்பித்து விட்டார்கள்.

மிலா ஆசிரியையாய் இருக்கும் பள்ளிக்குச் சென்றான். இசை போதிக்கும் அறை சன்னலின் கீழ் நின்று உற்றுக் கேட்டான். சிறுவர்கள் கோரஸாகப் பாடிய பாடல்களில் ஒன்று பட்டாளத்தில் அவன் சக வீரர்கள், இரண்டு சண்டைகளுக்கு இடையே, இசைத்த பாட்டு ஒன்று இருந்ததை அடையாளம் கண்டுகொண்டான். அவனே அந்தப் பாடல்களை வாய்க்குள் பாடி இருக்கிறான். சேறுக்குள் சிக்கியிருந்தபோதும், ஏராளமான வீரர்கள் மடிந்து வீழ்ந்தபோதும் அவன் குரல் கம்பீரமாகவே இருந்தது. அந்த இசையைத்தான் மிலா பிள்ளைகளுக்குப் போதித்துக்கொண்டிருந்தாள். விசித்திரமாக இருந்தது. அதுபோன்ற வகுப்புகளுக்கு ஆர்வமுடனான தேசபக்திப் பாடல்களைத்தான் சொல்லிக்கொடுக்க வேண்டும்.

அது அவனுடைய புதிய வாழ்க்கைக்கு ஓர் உண்மையான அர்த்தத்தைக் கொடுத்த தருணமாக இருந்தது. பகல் கனவு ஒன்றில் ஒலிப்பது போல் ஈன சுரத்தில் பிள்ளைகள் பாடியதும், துளிர்விட்ட மரங்களால் பகல்பொழுது ஒளிமயமானதும், சாவின் விளிம்பிலிருந்து தப்பிவந்த அந்தப் பெண் அவன் அருகில் இருந்ததும், அவள் கைகளை அசைத்துப் பாடல் பாடவைத்ததும் அவன் வாழ்க்கைக்குப் புதிய பரிமாணத்தைக் கொடுத்தன.

எளிமையான மகிழ்ச்சி என்னவென்பதைக் கற்றுத்தந்த போரைப்பற்றி அவன் மீண்டும் சிந்தித்துப் பார்த்தான். அந்த மகிழ்ச்சியை அனுபவிக்க இவ்வளவு பயங்கரமான விலை கொடுக்க வேண்டுமா என்று யோசித்துப் பார்த்தான். குழப்பமாக இருந்தது. மிலா வெளியில் வந்து அவன் கன்னத்தில் முத்தமிட்டாள். அவளிடம் கேட்கவேண்டுமென்று நினைத்தான். போருக்கு முன் இருந்ததுபோன்ற மகிழ்ச்சியை நாம் ஏன் இப்போது அனுபவிக்க இயலவில்லை? அதாவது அவர்களின் முதல் சந்திப்பில் அனுபவித்த – கவலை ஏதுமின்றி இருந்த இளமைக் காலத்து மகிழ்ச்சியை ஏன் இப்போது அனுபவிக்க முடியவில்லை? ஆனால் மிலா வேறு எதையோ எதிர்பார்த்துக் கொண்டிருந்தாள்.

'சரி, இதோ, எனக்குக் கிடைத்துவிட்டது,' என்று சொன்னான். அவள் முகத்தில் குடிகொண்டிருந்த கவலை மேகம் விலகியது. அவன் தன்னுடைய தபால்காரன் பையிலிருந்து டைப் அடிக்கப்பட்ட ஒரு காகிதத்தை எடுத்தான். அதில் ஏராளமான கையெழுத்துகளும், முத்திரைகளும் இருந்தன. நகர அதிகாரிகள் அனுமதி கொடுத்துவிட்டார்கள். மிலாவின்

குழந்தைகள் என்று வோல்ஸ்கி குறிப்பிட்ட அந்த இரண்டு அனாதைப் பிள்ளைகளை இனிமேல் தங்கள் பொறுப்பில் எடுத்துக்கொள்ளலாம். மேலும் நான்கு குழந்தைகள் செப்டம்பர் தொடக்கத்தில் வருவார்கள்.

மே மாதம் ஒரு நாள் மாலை அவர்களது மகிழ்ச்சியின் மர்மத்தைக் கண்டுபிடித்துவிட்டான் போல் தோன்றியது ... மாலை மயங்கிக் கொண்டிருந்தது. அவர்கள் இருவருக்கும் வீட்டுக்குத் திரும்பிப் போகும் எண்ணம் இல்லை. ஒரு வாரத்துக்கு முன்னால் அவர்கள் தூர் வாரிய சின்ன நீர் நிலை அருகில், மரங்களுக்கிடையே படுத்திருந்தார்கள். காட்டுச் செர்ரி மர வெள்ளை இதழ்கள் எங்கும் பரவிக் கிடந்தன. வெள்ளைப் பூக்களின் வாசமும், பள்ளத்தாக்கில் அப்போதலர்ந்த லில்லி பூக்களின் கடுமையான மணமும் அவனை ஆட்கொண்டன. ...'இதனை இதற்குமுன் அனுபவித்திருக்கிறேன்,' என்று வோல்ஸ்கி நினைத்தான். 'ஆம், போருக்குப் பின், பூவிதழ்களின் புயல் ஒன்று வீசியபோது, பட்டாளத்தான் ஒருவன் ஏதோ ஒரு கொசுவை விரட்டுவதுபோல் கையசைத்துக்கொண்டு, கீழே சாய்ந்தான். அது ஒரு கொசுவன்று. குண்டு வெடித்ததில் ஒரு சிதறல். மயக்கம் தரும் லில்லி மலர்களின் குளிர்ச்சியான வாசம், வசந்தகால மாலைப் பொழுது. அப்போதுதான் அந்த அழகான இளைஞன் கீழே விழுந்து இறந்துபோனான்.

கண்களைப் பாதி மூடிக்கொண்டு பூவிதழ்கள் மெல்ல சுழன்று கொண்டிருக்கும்போது புன்னகை செய்துகொண்டிருந்த அந்தப் பெண்ணை வோல்ஸ்கி பார்த்தான். விசித்திரமானவள். இந்த உலகம் அவளைப் பலமுறை அழிக்கப் பார்த்தது. கொஞ்ச காலத்துக்கு முன்னால்தான் அவள் உடல் பசியால் வாடியது. வன்முறைக்கு ஆளாகியது. அவள் முகம் ஒட்டி உலர்ந்து போயிருந்தது. இதெல்லாம் கொஞ்சம் கொஞ்ச மாக அவளை ஒரு சிதைபொருளாக்கின. 'அந்தக் கண்கள் மரணத்தைத் தழுவி இருந்தன. அருவருப்பையும் கடுமையையும் தாங்கி இருந்தன. ஆனால், அதே கண்கள் இப்போது சுழன்றுகொண்டிருக்கும் பூவிதழ்கள் வழியே ஊதாவண்ண வானத்தைப் பார்த்து ரசித்தன. அருகிலிருந்த விண்மீனைப்பார்த்து ரசித்தன. பதிலுக்கு விண்மீனும் அவர்களைப் பார்த்துக் கண்சிமிட்டியது ...'

புரிதல் என்பது அவனுக்குத் திடீரென ஒரு ஒளிக்கதிர்போல் வந்து தாக்கியது. அவன் நினைத்தான்: 'இதில் விளக்குவதற்கு ஒன்றுமில்லை. அவள் அப்போது வாழ்ந்த வாழ்க்கைக்கு அப்பாலும், இப்போது வாழும் வாழ்க்கைக்கு அப்பாலும், மற்றவர்கள் அவளிடம் பார்க்கும் அம்ஸங்களுக்கு அப்பாலும், அவளை இவ்வுலகம் எவ்வாறு நடத்துகின்றதோ அதற்கு அப்பாலும் செல்லக்கூடிய தன்மை இருப்பதை ஏற்றுக் கொண்டால் போதும்,' என்று அவனுக்குப் பட்டது. ஏற்றுக் கொண்டு, அவளிடம் இப்போது கண்ணுக்குத் தெரியாத ஏதோ ஒன்றினால், பூவிதழ்கள் மழைபோல் அவள் மீது இறங்கி வருவதை நேசித்தால் போதும். காயம்பட்ட அந்த உடல் இப்போது ஆடாமல் அசையாமல் இருந்தது. அவள் ஒளிமிக்க கண்கள் எனக்கு உயிர்ப் பிச்சையளித்துக்கொண்டிருந்தன.'

மே மாதம் அவர்களுக்குப் போர் ஓய்ந்த கால கட்டம். ஆனால் ஒரு வருடத்துக்கு முன்னாலேயே உண்மையில் போர் ஓய்ந்து விட்டது.

வெகு காலத்துக்குப் பின்னால், நினைவால் லுக்தா கரையோரம் வாழ்ந்த காலத்தைத் திரும்பிப்பார்த்தான். அவர்கள் குடியமர்வின் முதல் கட்டத்திற்கு அவர்கள் எடுத்துக்கொண்ட கால அளவு பிரமிப்பாக இருந்தது. ஒவ்வொரு பருவகாலமும் வாழ்நாள் ஒன்றுக்குச் சமமாக இருந்தது. இலையுதிர்கால காலகட்டத்தில் வீழ்ந்த இலைகளில் பனியானது பொன்னிறப் பூச்சுவேலை செய்தது. குளிர்கால காலக்கட்டத்தில் சன்னலில் வைத்த ஒரு விளக்கு பனிப்புயலின்போது அவ்வப்போது ஓர் ஒளிக்கதிரை உமிழ்ந்துகொண்டிருக்கும்... வசந்தகால காலகட்டத்தில் உருகிய நீர் மர வாசற்படி வரை வந்து பார்த்துவிட்டுப் போகும்... கோடைக்கால கால கட்டத்தில், மலர்களுக்கும், பச்சைப் புல் வெளிக்கும் நடுவே அவர்கள் வீடு மிளிர்ந்துகொண்டிருக்கும். மெல்ல மெல்ல நகர்ந்த அந்த நிலைபேற்றை நினைத்துப் பார்க்கும்போது, சீரழிந்த அவன் வாழ்க்கையில் ஏற்பட்ட காயங்கள் அனைத்தையும் குணப்படுத்த ஒரே நாள் போதுமானதென்று தோன்றியது.

இருவருக்குள்ளும் ஒரே சிந்தனை. ஒருவருக்கொருவர் விளையாட்டாகப் பார்த்துக்கொண்டார்கள். வெள்ளை குதிரைக் குட்டியொன்று – பயமறியாத இளங்கன்று – வாழ்க்கையின் எல்லைகள் தெரியாமல்... கரையில் ஓடி தண்ணீருக்குள் இறங்கியது. திடீரென தவறையுணர்ந்து மீண்டும் கரைக்குத் துள்ளிக் குதித்தது.

வோல்ஸ்கி வீட்டின் கூரையைப் பழுதுபார்த்துக் கொண்டிருந்தான். ஓர் ஏணி மீது நின்றுகொண்டு, மிலா தார் அடித்த மர கட்டைகளை எடுத்துக் கொடுத்துக்கொண்டிருந்தாள். சில சமயம், வேலையை நிறுத்திவிட்டு சுற்றிலும் நடைபெற்றுக் கொண்டிருந்த ஏராளமான செயல்பாடுகளை மேலிருந்து வேடிக்கை பார்த்தார்கள். குதிரைக் குட்டி துள்ளிக் குதித்து ஓடிக்கொண்டிருந்தது. குழந்தைகள் ஆற்றில் குளித்துக் கொண்டிருந்தார்கள். சற்று தூரத்தில், வில்லோ மரத்தோப்புக்கு அப்பால் நாட்டுப்புறப் பெண்கள் வைக்கோல் போர் போட்டுக் கொண்டிருந்தனர். சிறுமி ஒருத்தி வைக்கோல் கட்டொன்றின் மீது லாவகமாக ஏறி விளையாடிக்கொண்டிருந்தாள்.

திடீரென அவள் விழுந்து விட்டாள். அதே சமயம் ஏதோ ஒன்று வெடித்தது. மரங்களுக்கு அப்பால் தூசி கலந்த ஒரு புகைமண்டலம் எழுந்தது. குதிரைக் குட்டி கொஞ்ச தூரம் ஓடி சாய்ந்துவிட்டது. அதன் உடல் பக்கவாட்டில் அடிபட்டிருந்தது. சென்ற இலையுதிர்காலத்தில், நிலத்தடி வெடிமருந்து சுரங்கங்களை அகற்றுபவர்கள் கவனக்குறைவால் விட்டுச் சென்ற ஒன்று இப்போது வெடித்திருந்தது.

வோல்ஸ்கியும், மிலாவும் வரிசையாக நடந்து முடிந்த நிகழ்வுகளை கவனித்துவிட்டார்கள். குதிரைக் குட்டி துள்ளிக் குதித்து ஓடியது. பின்னர் அந்தச் சிறுமி வெடி ஓசையால் நிலைகுலைந்து கீழே விழுந்தாள். நாட்டுப்புறப் பெண்கள் அதிர்ச்சியில் உறைந்து நின்றார்கள். கடைசியில் வெள்ளையும் சிவப்பும் கலந்த ஒளி தூசியில் கலந்து மின்னியது.

வோல்ஸ்கியும் மிலாவும் மற்றவர்கள் வாழ்க்கையை விட்டு விலகி நிற்க விரும்பினார்கள். ஆனால், முடியவில்லை. மற்றவர்கள் கண்ணெதிரே வந்து நின்றனர். அமைதி காலத்தில் போரின் தடயங்கள் வந்து தோன்றின. சிறுமியை இறந்து

ஆந்திரேயி மக்கீன்

கிடந்த குதிரைக் குட்டியருகில் அழைத்துச் சென்றார்கள். அவள் தலையை வேறு பக்கம் திருப்பிக்கொண்டே போனாள். எல்லாப் பக்கத்திலிருந்தும் பிள்ளைகள் பார்க்க வந்தார்கள். அவர்கள் முகத்தில் அச்சம் இருந்தபோதும், பார்க்கத் துடிக்கும் ஆர்வமும் இருந்தது. சற்று நேரம் பொறுத்து, தள்ளுவண்டியொன்றை இழுத்துக்கொண்டு ஒரு 'கோல்கோஸ்னிக்' வந்தார். உறுப்புகள் சிதறிக் கிடந்த குதிரைக் குட்டியின் உடலைச் சிறு கோடரியொன்றால் வெட்டி மாமிசத்தை வண்டியில் ஏற்றிவிட்டு, மிச்சத்தை குண்டு வெடிப்பால் தோன்றிய பள்ளத்தில் வைத்துப் புதைத்துவிட்டுப் போனார்.

அவர்கள் இந்நிகழ்வை ஒரு தீமைக்குரிய முற்குறியாகப் பார்க்க முயற்சித்தார்கள். கொஞ்ச நாளைக்கேனும், கால அளவுக்குள் அடங்காத – ஆனால் எளிதில் நொறுங்கக்கூடிய – அவர்கள் உலகம் நிலைத்திருக்கும். இப்படி நினைத்துக் கொண்டிருக்கும்போது, ஒரு நாள், ஆகஸ்ட் மாதக் கடைசியில், விசித்திரமான ஒரு பார்வையாளர் தோன்றினார். இறந்த இராணுவ வீரர்கள் புதைக்கப்பட்ட இடத்தைச் சுற்றி வேலியொன்றை அமைத்துக்கொண்டிருந்தார்கள் அவர்கள். மிலா நினைவு மேடை ஒன்றின் மீது எப்படியோ கண்டுபிடித்த ஒரு பெயரை எழுதிக்கொண்டிருந்தாள்...

அவள்தான் அந்தப் பார்வையாளரை முதலில் கவனித்தாள். ஆற்றின் எதிர் கரையில், அவர்கள் வீட்டுக்குச் சமீபத்தில் ஒரு கருப்புக் கார் நின்றது. அதனருகிலிருந்து ஓர் இராணுவ அதிகாரி தொலைநோக்குக் கண்ணாடியை வைத்துக் கொண்டு அவர்கள் வேலை செய்துகொண்டிருந்த இடத்தைப் பார்வையிட்டுக் கொண்டிருந்தார். அவர் நின்றுகொண்டிருந்த விதம் விசித்திரமாக இருந்தது. மழை பெரிதாகத் தூறவில்லை. ஆனால் அவர் தலையில் அணிந்திருந்த குல்லாய் அளவுக்கதிகமாக நீண்டிருந்தது. அவர் சம்பந்தப்பட்ட எல்லாமே அளவுக்கு மீறியதாக இருந்தது.

மற்றொரு அதிகாரி தோன்றினார். தொலைநோக்கியுடனான சிலை தூண்டப்பட்டது. அதன் தலை நடுங்கியது. இருவரும் வீடு நோக்கி நடந்து சென்றனர். பகல் நேரம் மறைந்துகொண்டிருந்தாலும், மேலிருந்து பார்க்கும்போது இரண்டு மனிதர்களும் ஜன்னல்கள் வரை சென்று அதன் வழியாகப் உள்ளே பார்ப்பது தெளிவாகத் தெரிந்தது...

வோல்ஸ்கியும் மிலாவும் கீழே இறங்கி தோணியில் ஏறி லுக்தா ஆற்றைக் கடந்த அந்த நேரத்தில், அதிகாரிகள் போய்விட்டார்கள். பொன்னிறத் தாள் சுற்றிய ஒரு சிகரெட் துண்டும், மலர் பரப்பில் பூட்ஸ் ஒன்றின் சுவடும்தான் வீட்டிற்கு முன் அவர்கள் விட்டுச் சென்ற தடயங்கள். 'அவர்கள் உளவுத்துறை சர்வேயர்களாகத்தான் இருக்கும்,' என்று வோல்ஸ்கி கூறினான். 'அவர்கள் ஒரு வரைபடம் வரைவதற்கு வந்திருக்கலாம்.'

அவனுக்கு இராணுவ அதிகாரிகளின் வருகை ஓர் இரகசிய நிவாரணமாக இருந்தது. தைரியமாக ஒரு கனவிலிருந்து எழுந்திருக்கவும்,

---

* கூட்டுப் பண்ணைத் தொழிலாளி

மிலாவை எழுப்புவதற்கும் துணிவில்லாதபோது, அவர்கள் உதவியாய் இருந்தனர். வோல்ஸ்கி – மிலா காதலின் விளிம்பில் நிஜ உலகம் இருந்தது.

அவர்கள் 'இராணுவ அதிகாரிகள்' என அவன் குறிப்பிட்டிருந்தது பொய் என்று அவர்கள் சீருடைகளைக் கொண்டு சொல்லிவிடலாம். மிலா அதுபற்றிச் சொன்னாள். 'இருவரும் மாநிலப் பாதுகாப்பு அமைப்பிலிருந்து இருந்து வந்தது விசித்திரமாக இருக்கிறது. அன்றொரு நாள் பள்ளியில் நடந்ததை இது எனக்கு நினைவூட்டுகிறது. ஆமாம், ஓர் இன்ஸ்பெக்டர் வந்தார்... அவர் வருவது குறித்து தலைமை ஆசிரியை எனக்கு முன்னாலேயே தெரிவித்திருந்தார். அதில் எதிர்பாராதது எதுவும் இல்லை. ஆனால் அங்கு இன்ஸ்பெக்டராக வந்த அந்தப் பெண்மணியும் ஒரு கல்லைப்போல் அங்கே நின்றதுதான் வியப்பாக இருந்தது – தொலை நோக்கியால் வேவு பார்த்த அந்த மனிதனைப்போலவே! பின்னர் அந்தப் பெண்மணி, எதுவும் சொல்லாமல் போய்விட்டாள். ஒரு வேளை நான் கற்றுக்கொடுத்த பாடல்கள் அவர்கள் கருத்தோடு ஒத்துப் போகாமலிருக்கலாம்.'

அவர்கள் இஸ்பாவின் முதல் படிகளில் அமர்ந்திருந்தார்கள்.

தண்ணீர் வடிந்துவிட்டதால், வீடானது வயல்களுக்கு மேலாகவும், உயர்ந்ததாகவும், ஆனால் தனித்ததாகவும் தோன்றி இருக்க வேண்டும். வோல்ஸ்கி செவிசாய்த்துவிட்டு, பதிலளிப்பதற்கு முன் தயங்கினான்: அவன் ஒரு நம்பிக்கையூட்டும் தொனியை ஏற்படுத்திக்கொள்ள வேண்டுமானால், பொய் சொல்ல வேண்டும், அல்லது வேறு ... அவன் தலையைக் குனித்து திடீரென்று கவனிக்கும்போது பொன்னிறத்தாள் சுற்றிய மேலும் ஒரு சிகரெட் துண்டு புல் தரையில் தென்பட்டது. ஒரு துறப்பணக் கருவி அவர்கள் மீது குறிவைப்பதுபோல் தோன்றியது.

'உனக்குத் தெரியுமா, மிலா? நான் இதை உன்னிடம் சொல்லவில்லை. நான் பட்டுவாடா செய்யும் அஞ்சல் –' அவன் சற்று நிறுத்தினான். தவறு ஏதும் செய்யாதபோதிலும், அவனது குரலில் ஒரு குற்ற உணர்வு பிரதிபலிப்பது தெரிந்தது 'ஆமாம், சிறைச்சாலைகளிலிருந்துதான் அதிக எண்ணிக்கையில் வருகின்றது. வேண்டாதவர்களை நீக்கும் நடவடிக்கை மீண்டும் தொடங்குகின்றது என்று நினைக்கிறேன்...'

அக்காலகட்டத்தில் எல்லோரையும் போல் சங்கேத பாஷையைப் பயன்படுத்தி ஒருவருக்கொருவர் மிகக் குறைவாகப் பேசிக்கொண்டனர்.

ஒருவர் 'கைது செய்யப்பட்டுள்ளார்' என்று சொல்லாமல், 'அவருக்குச் சில பிரச்சினைகள் இருந்தன' என்று சொல்லிக்கொள்வார்கள். உண்மையில், மிலா 'அந்த மாநிலப் பாதுகாப்பு ஆட்கள்,' என்று சொல்ல முடியாது. அதைப் பற்றிப் பேச வேண்டும் என்று வந்தபோது அவள் வெறுமனே 'பெரிய வீடு' என்றுதான் குறிப்பிட்டாள். அக்காலக் கட்டத்தில் லெனின்கிராடின் இரகசிய போலிஸ் தலைமையகத்தை அப்படித்தான் பொது மக்கள் குறிப்பிட்டனர்.

இதற்குமுன் இல்லாத அளவுக்கு மோசமாகத் தொடர்ந்த கைதுப் படலங்கள், யுத்தத்திற்குப் பின் சற்றுக் குறைந்து மீண்டும் அதிகரித்து முகங்களை இறுக்கமாக்கிய அச்ச உணர்வு, சந்தேகத்துக்குள்ளாக்கும் வார்த்தைகள் ஆகியவற்றையெல்லாம், இன்னும் சில சூசகமான சொற்களில்தான் ஒருவருக்கொருவர் சொல்லிக்கொண்டனர்.

நாஜிக்களின் மீது வெற்றி பெற்றது உள்ளூர் துன்புறுத்தல்காரர்களின் கைகளைக் கட்டவிழ்த்துவிட்டது. தங்களது கோழைத்தனத்துக்கு மக்கள் விலைகொடுக்கும்படி செய்துகொண்டிருந்தனர்.

அருகிலுள்ள சிறு நகரத்தில் வசித்தவர்கள், லெனின்கிராடில் ஒரு காலத்தில் நண்பர்களாக இருந்தவர்கள் ஆகியோரைப் பற்றிப் பேசும்போது, அவர்களுடைய ஒரு சில அம்சங்களை மட்டுமே குறிப்பிட்டு, அவர்களெல்லாம் 'பிரச்சினையில் உள்ளவர்கள்' என்று சொல்லிக் கொள்வார்கள். இப்படி ஏற்கெனவே மாயமாகிவிட்ட மக்களின் பட்டியல் நீண்டுகொண்டே போனது. உயிர் பிழைத்து வாழ்வதற்கு, ஒவ்வொருவரும் தனக்கென ஒரு உத்தியைக் கையாண்டனர் என்று வோல்ஸ்கிக்கும், மிலாவுக்கும் தெரியும். சிலர் எதையும் பாராததுபோல் பேசுவார்கள், பணிக்குச் செல்வார்கள், உறவினர்களைப் பார்த்துப் புன்னகை செய்வார்கள், நடைப்பிணமாக வாழ்வார்கள். சிலர் தங்களைத் தண்டனைக் கைதிகளாகப் பாவித்துக்கொண்டு காத்திருப்பார்கள், தாங்கள் நிரபராதிகள் என்று நிரூபிக்க வேண்டிய ஆதாரங்களை மனதிற்குள் ஒத்திகைப் பார்த்துக்கொண்டு, இரவில்தான் கைது நடவடிக்கைகள் நடந்தன என்பதால் உடுத்தியிருந்த உடையைக் கழற்றாமல் உறங்கினார்கள். சில சமயங்கள் அவர்கள் பைத்தியமாக மாறியதும் உண்டு. இன்னும் சிலர் ஆபத்தை எதிர்கொள்ளும்பொருட்டு அதனை விளையாட்டாக எடுத்துக்கொண்டதும் உண்டு.

'என் அப்பா அப்படித்தான் செய்தார்,' என்று வோல்ஸ்கி சொன்னான். இதனைச் சொல்வது இதுதான் முதல் தடவை என்று அவன் உணர்ந்தான். 'எங்கள் கிராமத்தில் கூட்டுப் பண்ணை அமைப்பு நடைமுறையில் இருந்த காலத்தில், ஏதாவதொரு குடியானவன் வீட்டில் ஒரு மூட்டை தானியம் பதுக்கி வைத்திருப்பது கண்டுபிடிக்கப்பட்டால் அவனைச் சுட்டுவிடுவார்கள். நாளாக ஆக, ஒரு கருவியோ அல்லது ஒரு டஜன் முட்டைகளோ பதுக்கி வைக்கப்பட்டிருந்தால்கூடப் போதும். உடனே சுட்டுவிடுவார்கள். அப்போது நான் குழந்தையாக இருந்தேன். இருந்தாலும், நினைவில் அது நன்றாகப் பதிந்திருக்கிறது. பனிக்காலம். உறைய வைக்கும் குளிர். என் அப்பா அன்று கோட்டு அணியாமல், வெறும் காலோடு, தன் இரண்டு சப்பாத்துகளையும் எடுத்துக் கொண்டு 'பறிமுதல் கமிட்டி'க்குப் போனார். முகத்தில் சிரிப்பு வராமல் பார்த்துக்கொண்டார். கறாராகவும், ஏன் உணர்ச்சிவசப்பட்டவர்போலவும் முகத்தை வைத்துக்கொண்டு 'சோஷலிசம் தழைக்க என்னிடமுள்ள எல்லாவற்றையும் தருகிறேன்' என்று சொல்லிவிட்டுத் தன் சப்பாத்துகளைக் கொடுத்தார். கடைசியில் அவர்கள்

அவரிடம் சப்பாத்தை ஒப்படைத்து விட்டு எங்களை விட்டுவிட்டார்கள்... சில சமயம் பைத்தியமாய் இருந்தால் தப்பித்துக்கொள்ள முடியும்.'

'எங்கள் அப்பா தப்பித்தது மரணத்தால்தான்,' என்றாள் மிலா.

மிலா குரலை அடக்கிச் சொல்லியதை வோல்ஸ்கி கேட்டுப் புரியாமல் விழித்ததால், அவள் உடனே விவரமாக விளக்கினாள்:

'1939 ஆம் ஆண்டு என் அப்பா மங்கோலியாவில் இராணுவ அதிகாரியாக இருந்தார். 'கல்கியான் கோல்' சண்டையில் பங்கு கொண்டார். அப்போது ஒரு நாள் தன் நெருங்கிய நண்பர் என்று நினைத்துக்கொண்டிருந்த ஒருவரிடம் விளையாட்டாக, "என்னைக் கேட்டால், போர்முனையில் இருப்பவர்களைவிட கூடாரங்களில் இருக்கும் இராணுவ அதிகாரிகள்தான் அதிகம், என்று சொல்வேன்," என்று சொல்லிவிட்டார். அது அவர் சாதாரணமாகச் சொல்லியதுதான். உடனே மேலதிகாரி அவரைக் கூப்பிட்டனுப்பி தண்டனைக்குத் தயாராக இருக்கும்படி உத்தரவிட்டுவிட்டார். மறு நாள் ஜப்பானியர்கள்மீது தாக்குதல். என் அப்பாதான் முதல் பலி. உண்மை என்னவென்றால், அவராகவே மரணத்தை வரவழைத்துக்கொண்டிருக்கிறார். அவருடைய தோழர் ஒருவர் அதனைச் சொன்னார். அவரைக் கைது செய்யப் போனவர்கள் வெறும் கையோடு திரும்பி வந்தார்கள். மக்களுக்கு எதிரி என்று கருதப்பட்ட ஒருவரை அவர்கள் போர்க்களத்தில் கிட்டத்தட்ட ஒரு வீரராகப் பார்க்க நேர்ந்தது. பின்னர் என் அம்மாவையும் என்னையும்கூடத் தனிமையில் விட்டுவிட்டார்கள்.'

எல்லாம் சொல்லியாகிவிட்டது. இரண்டு கதைகளும் அவர்கள் வாழ்ந்த நாட்டைப் பற்றிச் சுருக்கமாகச் சித்திரித்துவிட்டன என்று அவர்கள் உணர்ந்துகொண்டார்கள். அந்த நாட்டில் குடிகொண்டிருந்த அச்சங்கள், அந்த நாட்டுச் சண்டைகள், பாதுகாப்பற்ற தனிமனித வாழ்க்கை, யாரிடமும் பகிர்ந்துகொள்ள முடியாத துயரங்கள் எல்லாமே அதில் அடங்கும். மனிதர்களின் மீது நம்பிக்கை வைக்க இயலாத சூழல். அதே சமயம் அந்த நம்பிக்கைதான் மனிதனை இனிமேலும் காப்பாற்றக் கூடியது என்ற எண்ணம். அந்த நாட்டில் லட்சோப லட்சம் பேர் இரவில் தார் சாலையில் கார் டயர்களின் சத்தத்தில் விழித்துக்கொண்டு கார் தம் வீட்டைக் கடந்து செல்கிறதா, அல்லது தம் வீட்டிற்கெதிரே நிற்கிறதா என்று கேட்டுக்கொள்ளும் நிலைமை.

'என்னிடம் உன் அப்பா பற்றிச் சொல்லவே இல்லையே,' என்று வோல்ஸ்கி குற்றம் சொல்வதுபோல் சொன்னான்.

'ஏது நேரம்... மேலும் அதையெல்லாம் பற்றிப் பேச ஆரம்பித்தால், மேற்கொண்டு வாழ நமக்கு மன உறுதி இருக்காது.'

உடனே வோல்ஸ்கி மறுப்பு சொல்லி, உண்மையை வெளிச்சத்துக்குக் கொண்டு வரவேண்டிய நிர்ப்பந்தத்தைப் பற்றிச் சொல்ல நினைத்தான். பிறகு

எண்ணத்தை மாற்றிக் கொண்டான். ஏனென்றால், மிலா சொன்னதில் ஒரு வித நிதர்சனமான நாணயம் இருந்தது. ஓர் எளிமையான உண்மை இருந்தது. அவள் முகத்தில் ஒரு புன்னகை. 'அரங்கத்தில் நாம் நடித்திருக்க முடியாது. 'உன்னிடம் மட்டுமே என் கனவுகளை ஒப்படைக்கிறேன், அன்பே,' என்ற பாடலை நினைத்துப் பார். அந்த விதப் பாடல்களால்தான் ஒரு விதத்தில் நாம் வாழ்ந்துகொண்டிருக்கிறோம். நம்முடன் ஏராளமானோர் வாழ்ந்துகொண்டிருக்கிறார்கள்!'

முப்பது ஆண்டுகள் கழித்து, வோல்ஸ்கி இதுவும் தன் நாடாக இருந்திருக்கிறதே என்று சிந்தித்துப் பார்த்தான். காதலர் இருவர் நரகத்திலிருந்து வெளிவந்து, அளக்கப்படும் நிலத்தைப் போல், தொலை நோக்கிப் பார்வைக்கு உட்படுத்தப்பட்டிருந்தார்கள். அதுவும், அந்தக் காதலர்கள் ஒரு இஸ்பாவின் முன் படிக்கட்டில் அமர்ந்து, ஓர் ஆகஸ்ட் மாத மாலைப் பொழுதின் மங்கிய ஒளியையும், ஆற்றங்கரை பக்கம் ஆங்காங்கே நில மடிப்புகளில் தோன்றிய கல்லறைகளையும் பார்த்துக்கொண்டு அந்தக்கால மெட்டுக்களை மெல்ல அசைபோட்டுக் கொண்டிருக்கும்போது!

அப்போதிலிருந்து, முற்றுகையின்போது அவர்கள் நடத்திய கலை நிகழ்ச்சிகள் பற்றியும், பார்வையாளர்கள் இருட்டில் நடுங்கியது பற்றியும், பொர்தோஸ் என்ற கதா பாத்திரம் கண்களில் நீர் வழியப் பாடியது பற்றியும், நடிகர்கள் பசியாலும் குளிரினாலும் சோர்ந்துபோனது பற்றியும் அவர்கள் அடிக்கடி பேசிக்கொள்வதுண்டு. போர்க்கால வாழ்க்கைதான் அவர்கள் பலமாகவும், ஊக்கமாகவும் அமைந்திருந்தது. அவர்கள் துப்பாக்கி முனையில் நடத்திய இசை நிகழ்ச்சியை நினைக்கும்போது இரண்டு பாதுகாப்பு காவல்துறையினர் தங்களை வேவு பார்த்தது துச்சமெனத் தோன்றியது. அந்த இசை நிகழ்ச்சி நடந்த ஒவ்வொரு நிமிடமும் மருட்சிக்கெல்லாம் உச்சமெனச் சொல்லலாம்.

தங்கள் வீட்டில் தங்க வைக்கப் போகும் சிறுவர்கள் பற்றி நினைக்கும்போது அச்சத்தினால் வரும் அவமானம் பெரிதாகப் படவில்லை. அவர்களுக்காக ஒரு கட்டில் தயாரிப்பது, ஒரு துணியையோ அல்லது சட்டையையோ வெட்டித் தைப்பது போன்ற அன்றாட வாழ்க்கை செயல்பாடுகளும், அடுத்த தலைமுறையில் அவை மற்றவர்களுக்குப் பயன்படும் என்ற எண்ணமும் அவர்களை எதிர்காலத்தோடு இணைத்தன. எவ்வளவு கடினமான வாழ்க்கை வாழ்ந்து விட்டு அச்சிறுவர்கள் அவர்களிடம் வரப்போகிறார்கள் என்று நினைக்கும்போது, தங்களைத் தொலைநோக்கியால் வேவு பார்த்த அந்த இருவரும் வெறும் பொம்மை வில்லன்கள்போல் தோன்றினர்.

ஒரு நாள் மாலை ஒரு பெரிய திரையைக் கொண்டு படுக்கை அறையை இரண்டாகப் பிரித்தனர். வழுவழுப்பான அந்தத் திரைத் துணியைத் தொடும்போது அவர்கள் மனதில் ஒரு திட்டம் உதித்து, இருவரும் ஒருவரையொருவர் பார்த்துக் கொண்டனர். வரப்போகும் பிள்ளைகளுக்கு நடிக்கக் கற்றுக் கொடுத்து நாடகம் நடத்தலாம் – ஆப்பெராவில் பாட வைக்கலாம், ஏன் முடியாது? என்று நினைத்தனர்.

கடைசிவரையில் அச்சத்திற்கு அவர்கள் அடிபணிய வில்லை. ஒரு சமயம் வோல்ஸ்கி கல்லறை சமாதிகளுக்கிடையே ஜிகினாத்தாள் ஒட்டிய ஒரு சிகரெட் துண்டைப் பார்த்தபோது, அந்த மிரட்டும் அடையாளச் சின்னத்தை ஏளனத்துடன் சிரித்துக்

கொண்டே காலால் மிதித்து நசுக்கினான். 'ஜெர்மானியர்கூட இதுபோன்ற சிகரெட் குடிப்பதுண்டு,' என்று தனக்குள் சொல்லிக்கொண்டான்.

ஆகவே, மற்றவர்களெல்லாம் தங்கள் வசிப்பிடத்திற்கு முன்னால் கார் டையர்களின் சத்தம் கேட்கிறதா என்று அச்சத்துடன் இமைகள் மூடாமல் விழித்துக்கொண்டிருந்தபோது, இவர்கள் இருவரும் தூக்கத்தை இழக்கவில்லை. இவர்கள் எதிர்கொண்ட ஆபத்துகள் பகலில்தான் நிகழ்ந்தன. இவர்களைப் பார்த்துத் திட்டிக்கொண்டும், கைகளை அசைத்துக்கொண்டும், சிலர் தேவையற்றவகையில் கோபப்பட்டுக்கொண்டும் சென்றனர். கொஞ்சம் கொஞ்சமாக உள்மனதை ஆட்கொண்ட திகிலைவிட இது எவ்வளவோ மேலானது.

அது செப்டம்பர் மாதம். மிலா ஒரு நோட்புத்தகத்தை முற்றுகை அருங்காட்சியகத்தில் கொண்டுபோய் ஒப்படைக்கச் சென்றாள். அது மண் சரிவிலிருந்து கண்டெடுக்கப்பட்டது. ஜெர்மன் மொழியில் இருந்தது. அவள் அருங்காட்சியகக் கட்டடத்தின் உள்பகுதியை நெருங்கும்போது முதலில் தீப்பற்றி எரியும் சத்தம், பின்னர் கட்டடத்தைத் தகர்க்கும் சத்தம், பின்னர் காட்டுத்தீ பரவும் சத்தம் எல்லாமே ஒரே சமயத்தில் நிகழ்ந்ததுபோல் அவளுக்குக் கேட்டது. காட்சிப் பொருள் வைக்கும் இடத்தின் வாயிலில் ஒரு பயங்கரத் தீ. இராணுவத்தினர் (உள் நாட்டுப் பாதுகாப்பு 'இராணுவ அதிகாரிகள்') தீயில் குதிக்கப் போவதுபோல் தோன்றிய அருங்காட்சியகப் பணியாளர்களை வெளியில் இழுத்துத் தள்ளிக்கொண்டிருந்தனர். கூச்சல் அதிகமில்லாதிருந்த அந்த இடம் மேலும் சோகமயமாகியது. ஆனால் அந்தப் பணிப்பெண்கள் தங்களைத் தீயில் மாய்த்துக் கொள்ள முயலவில்லை. பொருட்களைத் தீயிலிருந்து மீட்டெடுக்கவே முயன்றார்கள். மாநிலப் பாதுகாப்பு அதிகாரிகள் காட்சியகத்திலிருந்து எடுத்த சாதாரணப் பொருட்களை எல்லாம் தீயில் எறிந்தனர். அவற்றில், கடிதக் கட்டுகள், துணிமணிகள், புகைப்படங்கள் ஆகியவையும் அடங்கும்... தள்ளுமுள்ளு கடுமையாக இருந்தது. வயதான பெண்மணிகளை அவர்கள் கைகளாலும், துப்பாக்கி அடிபாகத்தாலும் தள்ளிவிட்டனர். அப்பெண்மணிகள் விழுந்து விழுந்து எழுந்தனர். ஆயினும் அவர்கள் தீயின் பக்கம் ஓடுவதை நிறுத்தவில்லை.

அதுதான் அதிக இரத்த ஆறு ஓடிய நாள் என்று சொல்ல முடியாது. ஆனால் அது மிகவும் வெட்கித் தலைகுனிய வேண்டிய நாள் என்று வேண்டுமானால் சொல்லலாம். பத்து இருபது ஆண்டுகள் கழித்து உடற்சேதம், அடக்குமுறை ஆகியவற்றைப் பற்றி ஆய்வு செய்ய நேர்ந்தபோது எல்லாவற்றையும் தீக்கிரையாக்கிய அந்த நாளைக் குறிப்பிட யாருக்கும் துணிவில்லை...

மிலாவுக்குத் தான் எப்படி அந்தக் கலவரத்தில் போய் மாட்டிக் கொண்டோம் என்று தெரியாது. அவள் கைகள் தீக்காயம் பட்டு எரிந்தன. உதடுகளில் இரத்தம் வழிந்தது. உடுத்தி இருந்த உடையின் ஒரு கைப்பகுதி கிழிந்து தொங்கியது. பலமான ஆண்களின் கை அவள் முதுகில் குத்தியதால், கூனிக் குறுகி வெளியில் வரவேண்டிய நிலை ஏற்பட்டிருந்தாலும்

ஏதாவது ஒரு புத்தகத்தை, ஒரு புகைப்படத்தை எடுத்து மறைத்துக் கொள்ளாமல் விடவில்லை. இதுபோல் பொருட்களைக் காப்பாற்றிவிடத் துடித்த ஆர்வத்தில் ஒரு வித இனம்புரியாத மகிழ்ச்சி இருக்கத்தான் செய்தது. கருப்பு சீருடையணிந்த காவலர்களை எதிர்த்து நாட்டில் யாரும் போர்க்கொடி தூக்கவில்லையாயினும், முதல் தடவையாகப் பசி பட்டினியால் வாடிய முகத்தோடும், போரினால் நலிவுற்ற உடலோடும் பெண்கள் போராட்டத்தில் குதித்தது அதுதான் முதல் தடவையாகும்.

அருங்காட்சியக வாசற்படியில் பயங்கரக் கூச்சல் எழுந்தது. தாட்டிகமான ஒரு குள்ள மனிதர் அவருடைய சகாக்களுடன் வந்திருந்தார். மிலா அவருடைய படத்தை அதிகாரபூர்வமான பத்திரிகைகளில் பார்த்திருக்கிறாள். அவர் தலைவருடைய பாதுகாப்புப் படை உறுப்பினர். சீருடையணிந்தவர்கள் தாங்கள் அடித்து நொறுக்கிக்கொண்டிருந்ததை நிறுத்திவிட்டு அவருக்கு மரியாதை செலுத்தினர்.

'ஆஹா, பிற்போக்குவாதிகள் பதுங்கி இருக்கிறார்கள் என்று இப்போதுதான் தெரிகிறது,' என்று கத்தினார். பிற்போக்குவாதிகள் ஒரு பின்னல் வலையை ஏற்படுத்திக் கொண்டிருக்கிறார்கள். லெனின்கிராட் கட்சித் தலைமை இல்லாமல் தனியாக நின்று போராடியதுபோன்ற ஒரு மாயத்தை ஏற்படுத்த முயல்கிறார்கள். ஸ்டாலின் என்ற மாபெரும் தலைவர்தான் இந்த வெற்றிக்கெல்லாம் காரணம் என்பதை மறந்து விட்டார்கள்! எல்லோரும் கிளம்புங்கள்! இந்தக் குப்பைகள் எல்லாவற்றை யும் கொளுத்துங்கள்! சீக்கிரம்! சீக்கிரம்!'

சீருடையணிந்தவர்கள் மீண்டும் செயலில் இறங்கிவிட்டார்கள். இப்போது அவர்களுக்கு மலென்கோவின் கையாள்கள் உதவி செய்தார்கள். எல்லோருமாகப் பணியாளர்களைத் தூக்கி வெளியில் நின்றுகொண்டிருந்த வேனில் போட்டார்கள். ஆவணங்கள் கொழுந்து விட்டெரியும்போது வெளிவந்த புகைமண்டலத்தைப் பயன்படுத்திக்கொண்டும் மிலா ஒரு கத்தை கடிதங்களைப் பிடுங்கிக்கொண்டாள்.

பின்பு மிலா வீட்டுக்கு நடந்தே போனாள். எல்லாவற்றையும் வோல்ஸ்கியிடம் சொன்னாள். சொல்லிக்கொண்டிருக்கும்போதே அக்காலகட்டத்தில் நேசத்துடன் இருந்த எல்லோரும் சொல்வதுபோல் 'எனக்கு ஏதாவது ஒன்று நேர்ந்தால், நீ பழசையெல்லாம் நினைக்காமல் தொடர்ந்து வாழ்க்கை நடத்துவேன் என்று உறுதியளி,' என்றும் சொன்னாள்... அவர்கள் தத்தெடுத்த பிள்ளைகளோடு (இரண்டு வாரங்களுக்கு முன்னால் நான்கு பேர் வந்திருந்தார்கள்) மாலை உணவு அருந்தும்போது எதுவும் பேசிக்கொள்ளவில்லை. அவர்களைக் கைது செய்வதென்றால், இரவிலோ, அல்லது பிள்ளைகள் பள்ளிக்குச் சென்றபின் காலையிலோதான் செய்வார்கள் என்று ஒரு கணம் நம்பினார்கள்...

ஒரு மணி நேரம் கழித்து அவர்களைத் தேடிக்கொண்டு வந்து விட்டார்கள். 'கருப்புக் காக்கைகள்' என்று புனைபெயர்கொண்ட சீருடையணிந்தவர்கள் முன்பைப்போலவே காரில் வந்தார்கள். வோல்ஸ்கிதான் முதலில் வெளியில் வந்தான். அவனை காரின் 'பான்னெட்'

பகுதியில் பலவந்தமாகக் கைகளை விரித்துப் படுக்க வைத்தார்கள். இரண்டாவது கார் வந்தது. அதிலிருந்து வெளிப்பட்ட காவலர்கள் மிலா கையில் எடுத்துச் செல்வதற்காக வைத்திருந்த சிறு பெட்டியைப் பிடுங்கிக்கொண்டார்கள். 'அதனுள் என்ன இருக்கிறதென்று பாருங்கள் – அது முக்கியம்,' என்று மிலா கத்தினாள். அவர்கள் அந்தப்பெட்டியைத் திறந்து அதிலிருந்த சில துணிகளையும் சோப்பு சீப்புகளையும் ஆராய்ந்து கொண்டிருந்தபோது, அவள் வோல்ஸ்கி பக்கம் பாய்ந்து போய், அவர்கள் இருவரும் முத்தமிட்டுக்கொண்டார்கள். அவர்களைப் பிரித்து விடுவதற்குள் அவர்கள் 'ஒவ்வொரு நாளும் ஒரு கணமாவது வானத்தைப் பார். நானும் அப்படியே செய்வேன் ...' என்று சொல்லிக்கொண்டார்கள். அவர்கள் ஒவ்வொருவரையும் ஒவ்வொரு காரில் தூக்கிப் போட்டுக் கொண்டு போனார்கள். 'வானத்தைப் பார்,' என்று யார் சொன்னது தானா அல்லது மிலாவா என்று வோல்ஸ்கிக்கு நினைவில்லை. ஆனால் அவளும் அதுபோல் வானத்தைப் பார்க்கக்கூடும் என்று மட்டும் தெரியும். அவனுடைய உதட்டில் இரத்தத்தின் கரிப்பான சுவை தெரிந்தது. மிலாவின் உதடுகளில் இரத்தம் கசிந்துகொண்டிருந்தது.

வீட்டைச் சுற்றி இருந்த களிமண் சாலையில் கார்கள் தேவையற்ற விதத்தில் அதிவேகமாகப் போய்க்கொண்டிருந்தன. சிறிது நேரம், மிலாவும் வோல்ஸ்கியும் ஏதோ ஓர் உருவம் காரை எட்டிப் பிடிப்பதற்காக அதி வேகத்துடன் பின்னாலேயே ஓடி வருவதை உணர்ந்தார்கள். மங்கிய மாலை வேளையில், 'செர்விஸ்' மரப் பழக்கொத்துகள் போல் ஓடிவந்தவனின் செம்பட்டை முடி மின்னியது.

முன்பின் தெரியாத ஒருவனின் வாழ்க்கை

கைதுக்குப் பின் நடந்த விசாரணைதான் மிகவும் கடுமையாக இருந்தது. விசாரணை அதிகாரி ஓர் இளைஞன். கைதியின் நிலைப்பாடு என்னவாக இருந்தாலும், அவனை அடிக்க வேண்டும் என்று மட்டும் அவனுக்குத் தெரிந்தது. வகைதொகை இல்லாமல் கடுமையாக அடித்தான். வோல்ஸ்கியின் கைகள் முதுகுபக்கம் கட்டப்பட்டிருந்தன. அடிபட்டு விழும்போது தலையைத் தோள்பக்கம் சாய்த்து முகத்தை மறைத்துக்கொண்டான். திடீரென எதற்காகவோ அடிகள் நிறுத்தப்பட்டன. அதிகாரியின் முகத்தைத் திரும்பிப் பார்த்தபோது வியப்பில் 'ஓ' என்றான். அதிகாரி நிமிர்ந்து நின்றுகொண்டு, மூக்கில் இரத்தத்தோடு, தலையைப் பின்பக்கம் சாய்த்துக்கொண்டிருந்தான். 'சன்னலைத் திறந்து விட்டு, கொஞ்சம் ஐசை வைக்கவும்...' என்று வோல்ஸ்கி, குரலில் எந்த உணர்ச்சியையும் காட்டிக்கொள்ளாமல், சொன்னான். அதிகாரி ஒரு மாதிரி உருமிவிட்டு, வோல்ஸ்கி சொன்னபடிச் செய்தான். விசாரணை அறை கீழ் மட்டத்தில் இருந்த சிறையில் இருந்தது. வலுவான கம்பிகள் கொண்ட சன்னல் வழியே பார்க்கும்போது தெருவில் பனி கொட்டிக்கொண்டிருந்தது. அதில் ஒரு பிடி எடுத்துத் தன் மூக்கில் வைத்ததும் அதிகாரி முகத்தில் வழிந்த இரத்தம் நின்றது. அதுபோன்ற சமயத்தில் மனித மனம் பச்சாதாபத்திற்கும், ஏளனத்திற்கும் இடையே தடுமாறும் என்று வோல்ஸ்கிக்குத் தெரிந்தது. அவன் தண்டனை முகாமில் இருந்த காலத்தில் அதுபோன்ற அனுபவம் அவனுக்குப் பல முறை ஏற்பட்டிருக்கிறது.

விசாரணை அதிகாரியின் முகத்தில் பல வித முக பாவங்கள் எழுவதைப் பார்த்தான் வோல்ஸ்கி. தனக்கு ஏற்பட்ட சங்கடத்தைப் பார்த்துவிட்ட கைதியை இன்னும் பலமாக அடிக்கலாமா? எதுவும் நடக்காததுபோல் மீண்டும் விசாரணையைத் தொடரலாமா? அல்லது . . . அவன் கைதியின் கண்களைப் பார்த்து வியப்படைந்தான். அவற்றில் முழுமையான பற்றற்ற தன்மையும், புன்னகையுடன் கூடிய தெளிவும் காணப்பட்டன. கீழே வீழ்ந்து கிடந்தவன் சன்னல் வழியே தெரிந்த நீல வான வெளியை உற்று நோக்கிக்கொண்டிருந்தான்.

பின்னர் அவன் வோல்ஸ்கியை முக்காலி மீது மீண்டும் உட்காரும்படி செய்துவிட்டு தன் கேள்வியை மறுபடியும் கேட்டான். பதில் 'இல்லை' என்றே வந்தது.

'மீண்டும் கேட்கிறேன். அருங்காட்சியகம் என்று சொல்லிக்கொண்டிருந்த அந்த இடத்தில் காட்சிப் பொருளாக வைத்திருந்த ஜெர்மன் விமானத்தை இயக்கி ஸ்மான்லியில் குண்டு போட்டு, நகரத்துத் தலைவர்களைக் கொன்று விட நினைத்தாய் என்பதை ஒப்புக் கொள்கிறாயா?'

வோல்ஸ்கி இதுபோன்ற அர்த்தமற்ற குற்றச்சாட்டுகளை இதற்குமுன் கேட்காமலிருந்திருந்தால் பைத்தியக்காரனாகி இருப்பான். தடயவியல் சார்ந்த பதற்ற நிலை பற்றி எல்லோருக்கும் தெரிந்தது – எல்லோரும் அதுபற்றிப் பேசிக்கொண்டிருந்தார்கள். பயங்கரம் நிலவியது. அர்த்தமற்ற குற்றச்சாட்டுகள் சில சமயம் நகைப்புக்குரியதாகவும் இருந்தன. யாரோ ஒருவன் பெரிய, பெரிய ஆறுகளிலெல்லாம் விஷத்தைக் கலந்து விட முயற்சித்ததாகச் சொன்னார்கள். இன்னொருவன் நூறு பேர் வசித்த கிராமம் ஒன்றில் ஒரு டஜன் தேச விரோத குழுக்களை உருவாக்க முயன்றதாகச் சொன்னார்கள் ... இப்போது வோல்ஸ்கி வெடிமருந்துகளோடு ஒரு விமானத்தைக் கொண்டு சென்று நாச வேலையில் ஈடுபட முயன்றதாகச் சொல்கிறார்கள்!

அவன் மவுனமாக நின்றான். வேறு வழிஒன்றும் இல்லை. மறுத்தால் மேலும் அடிவிழும். ஒப்புக்கொண்டால், அவனே அவன் மரண தண்டனையை உறுதி செய்யும் ஆவணத்தில் கையெழுத்துப் போடுவதாகி விடும்.

திடீரென, அதிகாரியின் குரலில் தணிவு ஏற்பட்டது. காதோடு காதாகச் சொல்வதுபோல் சொன்னான்: 'ஸ்மான்லியை குண்டு வைத்துத் தகர்த்து நகரின் நடுவில் முகாமிட்டிருந்த கட்சிவிரோதிகளைக் கொன்றுவிட விரும்பியதாகச் சொல்லிவிடு.' இந்தப் பைத்தியக்கார ஒப்புதலை எழுதியும் விட்டான் அந்த இளம் அதிகாரி. உண்மையில் அவன் ஒரு குற்றவாளியை உருவாக்கினான், ஆனால் அந்தக் குற்றவாளியிடம் பாராட்டுதற்குரிய நோக்கம் இருந்தது – அதாவது, கட்சியையும், அதன் தலைமையையும் எதிர்ப்பவர்களை அவன் ஒழிக்க விரும்பிய நோக்கம். வோல்ஸ்கி தலையைத் தாழ்த்தி சன்னல் வழியே வெளியில் கொஞ்சம் பனியையும், சன்னல் கண்ணாடியில் பட்ட வானத்தின் பிம்பத்தையும் பார்த்தான்.

தினமும் தண்டனை முகாமில் வோல்ஸ்கியால் மிலாவின் முகத்தை வானத்தில் பார்ப்பதாக நினைத்து திருப்தியடைய முடிந்தது.

கைதி வாழ்க்கை அவனை அழித்து விடவில்லை. போர் முனையில் இருக்கும்போது மண் தரையில், அல்லது பனியில் படுத்துறங்கிய அனுபவம் அவனுக்கிருந்தது. இங்குக் கட்டில் இருந்தது. ஸ்டவ் இருந்தது. இதெல்லாம் அவனுக்குக் கிட்டத்தட்ட வசதியாகவே தோன்றியது. மரங்கள் வெட்டுவது கடுமையான வேலைதான். ஆனாலும், கனமான பீரங்கிகளை இலாவகமாகத் தூக்கிப் பிடித்த கைகள் அவனுடைய கைகள். பசியும் ஊட்டக்குறைவும் அவனைச் சாகடிக்கலாம். ஆனாலும், முற்றுகை சமயத்தில் கொடுக்கப்பட்ட நூற்று இருபத்தைந்து கிராம் ரொட்டியைப் பார்க்கும்போது, இப்போது எவ்வளவு குறைவாகக் கொடுத்தாலும் அது அதிகமாகவே பட்டது.

முன்பின் தெரியாத ஒருவனின் வாழ்க்கை

தண்டனைக் காலம் நான்கரை ஆண்டுகாலம். ஆனால் பொதுவாக இங்குக் கொடுக்கப்படும் பத்தாண்டு கடுங்காவலைப் பார்க்கும்போது அது ஒன்றுமில்லைதான். 'அதிகாரி மூக்கில் வழிந்த இரத்தத்திற்கு நன்றி,' என்று வோல்ஸ்கி தனக்குள் சொல்லிக்கொண்டான்.

மிகவும் மோசமான நேரங்களில் வானம் இருக்கவே இருக்கிறது. அது மேகம் மூடி இருந்தாலும், ஒளிவீசிக் கொண்டிருந்தாலும், கருத்திருந்தாலும், ஒரே பார்வையில் அது மனித சமுதாயத்தைத் தாண்டி ஒரு விதத் தொடர்பை ஏற்படுத்திக்கொண்டிருந்தது.

தனக்குக் கிடைத்த கருணை அடிப்படையிலான தண்டனையைப் பற்றி நினைக்கும்போது, அதைவிடக் குறைவான தண்டனையைத்தான் மிலா பெற்றிருப்பாள் என்று நம்பினான் வோல்ஸ்கி. அவள் மீது என்ன குற்றத்தைச் சுமத்த முடியும்? அருங்காட்சியகத்திற்குச் சேறு படிந்த ஒரு நோட்டுப் புத்தகத்தை எடுத்து வந்திருந்தாள். அவ்வளவுதான். ஒரு படி மேலாகச் சென்று, அவள் குற்றமற்றவளென்று விடுதலையாகி தங்களது பழைய இஸ்பாவிற்குச் சென்று வளர்ப்புப் பிள்ளைகளோடு வாழ்க்கை நடத்திக்கொண்டிருப்பாள் என்றும்கூட அவனுக்கு நினைக்கத் தோன்றியது. மாலை வேளையில் வெளியில் வந்து வானத்தையும், மின்மினிபோல் தோன்றும் விண்மீன்களையும் பார்த்து மகிழ்ந்துகொண்டிருப்பாள் என்று நினைத்தான் . . . ஆனால், இந்த நம்பிக்கை நாளடைவில் நலிந்துகொண்டிருந்தது. நெடுநாட்களாகவே அடக்குமுறைகள் எந்த இலக்கணத்திற்கும் ஒத்துப் போகாமல் இருப்பதை நினைத்துப் பார்த்தான். அவன் விவகாரத்திலேயே பார்த்தால், இதுவரை எந்த விமானத்தின் முற்பகுதிக்கும் போகாதிருந்தபோது, லெனின்கிராடைக் குண்டு வைத்துத் தகர்க்க விரும்பியதாகக் குற்றம் சாட்டப்பட்டிருந்தான். இதைவிட மேலும் மோசமானப் பழியை மிலாமீது அவர்கள் சுமத்தி இருக்கக்கூடும். அவன் இருந்த இடத்திலிருந்து ஆயிரக்கணக்கான மைல்களுக்கு அப்பால் அவளை அனுப்பி இருக்கக் கூடும்!

அப்படி நினைக்கும்போது அவன் மன உளைச்சல் அதிகமாகியது. அப்படிப்பட்ட தருணங்களில் ஓர் அழகான –உறுதியான–உண்மையொன்று மனதில் உதித்தது அவனுக்கே அச்சமாக இருந்தது: அதாவது, அவர்கள் இருவரது பார்வைகளும் ஒன்றையொன்று சந்தித்த அந்த நேரத்தை எதுவும் அழித்து விட முடியாது. ஆகவே, மிலா தூரத்துப் பனி பிரதேசத்திலிருந்தாலும், பனி சுழற்சியைத் தலை நிமிர்ந்து பார்க்கத் தவறமாட்டாள்.

அதனால் அவன் வெறுப்பை வளர்த்துக்கொள்ளாமல் இருந்தான். அப்படி வாழ்ந்தால்தான் தண்டனை முகாமில் வாழமுடியும். வசந்தகாலத்தில் ஒரு நாள் மரக்கட்டைகளுக்கு மத்தியில் மாட்டிக்கொண்டபோது இதனை அவன் உணர்ந்தான். 'பிரமிட்'கள் போல் 'செடார்' மரத்துண்டுகள் குவித்து வைக்கப்பட்டிருந்தன. அவற்றையெல்லாம், கைதிகள் ஆற்று வழியே செலுத்த வேண்டும். ஆனால் வழக்கத்தை விட முன்னதாகவே – அதுவும் பயங்கரமாகவே – பனிக்கட்டிகள் உடைந்துவிட்டன. பனிப்பாறை மீதிருந்த மரக்கட்டைகள் நகர்ந்து பெரிய சைபீரிய ஆற்றில் போய் மோதின. உடனேயே மலைபோல் குவிந்திருந்த விறகுக் கட்டைகள்

உருண்டுபோய் வெவ்வேறு திசையில் செல்ல ஆரம்பித்தன. கட்டைகள் பனிப்பாறையில் இருந்த பள்ளங்களால் விழுங்கப்பட்டன. தண்ணீரில் தூக்கி எறியப்பட்டன. மேலெழும்பின. மீண்டும் கீழே வீழ்ந்தன. சுவர்கள் போல் எழும்பி மீண்டும் வீழ்ச்சியடைந்தன... ஏராளமான கைதிகள் அந்தச் சரிவில் சிக்கிக்கொண்டனர். இரண்டு மூன்று பேர் ஆற்றில் காணாமல் போய்விட்டனர். அவர்களில் ஒருவர்தான் காப்பாற்றப்பட்டார். ஆனால் அவர் தோள்பட்டை சின்னாபின்னமாகி இருந்தது.

வோல்ஸ்கி கரை மணலில் சிக்குண்டிருந்தான். எந்த நேரமும் அவனைப் பனிக்கட்டிகள் அடித்துச் சென்றுவிடக்கூடும். அவன் மார்பு நொறுங்கிப் போய் இருந்தது. வீழ்ந்திருந்த மரங்களின் உடல்பகுதில் கால்கள் மாட்டிக்கொண்டிருந்தன. அவனால் கத்தவும் முடியாமல், நகரவும் முடியாமல், நினைவை இழந்துவிட்டான். அவனுக்கு நினைவு திரும்பியபோது இரவு வந்துவிட்டது. தேடும் பணி சரியான வகையில் நடைபெறவில்லை என்று தெரிந்தது. கைதி ஒருவனின் வாழ்க்கையைப் பற்றி எவருக்கும் கவலை இல்லை. தேடுபவர்கள் யாரும் தாறுமாறாகச் சரிந்துகிடந்த மரங்களின் மத்தியில் போய் மாட்டிக்கொள்ள விரும்ப மாட்டார்கள். அவை எந்த நிமிடமும் ஆற்றில் சரிந்து விழக்கூடும். அவன் ஏற்கெனவே ஆற்றில் மூழ்கிவிட்டான் என்று நினைத்திருக்க கூடும்.

அவன் குரலால் முணுமுணுக்க மட்டுமே முடிந்தது. கைகள் மட்டுமே அசைந்து இருளில் அவன் மாட்டிக்கொண்டிருந்த கல்லறையைத் தடவிப் பார்க்க முடிந்தது. அங்குமிங்குமாகச் சாய்ந்திருந்த மரங்களின் வழியே முக்கோண வடிவில் சில விண்மீன்களை மட்டுமே பார்க்க முடிந்தது.

வலி மரணவலியாகப் போய், பின்னர் தணிந்தது. இல்லை. இல்லை. அவன் அவ்வலிக்குப் பழக்கப்பட்டுவிட்டான். வலியைவிடத் தாகம்தான் அதிகமாகத் தெரிந்தது. இருப்பினும், வானத்தைப் பார்க்கும்போது அதையும் அவனால் மறக்க முடிந்தது. பின்னர் அவன் மனதில் தெளிவு பிறந்தது. யாரும் – ஏன், தன்னால்கூட – அவனுக்கு யோசனை சொல்ல முடியாத நிலையில், அவன் நினைத்ததே அவனுக்கு வேதவாக்காகத் தெரிந்தது.

இதுவரை பெற்ற அனுபவத்தில், ஒன்று மட்டுமே சாஸ்வதமாகத் தெரிந்தது. ஒருவரையொருவர் காதலிக்கும் இருவர், ஒரே நாளில் – ஒரே சமயத்தில்கூட இருக்கலாம் – வானத்தைப் பார்த்து திருப்தியடைய முடியும். மற்றதெல்லாம் கிட்டத்தட்ட பொருட்படுத்தத் தகுதியற்றவையே. கைதிகளிடையே அவன் பலதரப்பட்டவர்களைச் சந்தித்திருந்தான். மனம் வருந்தாத கொலைகாரர்கள், தங்களையே நொந்துகொண்டிருக்கும் நிரபராதிகள், கோழைகள், வழுக்கி விழுந்த வீரர்கள், தற்கொலை செய்துகொள்ளும் மனோபாவம் கொண்டவர்களெல்லாம் அதில் அடங்குவர். இருபது ஆண்டுகள் தண்டனைபெற்ற சுகபோகிகள் அவர்கள் விடுதலையாகிப் போனதும் சமைத்துப் போட ஒருத்தி காத்திருப்பாள் என்று கனவு கண்டனர். நல்லவர்கள், வக்கிரப் பாலின உணர்வுகொண்டவர்கள், அயோக்கியர்கள், தவறைத் தட்டிக் கேட்பவர்கள் முதலியோர் இருந்தனர். சிந்தனையாளர்கள் சிலர் மனிதநேயக் கோட்பாடுகளைச் சரியாக

நடைமுறை படுத்தாததால்தான் இந்த வேதனை என்று கருதினர். மரபுவழி பாதிரியார் ஒருவர் இதுபோன்ற துன்பத்தால், மனிதன் தன் பாபத்தைப் போக்கி, நல்லவனாக மாறுவான் என்று வாதிட்டார்.

அதெல்லாம் அவனுக்கு அர்த்தமற்றதாகத் தோன்றியது. சுதந்திர உலகத்தை நினைத்துப் பார்க்கையில், அதற்கும் இந்த இடத்தில் கிடைக்கும் துன்பத்திற்கும், மகிழ்ச்சிக்கும் இடையே உள்ள தூரம் பெரிதாகத் தோன்றவில்லை. கைதியின் கீறலுற்ற கோப்பையில் மூன்று தேயிலைத் தூள்கள் விழுந்தால், அக்கைதி அதனை ரசிப்பான். லெனின்கிராடில் – ஆப்பெரா – ரிகோலெத்தா ஆப்பெரா என்று ஞாபகம் – இடை வேளையின்போது ஒரு பெண் ‘ஷம்பா...’ அருந்தும்போது அவளுக்கிருந்த அதே மகிழ்ச்சியை அவர்களால் காணமுடியும். அவர்கள் துன்பமும் அப்படித்தான். கைதியும் அந்தப் பெண்மணியும் வலியேற்படுத்திய காலணியைத்தான் அணிந்திருந்தார்கள். அவள் அணிந்திருந்த காலணி குறுகலாக இருந்தன. நிகழ்ச்சியின்போது அதனைக் கழற்றிவிட்டாள். கைதி முகாமில் அணிந்திருந்த செருப்பு டயர் துண்டில் துணியை ஒரு கம்பியால் கட்டி உருவாக்கப்பட்டது. அப்பெண்மணிக்கு உலகில் லட்சக்கணக்கானவர்கள் எலும்புந்தோலுமான மிருகங்களாக ஆக்கப் படுவதும், அவர்கள் முகம் துருவக் குளிரினால் கருப்பாக்கப்படுவதும் தெரியும். இருப்பினும், அவள் மதுவை மிகப்பெரிய கண்ணாடிகள் பளக்கும் மேடையில் அருந்திக்கொண்டிருந்தாள். அதேபோல் கைதியும் வேறெங்கோ அட்டகாசமானதாகவும், அழகாகவும் வாழ்க்கை ஓடிக்கொண்டிருப்பதை அறிவான். இருப்பினும் அவன் தேயிலைத் தூளைச் சுவைக்கும் அந்த அனுபவத்தை அது கட்டுப்படுத்தாது...

சில சமயங்களில் அவன் வலி அதிகரித்து அவனுக்கு ஓர் இனம் புரியாத உணர்வை ஏற்படுத்தும். தாகம்தான் அவன் கணணெதிரே டீ கோப்பையுடனிருக்கும் ஒரு கைதியையும், சில்லென்ற பெரிய மதுக் கோப்பையுடன் இருக்கும் மங்கையையும் கொண்டு வந்து நிறுத்தியது. ஆகவே இதெல்லாம்கூட முக்கியம் வாய்ந்தனவல்ல.

அவன் அடிபட்ட உடல் அருகில் நீரோட்டம் அதிவேகமாக இருந்தது. மரங்களுக்குக் கீழ் பனி கோபுரம்போல் குவிந்திருந்தது. கையை நீட்டிப் பார்த்தபோது அவன் வலி அதிகரித்து மீண்டும் மூர்ச்சை இழந்தான்.

இரண்டாவது நாள் தொடக்கத்தில் பனிக்கட்டிகள் பெரிய பெரிய செதில்களாகச் சுழன்று வந்தன. வோல்ஸ்கியின் காய்ந்த உதடுகளில் படிகத்தின் குளிர்ச்சி இதமாக இருந்தது. மீண்டும் அவன் மனக்கண்முன் குளிர்கால வெட்டவெளியில் பெண் ஒருத்தியின் வெண்ணிற ஆடை காற்றில் அலைமோதிக் கொண்டிருப்பதுபோல் தோன்றியது.

அவன் வாழப்போவது இன்னும் சில மணி நேரம்தான் என்று அவனுக்குத் தெரிந்தது. அந்த வரையறுக்கப்பட்ட காலத்துக்குத் தகுந்தாற்போல்தான் அவன் சிந்தனையும் ஓடியது. பாதிரியாரின் வார்த்தைகள் அவன் நினைவுக்கு வந்தன. கடவுள் மனிதனுக்குத் தரும் துன்பம் அவன் பாபத்தைக் கழுவுவதற்காகவும், அவனைப் பரிசுத்தப்

படுத்துவதற்காகவும்தான் என்று சொல்லி இருந்தார். அப்படியானால், ஏராளமானோர் பரிசுத்தம் அடைந்திருப்பார்கள். அதுவும் இந்தக் கூடாரத்தில் ! போர்களால் பாதிக்கப்பட்ட இந்த நாட்டில்! வேண்டாதவரை ஒழித்த இந்த நாட்டில்! பட்ட துன்பம் துயரம் ஆகியவற்றால், இந்த மக்கள் புனிதர்கள்போல் சுத்தமாகிப் பிரகாசிக்க வேண்டும்! ஆனால் பத்தாண்டுகள் பட்ட கஷ்டத்தில் இன்றும் கூட ஒரு ரொட்டித்துண்டுக்காக ஒரு கைதி மற்றொரு கைதியைக் கொல்லத் துணிகிறான். ...வோல்ஸ்கிக்கு ஜெர்மன் இராணுவத்தினர் தோளில் அணிந்திருந்த பெல்ட்களில் இருந்த 'பக்கிள்ஸ்' நினைவுக்கு வந்தன. அவற்றில் 'காட் மித் உன்ஸ்', அதாவது, 'இறைவன் நம்முடன் இருக்கிறான்', என்று அந்த உலோகத்தின் மீது பொறிக்கப்பட்டிருக்கும். அவர்களும்கூடக் கஷ்டப்பட்டார்கள். ஆகவே...

அவன் தலையைத் தூக்கிப் பார்த்தான். இருள் கவிந்துகொண்டிருந்தது, விழுந்து கிடந்த மூன்று மரங்களுக்கு இடையே மங்கிய சாம்பல்நிற விண்மீன்கள் ஜொலித்துக் கொண்டிருந்தன. அவற்றை ஒரு பெண் பார்த்துக் கொண்டிருந்தாள். அவளுக்கு அவற்றை அவன் பார்ப்பதும் தெரியும்... அத்தருணத்தில், அந்த இரண்டு ஜோடி கண்களும் இருக்கும்போது இறைவனுக்குக்கூட வேலை இல்லை. மனிதர்கள் துதிக்கும்–துன்பத்தையும், பெல்ட்களையும் ரசித்துக்கொண்டிருக்கும்–இறைவனுக்கு வேலை இல்லை.

அவனை வாட்டிய தாகம் வேறொன்றாக–கொழுந்து விட்டெரியும் ஓர் ஆசையாக– மாறியது. அதாவது, வானத்தைப் பார்க்கும் அந்த நேரத்தைத் தவிர வேறெதற்கும் அர்த்தமில்லை என்று அவளிடம் சொல்ல வேண்டுமென்ற ஆசை!

இரவில் – அல்லது அவனுடைய மயங்கிய உணர்வில் கவிந்திருந்த இருளில் – மெல்லிய குரல் ஒன்று ஒலித்தது. யாரோ ஒருவர்–அவ்வப்போது வார்த்தைகளை விழுங்கிக்கொண்டு விட்டு விட்டுப் –பாடினார். விட்ட வார்த்தைகளை எடுத்துக் கொடுக்க வேண்டி இருந்தது.

வோல்ஸ்கியைக் கண்டுபிடித்தவர்கள் சொன்னதைப் பார்த்தால், அவன் இடையிடையே பாட்டிற்காகச் சொன்ன வார்த்தைகளால் அவன் இருக்குமிடம் கண்டுபிடிக்க முடிந்ததாம். பொறியாளர்கள் வந்து வெடிவைத்து, பனியால் முடக்கப்பட்டிருந்த மரங்களைத் தகர்த்தார்கள்.

அவனுக்குள் எழுந்த அந்த நாதம் அவனுக்கு வேறொரு வாழ்க்கையாகி விட்டது. அதற்கும், அன்றாட வாழ்க்கைக்கும் எந்த சம்பந்தமுமில்லை. வெளியுலகம் அர்த்தமற்ற வகையில் அவசரகதியில் போய்க்கொண்டிருப்பதுபோல் அவனுக்குத் தோன்றியது. அவன் படுக்கையிலிருந்து ஆற்றைப் பார்த்தான். பனிக்கட்டிகள் ஒன்றோடொன்று மோதி, சுற்றிச் சுழன்று, நீரில் கலந்தன. பகல் வெளிச்சமும், இருளும் வேக வேகமாக வந்து போயின. கைதிகள் ஆஜராகிவிட்டு வேலைக்குச் சென்றனர். வேலை முடிந்து வீடு திரும்பினர். காவலாளிகள் தங்கள் விருப்பத்திற்கேற்றாற்போல் அவர்களைக் கொட்டும் மழையில் நீண்ட நேரம் காக்கவைப்பதுண்டு. அது அவர்கள் சிறு பிள்ளைத்தனமான, குரூர புத்தியையே காட்டியது. அவர்களிடம் சித்திரவதைக்குள்ளாக்கக்கூடிய அதிகாரம் இருந்ததன் வெளிப்பாடாகவே அது இருந்தது. வோல்ஸ்கியும் கால்களில் காயங்கள் இருந்தாலும் எழுந்து வந்து மற்ற கைதிகளோடு சேர்ந்துகொண்டான். முந்தைய காலமென்றால், காவலர்கள் செய்த சித்திரவதையைப் பார்த்து வெகுண்டெழுந்திருப்பான். இப்போதெல்லாம் அவர்கள் நடவடிக்கையானது விருப்பங்கள், ஆசைகள், கீழ்த்தரமான செய்கைகள் ஆகியவற்றின் தப்பிக்க முடியாத கூட்டுச் சதியாகத் தோன்றியது. அவர்களிடம்போய், தான் பனிப்பாறை, மரங்கள் ஆகியவை அமைத்த சமாதியில் தான் இருந்தபோது கற்றுக் கொண்டதைச் சொல்ல வேண்டுமென்ற ஆசை இருந்தது. ஆனால், சொல்லவில்லை. அதற்குத் தேவையான சொற்களை அவன் இதுவரை பயன்படுத்தியதில்லை. தங்களைச் சித்திரவதை செய்தவர்களைச் சாடிக்கொண்டிருந்த கைதி களுக்கு மத்தியில், அவன் தலையை உயர்த்தி, தான் கற்பனை செய்த வாழ்க்கைக்குள் புகுந்து விடுவான்.

அவன் விடுதலையானான். ஆனாலும் மனதுக்குள் அவன் வாழ்ந்த வாழ்க்கையில் எந்த மாற்றமும் இல்லை. அவனை ஏற்றிக்கொண்டு சென்ற லாரி கூடார வாசலைக் கடந்தது. (அந்த வாசலில் 'பொதுவுடைமை வேலையின் வெற்றியை நோக்கி' என்ற வாசகம் பொறிக்கப்பட்டிருந்தது.) சற்று நேரத்தில் இலையுதிர்கால சிவப்பு ஒளியுடன் பிரகாசித்த ஒரு குன்றுக்குப் பின்னால், அவன் கூடாரம் மறைந்து விட்டது. 'ஸ்டியரிங்கைத்' சற்று திருப்பியதும், ஓர் உலகமே காணாமல் போய்விட்டது – ஆற்றில் ஒரு பனிக்கட்டியைப்

போல,' என்று மனதுக்குள் சொல்லிக்கொண்டான். அந்த பயங்கரமான உலகத்தில், வறுமை, கொடுமை, நம்பிக்கை, பிரார்த்தனை ஆகிய எல்லாம் இருந்தன. அவையெல்லாம் இப்போது மறைந்துவிட்டன. எதிரே மழை நீரினால் பளபளக்கும் நெடுஞ்சாலை, ஆங்காங்கே குளிர்காலத்திற்காகக் காத்திருக்கும் செடி கொடிகள்!

இப்போது வாழ்ந்துகொண்டிருக்கும் உலகில் எல்லாமே ஒன்றுதான். ஆயுதக் கிடங்கொன்றில் வேலை கிடைத்தது. அருகிலேயே குடியிருப்பொன்றில் ஓர் அறையை எடுத்துக்கொண்டான். அதன் சன்னல்கள் வழியே தண்டவாளங்கள் தெரியும். அவனைப் பார்த்தவர்கள் அவனைக் குறைந்த திறமைகொண்ட தொழிலாளியாகவோ அல்லது தன் கடந்தகாலத்தை மறக்கத் துடிக்கும் விடுதலை பெற்ற சிறைக்கைதியாகவோதான் பார்த்தனர். சில சமயங்கள் அவனுக்கு மனநிலை சரியில்லை என்றுகூட நினைத்தனர். பனி மூடிய தண்டவாளங்களருகே, தலையைப் பின் பக்கம் சாய்த்துக்கொண்டும் கண்களைப் பாதி மூடிக்கொண்டும் வெறுமையான ஆகாயத்தையே பார்த்துக்கொண்டிருப்பான்.

பல மாதங்கள் தேடி, மிலாவுக்கும் எங்கோ சிறைதண்டனை கிடைத்திருந்தது என்பதை அறிந்துகொண்டான். எங்கென்று தெரியவில்லை. எவ்வளவு நாளென்றும் தெரியவில்லை. அரும்பாடுபட்டு முற்றுகை அருங்காட்சியகத் தொழிலாளி ஒருவனைத் தொடர்புகொண்டபோது, அவன் அவளுக்குப் 'பத்தாண்டுகள் கடுங்காவல் தண்டனை' கிடைத்ததாகச் சொன்னான். பத்தாண்டுகள். கூட்டிக் கழித்துப் பார்த்தபோது, இன்னும் ஐந்தாண்டுகள் பயங்கர இடைவெளி இருப்பதையுணர்ந்தான். மன உறுதியை இழக்கவில்லை. ஒவ்வொரு நாளும் மிலாவின் பார்வை குளிர் மிகுந்த வானத்தில் தன் பார்வையை வந்து சந்திக்கும் என்பதை அவன் அறிந்திருந்தான். அதுபோன்ற சமயங்களில் 'காலம்' என்று ஒன்றிருப்பதாக அவன் நினைக்கவில்லை.

இருபது முப்பது ஆண்டுகளுக்குப் பிறகு, பழைய சிறைக் கைதிகளின் குறிப்புகளைப் பார்க்க நேர்ந்தது. சிலர் தங்கள் வாழ்க்கை அழிந்துவிட்டதாக எழுதி இருந்தார்கள். இன்னும் சிலர் 'இயல்பு வாழ்க்கை' வாழக் கற்றுக் கொண்டதாக எழுதி இருந்தார்கள். அதையெல்லாம் நினைத்துப் பார்த்த போது அவன் வாழ்க்கை மாறாமல் இருந்தது எனவும், உலகம்தான் கொஞ்சம் கொஞ்சமாக மறைந்துகொண்டிருந்தது எனவும் உணர்ந்தான்.

ஐந்தாண்டுகள் காத்திருக்க வேண்டிய அவசியமில்லாமல் போனது. இரண்டரை ஆண்டுகள் கழிந்ததும், ஸ்டாலின் இறந்துவிட்டார். தண்டனை கூடாரங்களிலிருந்து வெளியேறி ஓடிய கூட்டத்தில் மிலாவைக் கண்டு பிடித்துவிடலாம் என்று நம்பினான்.

ஏப்ரல் மாதத்தில் ஒரு நாள் மாலை, வேலைக்குப் போய்விட்டுத் திரும்பும்போது ரயில் தண்டவாளம் அருகில் போய்க்கொண்டிருந்தான். அப்போது வெகு தூரத்திலிருந்து தான் வசித்த வீட்டு சன்னலின் கீழ் ஒரு பெண் அமர்ந்திருப்பதைப் பார்த்தான். மெல்ல நடக்க ஆரம்பித்தான். அவன் நெற்றிப் பொட்டில் நரம்பு துடிப்பதை உணர்ந்தான். அப்பெண்ணின் தலைமுடி வெள்ளையாக இருந்தது. பக்க வாட்டில் பார்க்கும்போது அவள்

முகத்தில் ஆழ்ந்த சுருக்கங்கள் இருப்பது தெரிந்தது. 'ஏழு வருடத்துக்கு மேல் தண்டனைக் கூடாரம் என்றால்...' என்று நினைத்தான். அவனே தன்னுடைய எடையைத் தாங்க முடியாமல் குனிந்து நடந்துபோவதை உணர்ந்தான். முதிர்ச்சியடைந்த மிலாவின் முகம் சொல்ல முடியாத – இதுவரை அனுபவித்த துன்பங்களைவிட அதிக கடினமாக இருந்தது. இருந்தும் இந்த உச்சகட்ட துன்பத்தைக் கொடுத்து கடவுள் வேடிக்கை பார்த்தால் அதெல்லாம் வீண், சிறுபிள்ளைத் தனம் என்று அவனுக்குப் பட்டது. வானத்துக்குக் கீழ் மறு வாழ்வு பெற்ற இருவர் பார்வையும் பல ஆண்டுகள் கழித்து சந்தித்துக்கொள்வது அழிக்க முடியாத அனுபவமாகும்.

இதனை அவளிடம் சொல்லவேண்டும் என்ற ஆவல் மேலிட்டதால், அவன் ஓட ஆரம்பித்தான்.

அப்பெண்மணி சுற்றுமுற்றும் பார்த்தாள். அது மிலாவன்று! மிலாவை விட மூத்தவள். அவளோடு சேர்ந்து சிறைக்குச் சென்றவள். அவனை எப்படியும் கண்டுபிடித்துவிடுவதாக மிலாவுக்கு வாக்களித்திருக்கிறாள். அவள் சுருக்கமாகச் சொன்னாள். 'பத்தாண்டு முகாமில் இருக்கவேண்டும் – எவ்விதத் தொடர்பும் வைத்துக்கொள்வதற்கு உரிமை இல்லை.' இதுதான் அதிகாரபூர்வமான தண்டனை. ஆனால் 'எவ்விதத் தொடர்பும் வைத்துக்கொள்வதற்கு உரிமை இல்லை' என்று சொல்லிவிட்டால், தண்டிக்கப்பட்டவர் உடனே சுடப்பட்டுவிடுவார் என்பது பலருக்குத் தெரியாது. குடும்ப உறவினர்களிடமிருந்து சில சமயம் பத்து வருடம் தொடர்ந்து கடிதங்கள் வந்துகொண்டே இருக்கும்...

வோல்ஸ்கி அமர்ந்தபடியே அப்பெண் திரும்பிப்போவதைப் பார்த்துக் கொண்டிருந்தான். அவள் ரயில் தண்டவாளங்களுக்கிடையே இருந்த கட்டைகளில் தட்டுத்தடுமாறிப் போய்க்கொண்டிருந்தாள். அவன் அவளைத் தடுத்து நிறுத்தி மேலும் கேள்விகள் கேட்டிருக்க வேண்டும். டீ கொடுத்திருக்க வேண்டும். தன்னோடு தங்க வைத்திருக்க வேண்டும்... அவன் அப்படிச் செய்திருப்பான். ஆனால், உலகம் நிஜத்தைக் கொஞ்சமாக இழந்து, கடைசியில் மறைந்தே விட்டது. அப்போது தண்டவாளங்கள் கொஞ்சம் கொஞ்சமாக இருளில் மூழ்குவதும், வயது முதிர்ந்த அந்தப் பெண் சில வார்த்தைகள் பேசிவிட்டு, சூனியத்தில் போய் மறைவதும்தான் அவன் மனதை ஆட்கொண்ட காட்சிகளாகும். உலகமே சூனியமாகிவிட்டிருந்தது.

அவன் எழுந்து வானத்தைப் பார்த்தான். அவன் உதடுகளில் மிலாவைச் சென்றடையக்கூடிய ஒலியொன்று எழுந்தது. அவன் நுரையீரல்கள் விரிந்தன. ஆனால் சத்தம் வரவில்லை. தாக மிகுதியால் ஒரு முணுமுணுப்பு மட்டுமே வந்தது. பயங்கர தாகம் – காதலித்து இறந்துபோன ஒருத்தியை வார்த்தைகளைக்கொண்டு மீண்டும் எவ்வாறு உயிர்ப்பிப்பது என்பது தெரியாமல் தவிக்கும் தாகம்.

V

அவ்வயோதிகர் குளிர்ந்த தேநீரை வேகமாக உறிஞ்சிக் குடிக்கும்போது 'அதே தாகம்தான் ...' என்று ஷுட்டோவ் நினைத்தான்.

'மன்னித்து விடுங்கள். பேசும் பழக்கத்தை நான் விட்டு விட்டேன்,' என்றார் அவர். வோல்ஸ்கி முகத்தில் புன்னகை. கோப்பையை வாங்கிக் கட்டிலின் அருகிலிருந்த மேசையின் மீது வைத்தான். இருவரும் மவுனமானார்கள். இரவில் சொல்லப் பட்ட இந்தக் கதை எவ்வாறு முடிப்பது என்று தெரியவில்லை. வணக்கம் சொல்லிவிட்டு, விடைபெற்றுக்கொண்டுபோய்ப் படுத்துறங்கலாமா? ஷுட்டோவ் வேறொரு உலகத்தைப் பார்த்துவிட்டுத் திரும்பி இருக்கிறான். அதில் வார்த்தையாலோ செய்கையாலோ பொய் சொல்லும் வாய்ப்பு இல்லை. சன்னல் வழியே பார்த்தான். இருள் வடதேசங்களின் கோடை இரவில் சிறிது நேரம் கவிந்திருக்கும் இருள். தொலைக்காட்சியில் பெரும் தலைவர்கள் ஊர்வலமாகச் சென்று விருந்து மையத்துக்குள் நுழைகிறார்கள் ...

கிழவர் பேசியது ஒரு மணி நேரம்தான். அவர் பேச்சில் அவர் இளமைக்காலம், முற்றுகைக் காலத்தில் நகரத்தின் கதி, போர், தண்டனை முகாம் ஆகியவை அனைத்தும் வந்து போயின. அத்துடன், வெகு நாட்களுக்குமுன் வசந்தகாலத்தில் காட்டு செர்ரிப் பூக்கள் கொத்துக் கொத்தாகக் காற்றில் பறந்த காட்சியும் வந்து போயிற்று.

அவர் பேசியபோது, தான் தெரிந்த விஷயத்தை மீண்டும் சொல்கிறோமோ, அல்லது திருப்பிச் சொல்கிறோமோ என்ற பயத்தினால், அவர் சுருக்கிச் சொல்ல விழைந்தது வெட்ட வெளிச்சம். பல சமயங்களில் அவர் 'இதெல்லாம் இப்போது எல்லோருக்கும் தெரியும்' என்று சொன்னார். நடந்து முடிந்த வீரகாவிய நிகழ்ச்சிகளின் மத்தியில் தன் சொந்தக் கதையைச் சொல்கின்றோமோ என்ற பயம் இருந்ததுபோல் தெரிந்தது. 'உங்களுக்கு ஒன்றைச் சொல்லவேண்டும். எனக்குக் கிடைத்த வாய்ப்பு எல்லோருக்கும் கிடைக்கவில்லை.' முற்றுகையின்போது பலர் பசியால் இறந்துபோனார்கள். போரின்போது பலர் காயமுற்று இறந்துபோனார்கள். தண்டனை முகாமில் குளிர்தாங்காமல் விறைத்துப் போய் மாண்டவர்களும் இருக்கிறார்கள்.

ஷுட்டோவ் வேறு திசையில் பார்த்தான். அவன் எது சொன்னாலும் அர்த்தமற்றதாகத்தான் படும். தொலைக்காட்சியில் லண்டன் மாநகரை விண்ணிலிருந்து காட்டினார்கள். டேம்ஸ் நதியில் மாஸ்கோ என்ற தலைப்பிட்ட ரஷ்யப் பெருந்தலைகளைப் பற்றிய ஓர் ஆவணப்படம்...

'என் கதையில் விசேஷமாகச் சொல்ல எதுவுமில்லை,' என்றும் அவர் சொல்லி இருந்தார். ஷுட்டோவ் அதுபற்றிச் சிந்தித்தான். அவன் இளைஞனாக இருந்தபோதே பலபேரது வாழ்க்கை அழிந்ததுபற்றிக் கேள்விப்பட்டிருக்கிறான். லட்சக்கணக்கானவர்களின் ஆன்மாக்கள் முட்கம்பிகளால் கிழித்தெறியப் பெற்றிருக்கின்றன. சோவியத் யூனியனின் பத்தில் ஒரு பங்குப் பகுதியில் தண்டனை முகாம்கள்தான் இருந்திருக்கின்றன. எதிரே திரையில் காட்டப்பட்டு வந்த பசுமை நிறைந்த இங்கிலாந்தைப் போல் பத்து மடங்கு பரப்பளவை அவை அபகரித்துக்கொண்டிருந்தனவாம். இதுபோன்ற சூனியத்தில் மறைந்து போவது சகஜமானதுதான். வோல்ஸ்கி சொன்னது சரியாகத்தான் இருந்தது.

ஆனால் ஷுட்டோவ் மனதுக்குள் எதிர்ப்புக்குரல் ஒன்று கேட்டது. வோல்ஸ்கி சொன்னது சரியில்லை. வோல்ஸ்கியினது வாழ்க்கை எதனுடனும் ஒப்பிட முடியாத ஒன்று... கற்பனை செய்து பார்த்தான். குடிசைகளுக்கிடையே ஒரு பெண். சுற்றிலும் கண்காணிப்புக் கோபுரங்கள். நீண்ட வரிசையில் நிற்கும் கைதிகளுக்கிடையே ஓர் ஆண். அவ்விருவரும் மெதுவாக வானில் ஊர்ந்து செல்லும் மேகங்களைப் பார்க்கிறார்கள். அவர்கள் முகத்தைப் பனித்துளிகள் முத்தமிடுகின்றன. இருவரும் பிரிந்து ஆயிரமாயிரம் மைல்களுக்கப்பால் இருக்கின்றனர். இருந்தும் அருகருகில் தான் இருந்தார்கள். அவர்கள் விடும் மூச்சுக் காற்றை ஒருவருக்கொருவர் உணரக்கூடும்.

ஷுட்டோவ் இப்போது வோல்ஸ்கியிடம் கேட்கவேண்டிய கேள்வியொன்று இருக்கிறது. அதற்குப் பின் வோல்ஸ்கி தான் நேசித்தவளை வான்வெளி வழியே சந்திக்க முயன்றாரா?

தயங்குகிறான். 'பின்னர் என்ன நடந்தது..?' என்று தடுமாற்றத்துடன் கேட்கிறான். கதையின் முடிவு என்ன என்று தெரிந்துகொள்ள விரும்பினான் போலும். ஆனால், அந்த அறையில் இருந்த வயோதிகரே ஒரு முடிவு இல்லையா?

வோல்ஸ்கி மேலும் கொஞ்சம் மதுவைச் சாப்பிடுகிறான். பின்னர் அவன் குரலில் இருந்த பதற்றம் குறைந்தது, தணிந்த குரலில் சொன்னான்: 'பின்னர்... நான் பேசுவதைக் குறைத்துக் கொண்டேன். மக்கள் நான் ஊமை என்று நினைக்கத் தொடங்கினார்கள்.நான் இறந்ததுபோன்ற நிலைதான். குறைந்தது, இவ்வுலகில் நான் இல்லாததுபோல்தான்.'

அவன் இல்லாததற்குக் காரணம் ஒரு சின்ன சைபீரிய நகரில், அவன் வாழ்க்கை சீரழிந்து பனி–இருள் ஆகியவற்றோடு ஒன்று கலந்ததுதான். வேலை என்றால், கைதியாகக் கடுங்காவல் தண்டனை அனுபவித்தபோது அவன் பணியாற்றியதுதான் நினைவுக்கு வந்தது. மது அவனுக்கு மட்டுமல்ல இன்னும் பலருக்கும் தப்பித்துக்கொள்ளும் ஒரே வழியாக இருந்தது.

வார்த்தைகள் இல்லாமல் வாழ முடியும் என்பது தெளிவானபின், அவன் மவுனம் காத்தான். அவனுக்கிருந்த பலமும், சகிப்புத்தன்மையும் – ஆம், சகிப்புத்தன்மைதான் – இருந்தும் இல்லாமலிருப்பதும்தான் மக்களுக்குத் தேவையானவை.

ஒரே ஒரு நாள் மட்டும் அவன் தன் மவுனத்தைக் கலைத்தான். அப்போது கோச் வண்டிகளுக்குப் பலகை சரிசெய்யும் பட்டறையொன்றில் வேலை பார்த்தான். மேலாளன் ஒருவன் அவனைக் 'கேடுகெட்ட ஜெயில் பறவை' என்று திட்டிவிட்டான். வோல்ஸ்கி அவனைத் தாக்கி விட்டு, கீழே விழுந்த அவனிடம்: 'உனக்கு வேண்டிய ஆயுதத்தை எடுத்துக் கொள்,' என்று கத்தினான்.

அவனிடம் அதற்காக விசாரணை நடத்திய அதிகாரி இளைஞன். நிறைய தன்னம்பிக்கை கொண்டவன். அப்போது முன்பொரு தடவை அவனைத் தண்டனைக் கூடாரத்துக்கு அனுப்பியவன் ஞாபகம் வந்தது. தலைமுடியின் நிறம், அவன் சின்ன சரீரத்திற்குப் பொருந்தாத பெரிய சீருடை, எல்லாமே ஒத்திருந்தன. அவன் இருந்த இடத்திலிருந்து பனிபடர்ந்த தெருவைப் பார்ப்பதற்கேற்றாற்போல கீழ் மட்ட சன்னலொன்று இருந்தது...

வோல்ஸ்கி பதில் சொல்வதை நிறுத்திக்கொண்டான். ஏனென்றால், இவ்வுலகில் நிலவும் கொடூரத்தைப் புரிந்து கொள்ள நினைத்த அவனுக்கு, திடீரென ஒரு பதில் பளிச்சிட்டது. அதுதான் தொடர்ந்து வந்துகொண்டிருக்கும் அபாயகரமான நிலைமை. இதில் மாறி மாறிப் பங்கேற்கும் பாத்திரங்கள். எப்போதும் ஒரே மாதிரியான சூழல்கள். எப்போதும் மனதின் ஆழத்தில் உறங்கும் மிகப்பெரிய உண்மையை மறுக்கும் வைராக்கியம். ஆதலால், பனி, வானத்தைப் பார்க்கும் பெண் ஒருத்தி – இவை மட்டுமே சாஸ்வதம்.

'மேலாளர் சொன்னதைப் பார்த்தால், நீ சோவியத் எதிர்ப்பு வார்த்தைகளைக் கூறியதோடு, அவரை அடித்தும் இருக்கிறாய்...' என்றார் அதிகாரி.

அந்த இளவயது அதிகாரியின் முகம் கடுகடுப்பானதைப் பார்த்த வோல்ஸ்கியின் முகத்தில் புன்னகை கலந்த மவுனம். தவறான ஆட்சிமுறைக் கொள்கையைப் பகிரங்கமாக வெளிப்படுத்தும் உலகத்தின்மீது வோல்ஸ்கிக்கு எந்த வித ஈடுபாடும் இல்லை. 'இது ஒரு இராட்டினம்,' என்று தனக்குத் தானே சொல்லிக்கொண்டான். 'அதே முகங்கள் – அதே மரபொம்மைகள் மீண்டும் மீண்டும் அதிவேகமாக வந்துபோயின.' போரின்போது லட்சக்கணக்கில் மக்கள் மாண்டுபோனார்கள். இருந்தும், போர் முடிந்த சில ஆண்டுகளிலேயே, புதிய குண்டு ஒன்றைப் பரிசோதித்துப் பார்க்கிறார்கள் – இதுபற்றி அவன் பத்திரிகை வாயிலாகத் தெரிந்துகொண்டான் – புதிய குண்டு இன்னும் அதிகமான பேர்களைக் காவுகொள்ளும். ஸ்டாலின் இறந்து மூன்றாண்டுகளுக்குப் பின், உயிரிழப்புகளெல்லாம் தவறாக நடந்ததாக விளக்கம் கொடுத்தார்கள். காரணம், கோட்பாட்டில் ஏற்பட்ட ஒரு விரிசல்தான். இப்போதோ, இந்த செம்பட்டைமுடியோடு இருக்கும் இளம் அதிகாரி, கோபத்துடன் கத்திக்கொண்டு, கையை மடக்கி மேசையைக் குத்துகிறான். அவன் எதிரே இருக்கும் கைதியை நிச்சயம்

அடித்துவிடுவான். 'பின்னர் , இந்த செம்பட்டைமுடியோடு இருக்கும் இளம் அதிகாரி மூக்கில் இரத்தம் வழியும். அவனிடம் கொஞ்சம் உறைபனியை வைத்துத் தேய்க்கச் சொல்வேன். அவனும் அதனைச் செய்வான். ஒரு சிறிய இடைவேளையில் மனித நேயம்...'

வோல்ஸ்கி தன்னை மறந்து இப்படிப் பேசிக்கொண்டிருப்பதையும், எதிரிலுள்ள அதிகாரி வாயைப் பிளந்துகொண்டு, கண்களை அகல விரித்துக் கொண்டு அவன் பேசுவதைக் கேட்பதையும் உணர்ந்தான். 'கொஞ்சம் உறைபனியை வைத்துத் தேய்த்தால் இரத்தம் வழிவது நின்றுவிடும்...' பிறகு அவன் பலமாகச் சிரித்துவிட்டான். வலி ஏற்பட்டது, ஏனென்றால் அவன் கைகள் முதுகுபக்கமாகக் கட்டப்பட்டிருந்ததால், ஒவ்வொரு குபீர் சிரிப்புக்கும் தோள்பட்டை கடுமையான இழுப்புக்குள்ளாக்கப் பட்டது.

'இது பயங்கர கனவில் நடக்கும் சர்கஸ்! நீண்ட பயங்கரமான கனவு!' மதிகெட்டுப் போகும் இவ்வுலகை வருணிக்க இவ்வளவு சுருக்கமான சொல்லாடலைக் கண்டுபிடித்தது அவனுக்கே வியப்பாக இருந்தது.

மன நலம் குன்றியோர் இல்லத்தில் ஒரு வருடத்துக்குக் குறைவாகவே தங்கி இருந்தான். அவன் மவுனமாக இருந்ததால், இல்லத்திலிருந்த பணியாளர்கள் அவனை ஒத்துழைப்பு தரும் நல்ல நோயாளியாக – நிழல் உருவமாக இல்லாத ஒருவனாகப் பாவித்தனர். மோசமான – பாழடைந்துபோன – இடமாக இருந்தாலும் அவன் அதனை சோகமான இடமாக எடுத்துக்கொள்ளவில்லை. அங்கிருந்த நோயாளிகள் மனதில் வெறியுடனும், பதற்றத்துடனும் இருந்தார்கள்.ஆனால் வெளியில் நடப்பதைத்தான் – ஒரு பெரிய பூதக்கண்ணாடி வழியாகப் பிரதிபலிப்பது போல் பிரதிபலித்துக்கொண்டிருந்தார்கள். அவர்களில் ஒருவன் மிகவும் ஒல்லியாக, முகம் கருத்துப் போய் இருந்தான். அவன் எப்போதும் தன் இரு கைகளைக் கொண்டு முகத்தை மறைத்துக்கொண்டே இருந்தான். கடந்த காலத்திலிருந்து வரும் சித்திரவதையிலிருந்து தன்னைக் காப்பாற்றிக்கொள்ள அது ஒரு கேடயமாகப் பயன்பட்டதுபோலும். சிலர் தங்கள் படுக்கையை ஒரு நத்தைக் கூடுபோல் ஆக்கித் தங்கள் தோள்களுக்குள் தலையை இழுத்துக்கொண்டனர். பழைய நாடக இயக்குநர் ஒருவர் இருந்தார். அவர் தன்னைக் குற்றஞ்சாட்டிக்கொண்டும், தனக்காக வாதாடிக்கொண்டும் – ஒரே சமயம் அவரே விசாரணை அதிகாரியாகவும், கைதியாகவும் பாவித்துக்கொண்டு இருந்தார். வயோதிகர் ஒருவர் மேலிருந்து பனி உருகி சொட்டுச் சொட்டாக விழுவதையே வேடிக்கை பார்த்துக்கொண்டு காலத்தைக் கழித்தார். அவர் முகம் பிரகாசமாக இருந்தது. அங்கு மன நலம் குன்றாத வயோதிக, லித்துயானிய கைதி இருந்தார். அவரோடு வோல்ஸ்கி நட்பை வளர்த்துக்கொண்டான். இன அழிப்பிலிருந்து தப்பிக்கவே அவர் இங்கு வந்து அடைக்கலமானார். அவர் தன் வாழ்க்கையைப் பற்றியும், தான் வாழ்ந்த இடங்கள் பற்றியும் வோல்ஸ்கிக்கு விளக்குவதுண்டு. அவரிடம் வோல்ஸ்கி ஸ்டாலின் இறந்து விட்டார், ஆகவே இல்லத்திலிருந்து வெளியேறிவிடலாம் என்று சொல்லும்போதெல்லாம் அவருக்குச் சந்தேகம் வந்துவிடும். கரகரத்த தொண்டையில்: 'எதற்காகப் பொய் சொல்கிறீர்கள்? அவர் சாகமாட்டார் என்று எனக்கு நன்றாகவே தெரியும்!' என்பார்.

மன நலம் குன்றியவர்கள். ஆம், உண்மைதான் என்று வோல்ஸ்கி தனக்குள் சொல்லிக்கொண்டான். பின்னர் தான் முற்றுகையின்போதும், தண்டனை முகாமில் இருந்த போதும் எப்படி இருந்தோம் என்று நினைத்துப் பார்த்தான். இல்லத்தில் இருக்கும் மனநிலை குன்றியவர்களின் மனநிலை அவர்களைப் பூட்டி வைத்திருந்தவர்கள் மனநிலையைவிட எவ்வளவோ மேல் என்று தோன்றியது.

வருடம் ஒரு முறை வந்து பார்வையிடும் மருத்துவர் லெனின்கிராடில் பிறந்தவர். அவருடன் நீண்ட நேரம் வோல்ஸ்கி பேசிக்கொண்டிருப்பான். தெருக்கள், ஓடைகள், அரங்கங்கள், அவர்கள் வருடக்கணக்கில் பார்க்காத நகரைப் பற்றிய நினைவுகள் எல்லாம் அவர்கள் பேச்சில் இடம்பெறும். 'திடமான ஒன்றைப் பற்றிக் கொள்,' என்று மருத்துவர் வோல்ஸ்கியை அவ்வில்லத்திலிருந்து விடுதலை கொடுத்தனுப்பும்போது யோசனை கூறினார். 'அதிலும், முக்கியமாக ஒரு திட்டம், ஒரு கனவு தேவை. உதாரணமாக, ஒரு நாள் லெனின்கிராட் திரும்புவோம் என்ற கனவு.'

மருத்துவர் சொன்ன யோசனையை அவன் போக்கில் செயல்படுத்தி னான். அக்காலத்திலிருந்த சட்டப்படி, சிறையிலிருந்து விடுபட்ட கைதி, எந்த ஒரு பெரிய நகரத்துக்கும் குறைந்தது அறுபது மைல்களாவது தள்ளித்தான் வசிக்க வேண்டும். வோல்ஸ்கி லெனின்கிராடுக்கு வடக்கே ஒரு சிறு நகரில் – பழைய போர்முனைகளுக்கு அருகிலேயே – குடியேறினான்.

அச்சிறு நகரம் அவனை எஞ்சின் சத்தத்துடன் வரவேற்றது. புதை மணலில் கார் ஒன்று மாட்டிக்கொண்டது. அதனை மீட்க பெரிய வடகயிறு, சேற்றில் மாட்டிக்கொண்டிருந்த சிலரை மீட்க ஒரு டிராக்டர்: இவற்றைப் பார்த்த வோல்ஸ்கி சேற்று மணலில் நகர முடியாமல் தவித்த காரை மீட்பதற்கு சக்கரங்களுக்குக் கீழ் மரக்கிளைகளைக் கொண்டுபோய்ப் போட்டான். 'உருப்படியான வேலை,' என்று போகும்போது நினைத்துக்கொண்டு போனான். 'தற்போதுதான் விடுவிக்கப்பட்ட மனநலம் குன்றியவனுக்கு, ஓர் அருமையான வேலை.'

இரண்டு நாட்களுக்குப் பின் அதே தெருவில் வோல்ஸ்கி அழத் தொடங்கினான். சேறும் சகதியும் நிறைந்த நெடுஞ்சாலையில் சிறு குழந்தைகள் வரிசையாகச் சென்றார்கள். அவர்களெல்லாம் எந்த மாதிரி குழந்தைகள் என்று அவனுக்குத் தெரிந்துவிட்டது. ஸ்டாலின் இழைத்த படுகொலைகளுக்குப் பின்னும், போரின்போது ஓடிய இரத்த ஆறுக்குப் பின்னும், அனாதைக் குழந்தைகள் அதிக எண்ணிக்கையில் பெருகிவிட்டதில் ஆச்சரியம் எதுவுமில்லை. இப்போது பார்த்த அனாதை களை யாரும் இதுவரை பார்த்திருக்க மாட்டார்கள். பெரும்பாலும் இவர்களையெல்லாம் கவனமாக மறைத்துவிட்டார்கள். இவர்களெல்லாம் ஊனமுற்றவர்கள், மனநலம் குன்றியவர்கள், பார்வைப் புலன் அற்றவர்கள்... போர் இவர்களைக் கசக்கிப் பிழிந்துவிட்டது. அல்லது இவர்களெல்லாம் தண்டனை முகாம்களில் பிறந்திருப்பார்கள். அளவுக்கு மீறி நலிந்து போனவர்கள். அவர்களைக் குணப்படுத்தும் மையங்களுக்கு அனுப்ப முடியாது. சாதாரண அனாதை இல்லங்களிலென்றால், சில நல் மனம் கொண்ட பணியாளர்கள் அவர்களைச் சீர்படுத்திவிடுவார்கள்.

வரிசையாக அவர்கள் நடந்துபோனார்கள். அவ்வப்போது நடையில் தளர்ச்சி இருந்தது. ஒருவரையொருவர் பிடித்துக் கொண்டு சென்றார்கள். சிலர் விழுந்துவிட்டார்கள். அவர்களைத் துணைக்கு வந்தவர்கள் சாக்கு மூட்டைகளைத் தூக்குவதுபோல் தூக்கிச் சென்றார்கள். அவர்கள் எப்போதும் செல்லும் வழிகளில் பனியின் ஈரப்பதம் அதிகமிருந்ததால் அவ்வழிகளில் போகவில்லை. போயிருந்தால் அவர்கள் யார் கண்ணிலும் பட்டிருக்கமாட்டார்கள். ஆகவே அவர்களைப் பிரதான சாலைவழியே அழைத்துச் செல்ல வேண்டியதாயிற்று... அவர்கள் ஏற்கெனவே குளிர்கால மாலை இருளில் மறைந்துகொண்டிருந்தனர். அணியின் கடைசியில் ஒரு சிறுபெண் அதிகமான ஊனமுற்ற கால்களோடு தள்ளாடிக் கொண்டு சென்றாள். ஒவ்வொரு அடி எடுத்து வைக்கும்போது அவள் சரிந்து விழுவதுபோல் இருந்தது. உடனே அவள் ஒரு எம்பு எம்பிப் பயணத்தைத் தொடர்ந்தாள். அவளைப் பார்த்த வோல்ஸ்கி பொங்கிவந்த கண்ணீரை அடக்கிக்கொள்ள உதட்டைக் கடித்துக்கொண்டான்.

அன்று மாலையே அவர்கள் இருந்த அனாதை இல்லைத்தை அவன் கண்டுபிடித்து விட்டான். அது ஒரு பழைய கட்டடம். கிட்டத்தட்ட கட்டடம் முழுதும் கருப்புக் கற்களால் கட்டப்பட்டிருந்தது. பிளைவுட் தடுப்புகள். படுக்கைக்காகப் பாதி இடம். மற்றதெல்லாம் பொதுக் கூடம். 'நமது தண்டனை முகாமில் இருப்பதுபோலத்தான்,' என்று வோல்ஸ்கி தனக்குள் சொல்லிக்கொண்டான்.

மறு நாள் அங்குத் திரும்பிப் போய்த் தான் சேவை செய்ய விரும்பு வதாகத் தெரிவித்தான். ஆசிரியராக அல்லது மேற்பார்வையாளராக – எதுவாக இருந்தாலும் சரி. அக்குழந்தைகளுக்கு எவ்விதப் பயிற்சி கொடுக்கப் பட்டது என்று அவனுக்குத் தெரியவில்லை. உடனே அவனை ஏற்றுக் கொண்டார்கள், ஏனென்றால், அப்பிள்ளைகளுக்கு எவ்விதப் பயிற்சியுமே கொடுக்கப்படவில்லை. தற்காலிகமாகத்தான் அவர்கள் இங்குத் தங்க வைக்கப்பட்டிருந்தார்கள். மிகவும் மெலிந்துபோன பிள்ளைகளில் சிலர் இறந்துபோனார்கள். மற்றவர்கள் மனநலம் குன்றியவர்களாகக் கருதப்பட்டு பெரியவர்களுக்கான மனநல மருத்துவமனைக்கு அனுப்பி வைக்கப்படவிருந்தனர்.

அதுபற்றி வருத்தம் கொள்வதும், மேலும் அதிகமான சேவையை எதிர்பார்ப்பதும் அர்த்தமற்றதாகப் பட்டது. அங்கிருந்தவர்கள் வயதான இரண்டு பெண்மணிகளும், ஒரேயொரு மேற்பார்வையாளனும்தான். மேற்பார்வையாளனுக்கு ஒரு கை வேறு இல்லை. போரின்போது அதனை இழந்திருந்தான். நிர்வாகியாக இருந்த ஓர் எளிமையான பெண்மணி தயக்கத்துடன் 'இங்கு யார் யாரைப் பார்த்துக்கொள்கிறார்கள் – நாங்கள் பிள்ளைகளையா அல்லது பிள்ளைகள் எங்களையா என்று தெரியவில்லை...' என்று சொன்னாள்.

முதல் நாள் அனைத்துக் குழந்தைகளும் ஒன்று கூடி இருக்கும் பிரதான ஹாலுக்கு வந்தபோது, வோல்ஸ்கி அவர்கள் எல்லோரையும் நேரடியாக – ஒவ்வொரு உருவத்தையும், ஒவ்வொரு முகத்தையும் – ஆய்வு செய்ய முயன்றான். திடீரென, ஏதோ ஆவேசத்தில், ஒரு ராகத்தை

முணுமுணுத்தான். முதலில் லேசான குரலிலும் பின்னர் குரலை உயர்த்தி, எல்லா சத்தத்தையும், எல்லா அழுகையையும் பின்னுக்குத் தள்ளும் படியாகவும் பாடினான். தயங்கித் தயங்கி மற்றவர்கள் பாடினார்கள். அவர்கள் தலைகள் தாளத்துக்குத் தகுந்தாற்போல்அசைந்தன. அவர்கள் உடல்களும் நெளிந்தன. சிறுமியொருத்தி வந்தாள். அவள் முகத்தில் பெரிய காயத்தின் வடு. அவள் அவனுக்கு ஒரு சிவப்புக் கண்ணாடி கொடுத்தாள். அவளிடம் இருந்த ஒரே சொத்து அதுதான் என்பதில் ஐயமில்லை.

அவனிடமிருந்த எல்லாவற்றையும் – அதாவது, அவனது குரலை – அவர்களுக்குக் கொடுத்தான். அவர்களுக்குக் கொஞ்சம் பாடக் கற்றுக் கொடுத்தான். மனதில் நிறுத்திக் கொள்ளக்கூடிய இராகங்களைச் சொல்லிக்கொடுத்தான். வியாதியாலும், காயங்களாலும் சோர்ந்துபோன அவர்களுடைய நலிந்த உடலில் ஒரு புத்துயிரைப் பாய்ச்சினான். பாடல் களின் வரிகள் குறித்துக் கொள்ளப்பட வேண்டி இருந்தது. அவர்கள் அறியாமலேயே முதல் வார்த்தைகளைக் குறித்து வைத்துக் கொண்டு, படிக்க ஆரம்பித்தார்கள். பாடப்புத்தகங்கள் இல்லை. வோல்ஸ்கி எப்படி போதிப்பது என்ற கலையைத் தானாகவே கற்றுக் கொண்டான். அவனுக்கு அது ஒரு புது அனுபவம். ஒரு பாடலில் வரும் காட்சியை சைகையாலும், முகபாவத்தாலும் வருணித்து அவர்கள் கற்பனையைத் தூண்டும் எண்ணம் அவனுக்கு உதித்தது. ஒரு குதிரை வீரன் வந்து அவன் பிறந்த வீட்டுச் சன்னல்களின் கீழ் நிற்கிறான். அவனுடைய தாயும், அவன் விரும்பியவளும் அவனை வரவேற்கிறார்கள்... வெறும் நிழல் வாழ்க்கையே வாழவேண்டிய விதியுடைய பிள்ளைகள் வேறொரு வாழ்க்கைக்குள் புகும் வாய்ப்பு கிடைத்தது. அவ்வாழக்கையில் அவர்கள் தலையெழுத்து மாறும் வாய்ப்பு கிடைத்தது. அவர்கள் சொல்வதை மற்றவர்கள் கேட்பார்கள். அவர்கள் மீது அன்பு செலுத்துவார்கள். அவர்களுக்கு அன்பே கொடையாகக் கிடைக்கும்.

முதல் சில மாதங்களில் அவனே நிறையக் கற்றுக்கொண்டான். சுமார் முப்பது சிறுவர்கள் இருந்தனர். அவர்களில் சிலர் மிலா வளர்த்த பிள்ளைகளை ஒத்திருந்தனர். சிவப்பு நிறமுடைய பையன் ஒருவன் இருந்தான். அவனுக்குக் குரல் கணீரென்று இருந்தது. சீனப் பையன் போல் காணப்பட்டான். இருப்பினும் தெம்போ, துடிப்போ இல்லை. ஒப்பீடு கஷ்டமாக இருந்ததென்றாலும், வோல்ஸ்கியால் ஒப்பீட்டினால்தான் உலகத்தில் காணப்படும் அபத்தத்தை வெல்ல முடிந்தது. ஆம், மோசமான இலக்கணத்தை இப்படித்தான் எதிர்க்க முடியும். இந்தப் பையனும் எல்லோர் எதிரிலும் நின்று, பனிப்புயலில் குதிரைவீரன் வருவதைப் பற்றிப் பாடி இப்படித்தான் அபத்தத்தை எதிர்கொள்கிறான்.

பாட்டுகள் 'பரந்து விரிந்த நீலக் கடல்' பற்றியவை. வோல்ஸ்கி கடல்களைப் பற்றியும் பெருங்கடல்களைப் பற்றியும் தனக்குத் தெரிந்ததை எல்லாம் சொன்னான். ஒரு பாடலில் 'போயர்' பற்றி வந்தது. உடனே வோல்ஸ்கி வரலாற்று ஆசிரியராகக் கொஞ்சம் மாறி ரஷ்ய வரலாற்றை, அரசனாகவும் அடிமையாகவும் தன்னைப் பாவித்துக்கொண்டு, சொல்லிக் கொடுத்தான்.

அவர்களுக்கு ‘மூன்று குதிரை வீரன்’ கதையையும் சொன்னான். போரையும், குதிரைகள் ஓட்டத்தையும் நடித்துக் காட்டினான். ஒரு காகிதத்தைக் கத்திபோல் மடித்து சுழற்றிக் காட்டினான். அதனையே கோட்டையில் இருக்கும் மகாராணிக்கு ஒரு காத்தாடியாகவும் செய்து காட்டினான். குழந்தைகளுக்கு இதுதான் முதல் வெளிநாட்டுப் பயணம். இரும்புத்திரைக்குள் ஒளிந்துகொள்ளும் சொந்த நாட்டுக்குள் இது கற்பனை செய்தும் பார்க்க முடியாத ஒன்று.

ஒரு நாள் மாலை, தார்த்தாஞான் என்ற குதிரை வீரன் பாட்டைப் பாடினான்...

அவர்கள் திறமை எப்படி இருந்தாலும், எப்படியாவது அந்த அனாதைச் சிறுவர்களை ஒரு நாடகத்தில் நடிக்க வைத்துவிடவேண்டும் என்ற எண்ணம் அவன் மனதில் துளிர் விட்டது. முற்றுகை சமயத்தில் வருவோர் போவோர் எல்லோரையும் வைத்து நாடகம் தயாரித்ததுபோல், அச்சிறுவர்களுக்கு வேடங்கள் கொடுத்தான். அவர்கள் எல்லோரும் பங்கு பெறும் வகையில் புது புதுப் பாத்திரங்களை உருவாக்கினான். ஒவ்வொருவரும் ஓரிரு வரிகளாகச் சொல்லும்படி, அல்லது பாடும்படி காட்சிகளை உருவாக்கினான்.

அவன் தயாரித்த நாடகம் பழைய ஆப்பெரெட்டாவிலிருந்து அவ்வப்போது பெருமளவில் மாறும். சிறுவர்களின் குரல்கள் மெலிந்திருக்கும். அவர்களுக்கு சீக்கிரமே மூச்சு வாங்கும். இன்னும் சிலருக்கு நகர்ந்து செல்வது கடினமாக இருக்கும். அவர்கள் அனாதை இல்லத்துப் பெண்களே பழைய துணிகளிலிருந்து உடைகளைத் தைத்திருந்ததால் அவை நாடகத்தில் எடுப்பாக இல்லை. ஆயினும் சிறுவர்களின் திறமை எல்லாவற்றையும் மறக்கச் செய்தது. ஒரு ஒயரில் சின்ன கண்ணாடித் துண்டைக் கட்டி விட்டால் அது மணிமகுடமாகிவிடும். அத்துடன் அட்டையுடன் கூடிய பழைய பூட்ஸ்கள் அரச காலணிகளாகும்... நடிப்பதால்தான் சிறுவர்கள் தங்கள் உடல்களை மறந்திருந்தார்கள். வோல்ஸ்கி ஒரு நாள் பார்த்த காலூனமுற்ற பெண், மேரியாக வேடமிட்டு மிகத்திறமையாக ஒரு நிலையிலிருந்து இன்னொரு நிலைக்குப் போய்த் தன் ஊனத்தை மறைத்தாள்.

பத்துக்கு மேற்பட்ட ஒத்திகைகள் முடிந்ததும், தொடக்கத்தில் ஒரு விளையாட்டாகத் தெரிந்ததன் உண்மையான பொருள் விளங்கியது. மேடையில் பிள்ளைகள் தங்கள் கஷ்டத்தை மறந்தார்கள். முக்கியமாக, அவர்கள் இப்போது வாழும் வாழ்க்கையை எவராலும் தடுக்க முடியாது. சில நேரங்கள் நடித்ததால், ஒவ்வொருவரும் அவர்களைக் கண்டுகொள்ளாமலே விட்டுவிட்ட உலகிலிருந்து விடுபட்டிருந்தார்கள்.

அவர்கள் நாடகத்தைப் பார்க்க முதலில் ஐந்து பேர்களே இருந்தார்கள். பணியிலிருந்த இரண்டு பெண்கள், மேற்பார்வையாளர், இயக்குநர், வோல்ஸ்கி ஆகியோர் மட்டுமே அவர்கள். அடுத்த தடவை, மாதத்துக்கு ஒரு முறை வந்து கரி விநியோகிக்கும் ஓட்டுநரும் சேர்ந்துகொண்டார். பின்னர், அருகிலிருந்த ரொட்டிக்கடை சிப்பந்தி. அதற்குப் பின்னர், சுற்று வட்டாரத்திலிருந்தவர்களும் அவர்களுடைய நண்பர்களும்... சிலர் பொழுதுபோக்கு வேண்டி வந்திருந்தார்கள், ஏனென்றால் பொழுதுபோக்கு

என்பது அந்தச் சிற்றூரில் மிக அரிதான ஒன்றாக இருந்தது. மற்றும் சிலரிடம் எவ்வாறு உடல் நலம் குன்றிய சில குழந்தைகள் நிகழ்ச்சி நடத்துகிறார்கள் என்று அறிந்துகொள்ளும் ஆர்வம் இருந்தது!

மே மாதத்தில் ஒரு நாள், வேறுவிதமான பார்வையாளர்கள் முன் நிகழ்ச்சி நடத்த வேண்டி இருந்தது. முந்தைய நாள் வோல்ஸ்கியிடம் இயக்குநர் பதற்றத்துடன் சிலர் 'தங்களைக் காட்டிக்கொடுத்துவிட்டார்கள்' என்று சொன்னார். ஒரு தலை மறைவு அரங்கு இருப்பதாகவும், அதனைப் பரிசோதனை செய்ய கட்சிக் குழு வருவதாகவும் எச்சரித்தார். அப்பெண்மணியிடமிருந்து ஒவ்வொரு வார்த்தை வரும்போது ஏற்பட்ட பதற்றத்தைப் பார்க்கும்போது, அதனை அடங்கச் செய்ய ஸ்டாலின் மறைவுக்குப் பின் வந்த மூன்று ஆண்டுகள் போதாது, முப்பது ஆண்டுகள் வேண்டும் என்று வோல்ஸ்கிக்கு நினைக்கத் தோன்றியது.

கட்சி மேற்பார்வையாளர் ஹாலுக்கு வந்து, அதன் நடுவில் ஒரு பெரிய மலைபோல் நின்றார். ஒரே கல்லில் செதுக்கிய உடல். முகமோ கல்லாலான ஒரு நீண்ட படிக்கட்டு. இதற்காகவே பயிற்சியளிக்கப்பட்ட குரலில், 'நடக்கட்டும்' என்று வோல்ஸ்கியிடம் சொன்னாள். அவனுக்கு வணக்கம்கூடச் சொல்லவில்லை. முகவாய்க்கட்டை அசைவால் அவளுடன் வந்திருந்த பெண்கள் இருவரையும், ஆண் ஒருவரையும், முதல் வரிசையில் உட்காரும்படி ஆணையிட்டாள்.

'இராட்டினம் போல்தான்,' என்று நினைத்தான் வோல்ஸ்கி. 'அதே ஆட்கள் திரும்பிவந்து உலகின் குரூர முகத்தைக் காட்டிவிட்டுச் செல்கின்றனர். இந்தப் பெண்மணிக்குக் காவல் நாயின் முகம் – மிலா பாடம் சொல்லிக்கொடுக்கும்போது மோப்பம் பிடித்த அந்த இன்ஸ்பெக்டர்போல்...' திரும்பத் திரும்ப நடக்கும் நிகழ்ச்சிகளால் அவன் வியப்படையவில்லை. ஒரு வித அர்த்தமற்ற விதி உலகை ஆட்டிப்படைப்பது அவனுக்குத் தெரியும். ஆனால் வேண்டுமென்றே அருவருப்பாக நடந்துகொள்வது – தீமையின் திட்டமிட்ட அருவருப்பை வெளிக்கொணர்வதுதான் அவனுக்கு வியப்பைத் தந்தது.

அந்தப் பெண்மணி மேடையைக் கேவலமாகப் பார்த்தாள். ஏதோ சிறுவர்கள் மீது ஒரு வித துர்நாற்றம் வீசியதைப்போல் அவ்வப்போது தன் நாசித் துவாரத்தை விரித்துக் காட்டினாள். இது ஒரு சிறப்பு நிகழ்ச்சி என்று கருதி, அன்று அவர்கள் நன்றாகவே நடித்தனர். வந்திருந்த அந்தப் பெண்மணி அவ்வப்போது முகத்தைச் சுருக்கியதைப் பார்த்த வோல்ஸ்கி, தன் மீது என்ன குற்றம் சாட்டப் போகிறாள் என்று யோசித்தான். 'இந்த நாடகம் ஸ்டாலின் கருத்தாக்கத்துக்கு ஒத்துப் போகவில்லை,' என்று சொல்லப்போகிறாளா; அல்லது 'இதில் எவ்விதக் கல்வி முக்கியத்துவம் இல்லை,' என்று சொல்லப்போகிறாளா; அல்லது 'சமுதாய விழிப்புணர்வு இல்லை' என்று சொல்லப்போகிறாளா என்று தன்னைத்தானே கேட்டுக் கொண்டிருந்தான். குழந்தைகளுக்கு அதெல்லாம் தெரியாது என்ற காரணத்தால், அவன் அதிக பதற்றம் கொள்ளவில்லை. இந்த நிகழ்ச்சி முடிந்ததும் பிள்ளைகளைச் சற்று வெளியில் நடத்திக் கொண்டு போகும்படி மேலாளருடன் சேர்ந்து முடிவு கட்டி இருந்தான். பின்னர் அவர்களுடைய

முன்பின் தெரியாத ஒருவனின் வாழ்க்கை

நடிப்பு பிரமாதமாக இருந்தது என்றும், அவர்கள் இப்போதிலிருந்தே பல்வேறு விதப் பாடல்களைக் கற்றுக்கொள்ள வேண்டுமெனவும் சொல்லிக் கொள்ளலாம் என்றும் நினைத்தான்...

ஸ்டாலின் காலத்தில் நடந்த வழக்கத்தின்படி, நிகழப்போவதை நினைத்துப் பார்த்துக்கொண்டான். முதலில், நிசப்தம், பின்னர் தீர்ப்பு, தண்டனை – இப்படித்தான் எல்லாம் நடப்பது வழக்கம். ஆனால் காலம் மாறிவிட்டது. ஒரு முன்னேற்றம் இருந்தது, அவர்கள் புதிது புதிதாக ஏதேதோ செய்தார்கள்...

திடீரென அந்தப் பெண் கைகளை ஆட்டி சத்தம் போட்டது எல்லோரையும் அதிர வைத்தது. 'இந்தக் கூத்தை நிறுத்துங்கள்! போதும் போதும்! இந்தப் பிள்ளைகளை நமது வர்க்க உணர்வுக்கு ஒவ்வாத நிகழ்ச்சிகளைச் செய்யச் சொல்வதோடு மட்டுமல்லாமல்...'

சிறுவர்கள் நிகழ்ச்சியை நிறுத்தி விட்டனர். இன்ஸ்பெக்டரைச் சுற்றி நின்ற பெரியவர்கள் அவர் கடைசியாக என்ன சொல்லப் போகிறார் என்று திகைத்து நின்றனர். 'ஆனால்... ஆனால்...' என்று சொல்லிக்கொண்டே இன்ஸ்பெக்டர் குற்றச்சாட்டை மெருகேற்றிச் சொல்ல முயன்றார்.

'ஆனால்... நீங்கள் உங்கள் பிள்ளைகளுக்கு மேடைமீது எப்படிப் போய்வருவது என்றும்கூட சரியாகச் சொல்லிக் கொடுக்கவில்லை. அவர்கள் எல்லோரும் பொம்மலாட்டத்தில் வருவதுபோல் வந்துபோயினர்! அதிலும் குதிரை வீரனாக நடித்த அந்தப் பையன் தூக்கத்தில் நடப்பவன்போலல்லவா நடக்கிறான். அவனுக்கு எவ்வாறு ஒரு போர்வீரன் நடப்பான் என்று சொல்லிக் கொடுத்திருக்க வேண்டும்!'

அவர் வோல்ஸ்கி பக்கம் திரும்பினார். எங்கும் நிசப்தம். மேடையில் அந்தப் பையன் குத்துக் கல்லாக நின்றுகொண்டிருந்தான். அவன் பார்வை வேறு எங்கோ திரும்பி இருந்தது.

'அந்தப் பையன் தூக்கத்தில் நடக்கவில்லை, இன்ஸ்பெக்டர் அவர்களே. அவனுக்குக் கண் தெரியாது.'

எல்லோரும் ஸ்தம்பித்துப் போய் நின்றார்கள். வோல்ஸ்கி மேலும் ஏதோ சொல்ல நினைத்து, பின் மனதை மாற்றிக் கொண்டான். அந்தப் பையனை எத்தனை மாதங்கள் ஒத்திகை பார்க்க வைத்தான் என்பதைச் சொல்லவில்லை. எவ்வளவு பொறுமையாகவும், பிடிவாதமாகவும், மேடையின் இருளை அவன் சமாளிக்கச் சொல்லிக் கொடுத்தான் என்பதைச் சொல்லவில்லை. கொஞ்சம் கொஞ்சமாகத்தான், அவனால் ஒவ்வொரு வரி சொல்லும்போதும் மற்ற நடிகர்கள் நின்றுகொண்டிருந்த இடத்தைக் கண்டுபிடிக்க முடிந்தது. அவன் நாடகத்தை மனப்பாடம் செய்து வைத்திருந்தான். அது அவனுக்குள் அசைபோட்டுக்கொண்டே இருந்திருக்க வேண்டும். இதையெல்லாம் இன்ஸ்பெக்டரிடம் சொல்லிப் பயனில்லை. ஒரு சிலர்தான் அந்தப் பையன் குருடன் என்பதைக் கவனித்திருந்தார்கள். பொதுவாக மற்ற எல்லோரும் அவன் தன் காதலி

மேரி அட்டையால் செய்த கோட்டைக் கதவைத் திறந்து அவனிடம் ஓடிவரும்போது அவனுக்குக் கண் தெரிந்தது என்று நினைத்தனர்.

இன்ஸ்பெக்டர் ஒரு கோடுபோட்ட துணிமீது சத்தத்துடன் மூக்கைச் சிந்தினார். இருமினார், மீண்டும் மூக்கு சிந்தினார். 'திரும்பி வருகிறேன்,' என்று சொல்லிவிட்டு ஹாலை விட்டு வெளியேறினார்.

வோல்ஸ்கி சிறுவர்களுக்குச் சைகை காட்டி மீண்டும் நிகழ்ச்சியைத் தொடரச்சொன்னான்... பாட்டுகள், வெள்ளை நிறமில்லாததால் நீல நிறம் பூசப்பட்ட மரக்கத்திகளின் மோதல்கள். மேரி கடிதம் எழுதும்பொருட்டு மேசையின் மீது ஒரு மெழுகுவர்த்திச் சுடர் – இதெல்லாம் தொடர்ந்தன. இன்ஸ்பெக்டர் சத்தமின்றி உள்ளே நுழைந்து கதவுக்கருகிலிருந்த ஒரு நாற்காலியில் அமர்ந்தார்.

'உனக்காக மட்டும், என் அன்பே, என் கனவைச் சொல்கிறேன்...' என்று சிவப்பு முடிப் பையன் பாடிக்கொண்டிருந்தான்.

அவனுடைய நீண்ட நாள் வாழ்க்கையில், வோல்ஸ்கி பத்துக்கு மேற்பட்ட அனாதை இல்லங்களையும், மருத்துவமனைகளையும், மறு சீரமைப்பு காலனிகளையும் பார்க்க நேர்ந்தது. சிலர் பேச பயப்பட்டார்கள். அவர்கள் நினைவில் வன்முறைகலந்த காட்டுமிராண்டித்தனம் மட்டுமே நின்றது. ஊனமுற்று, கைவிடப்பட்ட சிறுவர்கள், இளம் குற்றவாளிகள் எல்லாம் இருந்தனர். அவர்களுக்கெல்லாம் அவன் பாட்டு சொல்லிக் கொடுத்தான். உடலை அசைக்கச் சொல்லிக் கொடுத்தான். முக்கியமாக அவன் சொல்லிக்கொடுத்தது என்னவென்றால் கொடூரமான மனிதர்கள் வாழும் இந்த உலகில் வாழ்வது எப்படி என்பதுதான்... முதல் மாணவர் களில் ஒருவனான சிவப்பு முடிப் பையன் ஒரு நாள் தான் குதிரைவீரன் பாட்டுப் பாடும்போது அவன் தலைக்குமேல் 'விண்மீன்கள் கூட்டம் ஒன்று தவழ்ந்தது,' என்று சொன்னான். அவனால் அது எப்படி இருக்கும் என்று புரிந்துகொள்ள முடிந்ததாம்.

அவர்கள் கைது செய்யப்பட்ட அன்று, மிலா வோல்ஸ்கிக்குச் சொன்னபடியே அவன் நடந்துகொண்டான்: கடந்தகாலத்தைத் திரும்பிப் பார்க்காமல், திருமணம் செய்துகொண்டு ஒரு பையனையும் பெற்றுக்கொண்டான். அவன் மனம் தெளிவடைந்திருந்தது. இந்த வாழ்க்கை மகிழ்ச்சிக்கு அருகில் வந்து விட்டது. இதற்குமேல் அவன் வேறு எதற்கும் ஆசைப்படவில்லை. அன்றாட வாழ்க்கையில் ஈடுபட்டவுடன் தற்போதைய வாழ்க்கையையும் மிலாவோடு வாழ்ந்த வாழ்க்கையையும் ஒப்பிட்டு பார்க்கத் தேவை இல்லாமல் போய்விட்டது.

ஸ்டாலின் இறந்ததற்குப் பிறகு, கெடுபிடியெல்லாம் தளர்ந்த காலத்தில், வோல்ஸ்கி செய்த தொண்டு அவனைக் கிட்டத்தட்ட ஒரு பிரபலமான ஆளாக மாற்றியது. தினத் தாள்கள் அவனுடைய 'புதிய கல்வி முறையைப்' பற்றிப் பேசின. ஆய்வு நிறுவனம் ஒன்றில் அவனுக்கு ஒரு பதவி கொடுத்தார்கள். ஆனால், அவன் அதை மறுத்துவிட்டான். அவனால் உண்மையில் பலன்பெறக்கூடிய இடங்களை – யாரும் போகத்தயங்கும்

இடங்களை மட்டுமே தேர்ந்தெடுத்தான். அவனுடைய நாடோடி வாழ்க்கை அவன் மனைவிக்குக் கசந்தது. விவாகரத்து தொடர்ந்தது. அவனுடைய பையன் பெரியவனாகி வெளியில் கிளம்பி விட்டான். நீண்ட நாள் கழித்து அவன் ஜெர்மனிக்குப் போய்த் தங்கிவிட்டான் என்ற செய்தி வோல்ஸ்கிக்கு எட்டியது.

சோவியத் யூனியனின் வீழ்ச்சியின்போது, வோல்ஸ்கி மத்திய ஆசியாவில் வேலை செய்துகொண்டிருந்தான். அப்போது அவன் சக்கர நாற்காலியைப் பயன்படுத்த ஆரம்பித்துவிட்டான். மருத்துவர்களிடம் அவன் வேடிக்கையாக 'ஒரு காலத்தில் ஒரு காடே என் தலையில் சாய்ந்தது' என்று சொல்வான். இளவயதில் ஒரு நாள் செடார் மரங்களின் உடல்பகுதிகள் பிரமிட் போல் அவன் மீது சாய்ந்து நொறுங்கின. ஆனால், இது அவன் தண்டனை முகாமில் இருந்தபோது ஏற்பட்டதென்று குறிப்பிட்டுச் சொல்லவில்லை. புதிய தலைமுறையினருக்கு அதெல்லாம் பழங்கதை யாகி விட்டது. இனஒழிப்பு காலகட்டத்து ஆவணக்காப்பகம்போல். அவ்வப்போது மாஸ்கோவில் அவன் அதனைச் சென்று பார்ப்பதுண்டு. மிலாவைப்பற்றிய சட்டப்படியான கோப்பு இருந்தது. அதன் பழுப்பேறிய பக்கங்களில் அவள்மீது மேற்கொண்ட விசாரணைக் குறிப்புகள் இருந்தன. அவற்றைப் படித்துப் பார்க்கும்போது அவள் அவளால் முடிந்தவரை எல்லாக் குற்றச்சாட்டுகளையும் அவளே ஏற்றுக்கொண்டு அவனைக் குற்றமற்றவனாகவே கருதும்படி செய்திருந்தாள். 'ஆகவே நான் நினைத்தபடி விசாரணை அதிகாரியின் மூக்கில் வழிந்த இரத்தம் என்னைக் காப்பாற்றவில்லை...' என்று நினைக்கத் தொடங்கினான். அவளுடைய தியாகம்தான் அவனைக் காப்பாற்றி இருக்கிறது. எண்ணிப்பார்த்தால், ஒரு மனித உயிரின் மனோதிடம் உலகில் உள்ள தீமையனைத்தையும் விரட்டிவிடும்போல் தோன்றியது.

ஓராண்டுக்குப் பின் அவனுடைய பழைய மாணவன் ஒருவன் வோல்ஸ்கி லெனின்கிராட் திரும்பிப் போக உதவினான்.பொதுக் குடியிருப்பு ஒன்றில் ஒரு சின்ன அறையை அவனுக்காகப் பிடித்துக் கொடுத்துத் தங்க வைத்தான்.

வோல்ஸ்கிக்கு வருத்தமில்லை. அதிவேகத்தில் எல்லாம் மாறிக் கொண்டிருப்பதைப் பார்த்துக் கொஞ்சம் அதிர்ச்சி. அவ்வளவுதான்.

ஒரு நாள் சுற்றுப் புறத்தில் உள்ளவர்கள் ஒரு பெரிய இடமாற்றம் ஏற்படப் போவதாகச் சொன்னார்கள். அது கொஞ்சம் குழப்பமான ஏற்பாடாகத் தோன்றியது. அதன்படி ஒவ்வொருவருக்கும் எல்லா சௌகர்யங்களும் கொண்ட ஒற்றை அறை அடுக்குமாடிக் குடியிருப்பு கிடைக்கும் என்றார்கள். அவனுக்கு அதன் சூட்சமங்கள் பிடிபடவில்லை. நன்றாக உடுத்தி இருந்த மனிதர்கள் அங்குமிங்கும் போய்க்கொண்டிருந்தார்கள். 'மீட்டர் ஸ்கொயர்' பற்றிப் பேசினார்கள். வேலை தொடங்குவதைப் பற்றிப் பேசினார்கள். செலவை டாலரில் கணக்கிட்டுச் சொன்னார்கள். செம்பட்டை முடியுடன் கூடிய ஒரு பெண் அடிக்கடி வந்து, எந்த விதமான ஓடுகள், எப்படிப்பட்ட குளியலறைகள், மேசை நாற்காலிகள்

என்பது பற்றி எல்லாம் பேசிக்கொண்டிருந்தாள். அவளை யானா என்று அழைத்தார்கள். வோல்ஸ்கிக்கு அவள் குரல் மிகவும் பிடித்திருந்தது. என்றாவது ஒரு நாள் அவளிடம் தன் கதையைச் சொல்லலாம் என்றுகூட நினைத்தான் ...

பின்னர் ஒரு நாள் மாலை, தன் அறைக்கு வெளியே ஓர் உரையாடல் நடைபெற்றதைக் காதில் வாங்கினான். யானாவுக்கும் ஆண்கள் சிலருக்கும் ஒரு காரசாரமான விவாதம் நடைபெற்றுக்கொண்டிருந்தது. பெரிய இடமாற்றம் ஒன்று அதிக நாள் தாமதமாவது பற்றிப் பேசிக் கொண்டிருந்தார்கள். 'கேள், நடைமுறையை யோசித்துப் பார்,' என்றாள் யானா. 'முதியவர், இங்கிருக்கிறார். 'நாம் ஒன்றும் செய்ய முடியாது. அவராகவே இவ்வேதனை உலகை விட்டுப் போய்விட்டால் நமக்கு வசதியாக இருக்கும். ஆனால் அது நடக்கும் என்று கனவு காண வேண்டாம். அவர் செவிடாகி, படுக்கையில் கிடந்தாலும், நூறு ஆண்டுகள்கூட உயிருடன் இருக்கக் கூடும். நான் ஒரு நல்ல யோசனை சொல்கிறேன் ...'

வோல்ஸ்கி கேட்பதை நிறுத்திக்கொண்டான். அன்றிலிருந்து, அவனிடம் யார் பேசினாலும் பதில் சொல்வதில்லை. அதனால் அவனுக்கும், சுற்றி இருந்த மற்றவர்களுக்கும் இடையே இருந்த தொடர்பில் பெரிய மாற்றம் இல்லை என்று தெரிந்தது. அவர்களுடைய நிலைப்பாட்டில் கொஞ்சம் நேர்மையாவது அதிகரிக்கும் என்று நம்பினான்.

ஷ¬ட்டோவுக்கு இப்போதுதான் நினைவு வருகிறது. 'வோல்ஸ்கி'யைப் பற்றி அவன் இளைஞனாக இருந்த காலத்தில் கேள்விப்பட்டிருக்கிறான் – அதாவது முப்பது ஆண்டுகளுக்கு முன். ஊனமுற்ற குழந்தைகளுக்கும் இளங்குற்றவாளிகளுக்கும் நாடகம் மூலமாக ஒரு புது வாழ்வு கொடுத்திருந்தார் என்று கட்டுரைகள் மூலம் படித்திருக்கிறான். பத்திரிகை சுதந்திரம் தணிக்கை செய்யப்பட்ட காலகட்டத்தில் இது போன்ற கட்டுரைகளைப் பிரசுரிக்கும் சுதந்திரம் கிடைத்தது அபூர்வம்தான். ஏனென்றால், தனிமனிதன் ஒருவன் கவுரவங்களையும், ஒரு நல்ல வேலை வாய்ப்பையும் உதறித் தள்ளுவதென்பது அப்போதிருந்த கடுமையான அரசியல் அமைப்புக்கு ஒரு மறைமுக சவாலாகத்தான் இருந்திருக்க வேண்டும்.

முதியவர் குளிர் தேநீரைச் சுவைத்தார். தொலைக்காட்சியில் சத்தம் குறைக்கப்பட்டுப் படம் மட்டும் ஓடிக்கொண்டிருந்தது. வீடியோ காட்சிகளில் செம்பட்டை முடிகொண்ட இளம் பெண்களும் கருப்பரின இளைஞர்களும் இடுப்பை ஆட்டி நடனமாடிய விதம் ஆணவத்தைக் குறிப்பதாகவும் கவர்ச்சியைக் காட்டுவதாகவும் இருந்தது. இரவு நேரக் காட்சியல்லவா? கட்டிலுக்குப் பின்னால் வைத்திருந்த ஒரு விளக்கின் ஒளி, இருளடைந்த ஒரு சன்னல், காலியான இந்த அறை. இன்னும் கொஞ்ச நேரத்தில், மருத்துவ உதவியாளர்கள் வந்து பெரியவரை அப்புறப்படுத்தி விடுவார்கள். ஆகவே இரவு நேரக் கதை ஒரு முடிவுக்கு வந்து விட்டது.

அந்தக் காலத்தில், இரண்டு பிரியமானவர்களின் பார்வைகள் சந்தித்துக்கொண்ட வானம் என்னவாயிற்று என்று கேட்க வேண்டுமென்ற ஆசை ஷ¬ட்டோவுக்கு இருந்தது. ஆனால் நேரம் ஆகிவிட்டது. இனிமேல் முடியாது. வோல்ஸ்கியின் வாழ்க்கை நாட்டின் சீரழிந்த கடந்தகாலத்தோடு கலந்து விட்டது: போர்கள், முகாம்கள், இரண்டு உயிர்களின் வலுவற்ற உறவுகள் – இப்படித்தான் இருந்தது அவர் வாழ்க்கை. வீரம் நிறைந்த – தியாகம் நிறைந்த – வாழ்க்கை அது. ஷ¬ட்டோவுக்கே அந்த கதி இருந்திருக்கும், ஏனெனில் அவனும் குழந்தைப் பருவத்தை அனாதை இல்லத்தில்தான் கழித்திருக்கிறான். 'ஆம், வோல்ஸ்கி எனக்குப் பாட்டுவாத்தியாராக இருந்திருக்கக் கூடும்,' என்று ஷ¬ட்டோவ் நினைத்தான்.

‘எனக்கு உங்கள் சிநேகிதி மீது எந்த வருத்தமும் இல்லை,’ என்றார் முதியவர், அருகிலிருந்த மேசை மீது கப்பை வைத்துக்கொண்டே. ‘மற்றவர்கள் மீதும் வருத்தமில்லை. அவர்கள் வாழ்க்கை எல்லோரும் விரும்பத்தக்க வாழ்க்கையன்று. அவர்களுக்கு இதெல்லாம்தான் தேவை!’

சொல்லிக்கொண்டே கையை அகல விரித்துக் காட்டுகிறார். ஷுட்டோவுக்கு அவர் ‘இதெல்லாம்’ என்று எதனைக் குறிப்பிடுகிறார் என்று தெரிகிறது. அதாவது யானாவின் புதிய அடுக்குமாடிக் கட்டடம், பெரிய தொலைக்காட்சி, லன்டனில் ரஷ்யாவின் முக்கியஸ்தர்கள் போய் இறங்குவது பற்றிய ஆவணப்படம், அவர்களுடைய நகர வீடுகள், கிராமத்துப் பங்களாக்கள், எல்லோரும் கூடிப் பேச ஏற்பாடு செய்யப்பட்டிருக்கும் ‘காக்டெயில்’ விருந்து ஆகியவை. இந்தப் புதுமாதிரியான வாழ்க்கை முறை ஷுட்டோவுக்கு விளங்கவில்லை.

அப்படிப் பார்த்தால், எங்களுடைய வாழ்க்கை சுகமானதுதான்!’ என்றார் பெரியவர். ‘எங்களிடம் சொத்து என்று எதுவுமில்லை, இருந்தும் மகிழ்ச்சி என்றால் என்னவென்று தெரியும். அது இரண்டு துப்பாக்கிச் சூடுகளுக்கிடையே கிடைத்தது, என்று சொல்லலாம் . . .’ முகத்தில் புன்னகையோடு, விளையாடும் தொனியில் அவர் மேலும் சொன்னார்: ‘அந்த ஆட்களைப் பாருங்கள். அவர்கள் மகிழ்ச்சியாக இல்லை!’ லண்டனில் படாடோபமான ஹோட்டலில் வரவேற்பு நடைபெறுகிறது. அதில் கலந்துகொள்ளும் பெண்களின் புன்னகையில் பதற்றமும், ஆண்களின் முகத்தில் மினுமினுப்பும் காணப்படுகின்றன. ‘இசைப்பயிற்சிக் கல்லூரியில் ஸ்டாலின் புகழ் பாடும் கீதங்களை இசைக்கும்போது நாங்கள் இப்படித்தான் முகத்தைத் தூக்கி வைத்துக்கொண்டிருந்தோம்,’ என்றார். மெல்ல சிரித்துக்கொண்டே மீண்டும் கைகளை அகல விரித்துக் காட்டுகிறார். ‘இதெல்லாம்தான்.’ அவர் காட்டும் உலகம் சுற்றிலும் சமதளமாக, மேடு பள்ளமின்றி விரிந்து கிடக்கும் உலகம்தான் என்று ஷுட்டோவுக்கு விளங்கியது. ஆம், மேடு பள்ளம் இல்லாத உலகம்.

‘கொஞ்சம் அதை நிறுத்துகிறீர்களா...’ என்றார் முதியவர். ஷுட்டோவ் ரிமோட்டைக் கையில் எடுத்து, தொலைக்காட்சியை நிறுத்தினான். நிறுத்தும்போது ஒரு குழப்பம் ஏற்பட்டு (திரையில் பழைய டிராம்கார் ஒன்று சப்தமின்றி ஓடி தெருக்கோடியில் மறைகிறது) ஒரு வாறாக நிறுத்தி விட்டான்.

வோல்ஸ்கியின் முகபாவம் இரவின் தொடக்கத்தில் இருந்ததுபோலவே அமைதியாக – பற்றற்று – ஓரளவுக்கு எல்லாவற்றையும் விட்டு ஒதுங்கி விட்டதுபோல் இருந்தது. ஷுட்டோவ் அவரிடமிருந்து மேற்கொண்டு எந்த வார்த்தையும் எதிர்பார்க்கவில்லை. எல்லாவற்றையும் சொல்லியாகிவிட்டது. இனிமேல் அவரிடமிருந்து விடைபெற்றுக் கொண்டு விலாதும் மருத்துவ உதவியாளர்களும் வந்து அவரை அப்புறப்படுத்துவதற்குள் சில மணி நேரம் தூங்க வேண்டியதுதான் பாக்கி.

வோல்ஸ்கியின் குரல் மீண்டும் உறுதியாக ஒலித்தது.

'ஒரு போதும் நான் அவள் பார்வையைச் சந்திக்காதிருந்ததில்லை – அவள் இறந்துவிட்டாள் என்று தெரிய வந்தபோதும்கூட ... அவளும் என்னைப் பார்த்தாள் என்று நான் நம்புவதை யாராலும் தடுக்க முடியாது. இன்று இரவு அவள் இன்னும் வானத்தைப் பார்த்துக்கொண்டுதான் இருப்பாள். யாருக்கும் – நன்றாகக் கேட்டுக்கொள்ளுங்கள் – யாருக்கும் அதனை மறுக்கத் துணிவிருக்காது!

அவர் குரல் பலமாக ஒலித்து ஷுட்டோவை எழுந்து நிற்க வைத்தது. அந்தக் குரல் ஒரு பாடகரின் குரல் – குண்டு முழக்கங்களுக்கிடையே ஆணை பிறப்பிக்கும் பீரங்கிப்படை வீரரின் குரல். ஷுட்டோவ் உட்கார்ந்து ஏதோ சொல்ல வாயெடுத்தான், ஆனால் சொல்லவில்லை. வோல்ஸ்கியின் முகத்திலிருந்த இறுக்கம் சற்று குறைகிறது. கண்ணிமைகள் லேசாக மூடுகின்றன. கைகள் உடலின் இருபக்கமும் அசைவின்றி ஒடுங்குகின்றன. அவருடைய இப்போதைய குரல் சற்று முன் ஷுட்டோவை எழுந்து நிற்க வைத்த குரலன்று. முதியவரின் வார்த்தைகள் இந்த மேடு பள்ளமற்ற உலகிற்கு ஒரு மேலான ஒளியை வரவழைத்து அச்சின்ன அறையின் கூரையை மேலெழச் செய்தது.

அவர் கத்தலின் மெல்லிய எதிரொலியாக ஒரு சின்ன முணுமுணுப்பும் வருகிறது. ஆனால், வோல்ஸ்கி தனக்குள் அடக்கிக்கொண்டார் ...' லுக்தா நதியை மீண்டும் பார்க்காமலிருப்பது ஒரு விதத்தில் வெட்கப்பட வைக்கிறது... அங்குதான் நாங்கள் கடைசி நிகழ்ச்சியை நடத்தினோம்... அங்குதான் நானும் மிலாவும் மரங்கள் நட்டோம்... நீங்கள் போய்த் தூங்குங்கள், பரவாயில்லை... நான் பார்த்துக்கொள்கிறேன் ...'

படுக்கைக்கு உயரே இருந்த விளக்கின் ஸ்விட்சைப் பற்றிக் கொள்கிறார். ஷுட்டோவ் எழுந்து கதவை நோக்கிப் போகிறான். சில அடிகள் எடுத்து வைக்கிறான். பயணத்தைத் தாமதமாக்க வேண்டுமென்று நினைத்தான்போலும். ஏதோ ஒன்று கடைசியாகச் சொல்ல நினைத்து அதனை மறந்து விட்டதுபோல் தோன்றியது.

'சற்றுப் பொறுங்கள்!' என்று அவசர அவசரமாகச் சொல்லிவிட்டு விலாத் அறைக்கு விரைகிறான். விலாத் வெளியில் போகும்போது தொலைபேசிக்கு அருகில் ஒரு முகவரிப் பட்டியலை விட்டுச் சென்றிருந்தான். அதில் ஆம்புலன்ஸ், காவல்துறை, டாக்ஸி... போன்றவை இடம்பெற்றிருந்தன ... ஷுட்டோவ் தொலைபேசி வாயிலாக ஒரு டாக்ஸியைக் கூப்பிட்டுவிட்டு, அவசர அவசரமாக வோல்ஸ்கியின் படுக்கையறைக்கு ஓடிவந்து படபடவென்று மன்னிப்புக் கேட்டுவிட்டு, தன்னுடைய திட்டத்தை அவரிடம் சொன்னான்.முதியவர் முகத்தில் புன்னகை. 'எனக்குச் சாதனைப்பயணங்கள் பிடிக்கும், ஆனால் நான் என் பழைய துணிகளை அணிந்து கொள்ளவேண்டும். அதோ, அந்தக் கதவுக்குப் பின்னால் ஒரு ஹுக்கில் என்னுடைய கோட்டையும், பாண்ட்டையும் மாட்டி வைத்திருக்கிறேன் ...' என்றார்.

டாக்ஸிக்காரனைக் கூப்பிட்டு 'ஊனமுற்றவர் ஒருவரை' மேலிருந்து கீழிறக்க உதவ வேண்டுமென நேரடியாகக் கேட்டான். டாக்ஸிக்காரன்

இளைஞன். திடகாத்திரமானவன். ஆனால், அவனுக்கு அது பிடிக்கவில்லை. ஷுட்டோவ் அவனிடம் விளக்கினான்: இது மருத்துவமனைக்கான சாதாரணமான பிரயாணமன்று. நகரத்தின் எல்லையைக் கடந்து வெகுதூரம் செல்லவேண்டுமென்று சொன்னான். டாக்ஸிக்காரன் கோபத்தின் எல்லைக்கே போய்விட்டான். ‘முடியவே முடியாது! நான் வெளியூர் பயணம் எல்லாம் ஏற்றுக் கொள்வதில்லை. அதற்கு நீங்கள் ஒரு ‘மினிபஸ்’ ஸை ஏற்பாடு செய்திருக்க வேண்டும்...’ ஷுட்டோவ் வற்புறுத்திக் கூறினான். எல்லாவற்றையும்போல், இப்போதுள்ள பேச்சுவழக்கும் மாறி விட்டது என்பதைப் புரிந்துகொண்டான். பழைய போர்வீரர் ஒருவர், தான் போரின்போது சண்டையிட்ட இடத்தைப் பார்க்கவேண்டும் என்ற வாதத்தை முன் வைத்தான். அது அதீத யதார்த்தம் என்பதையும் புரிந்துகொண்டான்.

‘நண்பரே, இதுபோன்ற பிரயாணத்துக்கெல்லாம் ஒரு குறிப்பிட்ட தொகை நிர்ணயிக்கவில்லை. மேலும் இது நள்ளிரவு . . .’ இப்படிச் சொல்லிவிட்டு டாக்ஸிக்காரன் கிளம்பிப் போவதுபோல் கதவருகில் சென்றான். ஷுட்டோவுக்கு அவனைப் பிடிக்கவில்லை. அவனுடைய தடித்த கழுத்தைப் பிடிக்கவில்லை; அவன் உருண்டையான மண்டையில் ஒட்டிவெட்டப்பட்ட முடியைப் பிடிக்கவில்லை; எதிராளியோடு தான் எந்த விதத்திலும் சரிசமமானவனில்லை என்று தெரிந்தும் அவனிடம் ஏற்பட்ட முகச் சுளிப்பும் பிடிக்கவில்லை.

‘நான் எவ்வளவு கொடுக்க வேண்டுமோ கொடுக்கிறேன். சொல்லுங்கள். தயாராக இருக்கிறேன்.’

‘நான் தான் ஒரு குறிப்பிட்ட தொகை நிர்ணயிக்கப்படவில்லை என்று சொல்கிறேனே. அதுமட்டுமல்லாமல் . . . கிழவரை மேலிருந்து கீழிறக்க வேண்டும்!’

‘நூறு டாலர் போதுமா?’

‘விளையாடுகிறீர்களா. எவ்வளவு தூரப் பிரயாணம்! . . .’

‘ஐநூறு டாலர்?’

‘நண்பரே, நன்றாக யோசித்துவிட்டு அடுத்த வாரம் என்னைக் கூப்பிடுங்கள், சரிதானா?’

சொல்லிவிட்டுக் கதவைத் திறந்து வெளியில் போக எத்தனித்தான். ஷுட்டோவ் அவனை மாடிப்படிவரை சென்று பேரம்பேசிக் கடைசியாக முந்நூறு டாலர் எண்ணிக் கொடுத்தான். டாக்ஸிக்காரன் முகத்தில் ஒரு சிறுபிள்ளைத்தனமான மகிழ்ச்சி காணப்பட்டது. மகிழ்ச்சிக்குக் காரணம், ஒன்றும் தெரியாத ஒருவனை ஏமாற்றியதாகும். அத்துடன் வியப்பும் பெருமையும்கூட இருந்தன, ஏனென்றால் அவன் வாடிக்கையாளனைத் தன்வழிக்குக் கொண்டுவந்து விட்டானல்லவா.

முதலில் காரை மெல்லவே ஓட்டினான். காவல்துறையினர் கண்காணிப்புக்கு பயந்தான் என்பது தெரிந்தது. நகர எல்லையைத்

முன்பின் தெரியாத ஒருவனின் வாழ்க்கை 191

தாண்டியவுடன் சந்திகளில் வேகமாகக் காரைச் செலுத்தினான். அவனுக்குத் தப்பித்துவிட்டோம் என்ற திருப்தி. ஷுட்டோவ் சன்னல் கண்ணாடியை இறக்கிவிட்டு வெளியில் பார்த்தான். எங்கும் ஒரேமாதிரியான தெருக்கள் – நகரமே தூங்கி வழிந்தது. அவ்வப்போது தொடர்ந்து வந்த வீட்டு வாசல்களில், வெளியில் கவனிக்கும்பொருட்டு ஏதாவதொரு சன்னலில் விளக்கு எரியும் – மஞ்சளாக !

கடைசியாக, மரக்கிளையொன்று முகத்தில் அறைந்ததுபோல, புற்களின் வாசம் – இரவுப்பொழுது இலைகளின் கசப்பான வாசம். கார் பிரதான சாலையைவிட்டு வெளியில் போகிறது. சாலை கரடுமுரடாக இருந்ததால் ஆட்டம் அதிகம். இரண்டு மூன்று தடவை முதியவர் வழி காட்ட முனைகிறார். அதற்கு டாக்ஸிக்காரன் ‘அதெல்லாம் இல்லை. நீங்கள் சொல்லும் கிராமம் இப்போது இல்லை ... அங்கு ஒரு வணிக வளாகம் வந்து விட்டது ...’ பின்னர் அவன் குரலில் ஒரு மாற்றம் தெரிந்தது. அதில் ஏதோ வருத்தம் தென்பட்டது ...

திடீரென அவன் பிரேக் போட்டான். எதிரே சாலையில் ஒரு தடை இருந்தது அவனுக்கே வியப்பாக இருந்தது.

கிட்டத்தட்ட பன்னிரண்டு அடி உயர சுவர் இருந்தது. காரின் முகப்பு வெளிச்சத்தில் அந்தச் சுவரில் இருந்த ஒரு வெண்கலப் பட்டயம் பிரகாசித்தது. அலங்கார எழுத்துக்களால் அதில் ஒரு வாசகம் பொறிக்கப் பட்டிருந்தது: ‘பாலட்டைன் குடியிருப்புப் பகுதி. தனியார் சாலை. குடியிருப்போர்க்கு மட்டும்.’ டாக்ஸிக்காரன் இறங்கியதும் அவனுடன் ஷுட்டோவும் இறங்கினான். பிரமாண்டமான இரும்பு கேட்களுக்கு அப்பால் ‘மாளிகை’களின் வெளித்தோற்றம் தெரிந்தது. கட்டுமானப் பணி நடக்கும் இடத்திற்கான பெரிய விளக்குகள் பிரகாசித்தன. கிரேன் ஒன்றின் கொக்கியின் நிழல் சுவரில் காணப்பட்டது. மரம் ஒன்றின் கீழ் ஒரு புல்டோசர் உறங்கிக்கொண்டிருந்தது. அங்கு மூலைக்கு மூலை முகாமிட்டிருந்த அதிகாரிகள் கண்காணிப்புக் கோபுரங்களை நினைவுபடுத்தினர் ...

வோல்ஸ்க்கிக்கும் அது பட்டது. ‘ஒரு சிறைச் சாலை போல் இருக்கிறது,’ என்று முணுமுணுத்தார். இருவரும் மீண்டும் காரில் ஏறினர்.

‘என்ன செய்யலாம்? சுற்றிக்கொண்டு போகலாமா?’ என்று டாக்ஸிக்காரன் கேட்டான். பின்னர் பதிலுக்குக் காத்திராமலேயே வண்டியைச் செலுத்தினான். சவாலைச் சமாளிப்பதில்தான் அவன் கவுரவம் அடங்கி இருந்தது. கிட்டத்தட்ட அடுத்த நிமிடமே கார் சேற்றில் மாட்டிக்கொண்டது. ஷுட்டோவ் காரின் கதவைக் கொஞ்சம் திறந்து பார்த்து, இறங்கித் தள்ளுவதற்குத் தயாரானான். ‘சரியாகி விட்டது’ என்று டாக்ஸிக்காரன் சொல்லிக்கொண்டே காரின் சக்கரத்தைச் சற்று அசைத்தான். தனியொருவனாக வெறும் கையால் காளையை அடக்குவது போலிருந்தது. எஞ்சினிலிருந்து ஒரு நீண்ட மரண ஓலம். ஒரு துடிப்பு. பின்னர் நரகத்திலிருந்து வெளியில் வந்த ஒரு வவ்வால் போன்று கார் புறப்பட்டது.

வண்டி முன்னேறிச் செல்வதில் இப்போது ஒரு நிதானம் காணப்பட்டது. மண் சாலையில் போனார்கள். காரின் பக்க வாட்டில் உயரமான செடிகள் உரசும் சத்தம் கேட்டது. வீசிய காற்றில் ஆற்றின் தண்மையையும், மணத்தையும் உணரமுடிந்தது. காரின் முகப்பு விளக்குகளின் ஒளிக்கற்றை வில்லோ மரத்தோப்பில் போய்ப் பாய்ந்தன. அவை ஒரு சரிவில் வளர்ந்திருந்தன. அவர்கள் அங்கு நிற்கிறார்கள். கார் முகப்பு லைட்கள் அணைக்கப்படுகின்றன. விடிவெள்ளியின் மங்கிய ஒளியே போதுமானது. எங்கும் அமைதி. சின்ன சின்ன சலசலப்புகள்கூடக் காதில் விழுகின்றன. வில்லோமரத்தின் நீண்ட இலைகளின் இசையும், காற்றின் தாலாட்டும், அவ்வப்போது பறந்துகொண்டிருக்கும் ஒரு பறவையின் குரலும் . . . அப்பப்பா!

ஆற்றங்கரையில் ஒரு மரம் சாய்ந்திருந்தது. அதன் மேல் பட்டை நீக்கப்பட்டு ஒரு நீண்ட வெள்ளைக் கோடு தெரிந்தது. ஷுட்டோவ் வோல்ஸ்கியை அதன் மேல் உட்காரவைக்க டாக்ஸிக்காரன் உதவி செய்தான். உட்காரவைத்துவிட்டு இருவரும் சற்றுத் தள்ளி நிற்கின்றனர். ஆட்டம்பாட்டம் நிறைந்த பெரு நகரத்திற்கு வெகு அருகில் இருந்தாலும், இந்த இடத்தை ஆட்கொண்டிருந்த அமைதியில் அவர்கள் சில்லென்ற காற்றை ஆழமாகச் சுவாசித்தனர். வானம் சாம்பல் நிறத்தில் இருந்தது. அவர்களுக்கு வலது பக்கத்தில் ‘பாலட்டைன் குடியிருப்புப்’ பகுதியின் பின்பகுதி இருந்தது (‘எசெல்ஷியோர்’, ‘த்ரியானொன்’ என்றெல்லாம் பெயரிடப்பட்டிருந்தது ஷுட்டோவுக்கு ஞாபகம் வந்தது). அக்கரையில் சிறு சிறு காடுகளும், அவற்றிற்கிடையே நடைபாதைகளும் இருந்ததை யூகிக்க முடிந்தது. ‘வோல்ஸ்கியும், மிலாவும் நட்ட மரங்கள்,’ என்று ஷுட்டோவ் நினைத்தான். ‘அப்போ அந்தக் கல்லறை . . .’ வானத்தில் தெள்ளத்தெளிவான மேகங்கள். அவ்வப்போது ஒரு விண்மீன் வெகு அருகில், உயிர்த்துடிப்புடன் நடுங்கியது.

டாக்ஸிக்காரன் வெட்டப்பட்ட மரத்துண்டில் அமர்ந்திருந்தான். ஏதோ முணுமுணுத்தான். மணிக்கட்டைத் திருப்பி இருளில் கடிகாரத்தைப் பார்த்தான். ‘சீக்கிரமே கிளம்பிவிடுவோம் . . .’ என்று ஷுட்டோவ் அவனைச் சமாதானப்படுத்தும் விதத்தில் சொன்னான். அவனோ ‘இல்லை இல்லை. பெரியவர் வேண்டிய மட்டும் பார்க்கட்டும்! இரவு நேரத்தில் எனக்கு அவ்வளவு வேலை இல்லை,’ என்று சொன்னான். அவன் குரலில் ஏதோ ஒரு வருத்தத்தின் சாயல் தெரிந்தது. ‘போர்க் காலத்தில் அவர் இங்குதான் இருந்தாரா?’ என்று கேட்டான். ஷுட்டோவ் வேறு யாரும் கேட்டுவிடாதிருக்குபடி குரலைத் தாழ்த்தி ‘ஆம், இங்குதான். லெனின்கிராட் முற்றுகையின்போது, அவர் இங்குதான் தன் குழுவினருடன் நாடக நிகழ்ச்சி நடத்தினார் – இம் முதியவர் அப்போது இளைஞராக இருந்தார் – உறைபனி மூடி இருந்த கரையில் தன்னுடைய துப்பாக்கியைப் பயன்படுத்தினார் – பெர்லின்வரை சென்றுவந்தார்,’ என்று சொன்னான். அத்தருணம் வோல்ஸ்கியின் கதை தனக்குத் தெரிந்த அளவுக்கு உலகில் வேறெவருக்கும் தெரியாது என்று ஷுட்டோவ் உணர்ந்தான் . . .

ஆற்றிலிருந்து ஒரு குரல் கேட்கவே, ஷுட்டோவ் தான் பேசுவதை நிறுத்தி விட்டான். சற்று முன்னதாகவே அந்தப் பாட்டு தொடங்கி இருக்க வேண்டும், ஆனால் வில்லோமரங்களின் சலசலப்பினாலும், புற்களின் முணுமுணுப்பினாலும் அவன் காதுக்கு அது எட்டாமல் போயிருந்தது. அந்த கீதத்தின் இனிமை இப்போது எங்கும் நிறைந்திருந்தது. ஓர் ஆழ்ந்த பெருமூச்சைபோல் தங்கு தடையின்றி மிதந்து வந்தது. டாக்ஸிக்காரன்தான் முதலில் எழுந்து ஓசை வந்த திசையை நோக்கி முகத்தைத் திருப்பினான். ஷுட்டோவும் எழுந்துவிட்டான். ஆற்றங்கரை நோக்கி சில அடிகள் எடுத்து வைத்துவிட்டு, சிலையாக நின்றான். அந்தப் பாட்டுதான் அவன் பார்த்த எல்லாவற்றிற்கும் அடிப்படை அர்த்தத்தைத் தந்தது: இறந்தவர்களையெல்லாம் மடியில் சுமந்துகொண்டு சாதாரணமாகக் காட்சியளித்த உலகம், எங்கும் நிறைந்திருந்த வசந்தத்தின் உயிர்த்துடிப்பு, பாழாகிப்போன ஓர் இஸ்பா, அதன் கூரையின் கீழ் காதலித்து, வாழ்க்கை நடத்தியவர்களின் கற்பனை ஒளி... அத்துடன் இப்போது மங்கலாகிக்கொண்டிருக்கும் வானம் – இதையெல்லாம் ஷுட்டோவ் இப்போது பார்த்ததுபோல் இனிமேல் எப்போதுமே பார்க்கப் போவதில்லை.

திரும்பிச் சென்றது ஒரு மின்னல் வேகத்தில் நிகழ்ந்ததுபோல் இருந்தது. அதிகாலையில் மக்கள் நடமாட்டம் இல்லாத தெருக்கள் அவர்கள் திரும்பிப் போகும்போது இல்லாமல் போய்விட்டதுபோல் தோன்றின.

குடியிருப்பில் நிகழ்ந்தது இன்னும் அதிகமான வேகத்தில் நடந்தேறியது. பெரியவர் அப்போதுதான் தன் படுக்கையில் சாய்ந்தார். டாக்ஸிக்காரன் கொஞ்ச தூரம் போவதற்குள் விலாத் வந்து கதவைச் சாத்தினான். ஷுட்டோவ் திரும்பிப்பார்த்தான். 'ஸ்லாவா கை' என்று முன்பு பார்த்த பளிங்குக் கையில் முந்நூறு டாலர் நோட்டுகள் இருந்தன...

அதற்குள் மருத்துவ உதவியாளர்கள் வந்து மணி அடித்துவிட்டு, சக்கர நாற்காலி போன்றவற்றை ஹாலில் சரி செய்துகொண்டிருந்தார்கள். ஷுட்டோவ் இன்னும் கொஞ்சம் பேசலாம் என்றும், அவர் கதையில் மீதி இருக்கலாம் என்றும் நம்பி வோல்ஸ்கி அறைக்குள் நுழைந்தான்... இருவரும் கைகுலுக்கிக்கொண்டார்கள். மருத்துவ உதவியாளர்களும், விலாதும் வந்து வோல்ஸ்கியின் புத்தகங்களை ஒரு பையில் அடுக்கினார்கள்... கடைசியாக ஒரு தரம் வோல்ஸ்கியின் கண்களில் ஒரு புன்னகை – ஷுட்டோவைப் பார்த்து. அத்துடன் அவர் முகம் மீண்டும் சலனமற்ற முகமூடியாக இறுகி விட்டது.

நுழைவாயிலில் விலாதின் நண்பர்கள் கூட்டம். அவர்கள் யானாவின் கிராமப்புறப் பங்களாவில் நடக்கவிருந்த விருந்துக்காக வந்திருந்தார்கள். மருத்துவ உதவியாளர்கள் இருவர் உள்ளே போய் பெரியவரைத் தூக்கிவரப் போனார்கள். அவர்களுக்கு வழிவிட்டு ஒதுங்கி நின்ற வேலையாட்கள் தங்கள் வேலையை ஆரம்பிக்க பைப்புகளை உள்ளே கொண்டுபோனார்கள். வீட்டுப் பணிப்பெண் ஒருத்தி 'வேக்குவம் க்ளீன'ரை எடுத்துக் கொண்டு பெரியவர் காலிசெய்த அறைக்குள் சென்றாள். ஏராளமான தொலைபேசிகள் ஒரே சமயத்தில் ஒலித்தன. உரையாடல்கள் ஒன்றோடொன்று கலந்தன...

ஷுட்டோவ் அடுக்களைக்குச் சென்று ஒரு கோப்பை டீ அருந்தினான். சுற்றிலும் ஏற்படும் மாற்றங்களில் தனக்கும் பங்கிருக்கிறது என்று எண்ணிப் பார்த்தான். விலாத் 'அம்மா இப்போதுதான் தொலைபேசி மூலமாகச் சொன்னார். இன்னும் பத்து நிமிடங்களில் இங்கிருப்பார் – வணக்கம் சொல்லச் சொன்னார்' என்றான். யாரோ ஒருவர் தொலைக்காட்சியைச் செயல்பட வைத்தார்: 'ஒவ்வொரு நொடியும் முக்கியம் என்கிறபோது காலத்தோடு எல்லாவற்றையும் தொடங்க வேண்டும்...' 'உங்களிடம் ஒரு சிகரெட் இருக்கிறதா?' என்று மிகவும் குறைந்த வயதுடைய பெண் ஒருத்தி கேட்டாள். அவனுக்கு உடனே தூக்கிவாரிப் போட்டது. ஊமையானான் – தட்டுத் தடுமாறிப் பேசினான் – சைகைகள் செய்தான். அவள் சிரித்துக்கொண்டே போய்விட்டாள்.

கடைசியில் அவனுக்கு ஒன்று மட்டும் நிதர்சனமாகத் தெரிய ஆரம்பித்தது – அவனால் இந்தப் புதிய வாழ்க்கையோடு ஒத்துப் போக முடியாது!

ஐந்து நிமிடத்தில் தன் பொருட்களையெல்லாம் எடுத்து மூட்டை கட்டிக்கொண்டு கதவு வழியே வெளியேறப் போனான். அங்கு நின்று கொண்டிருந்த விலாது அவனைத் தடுக்கவில்லை...

விமான நிலையத்தில் சுலபமாகப் பயணச் சீட்டை மாற்றிக் கொண்டான். 'விழாவுக்காக வந்தவர்கள் இன்னும் இங்குதான் இருக் கிறார்கள். விழாவைத் தவிர்க்க விரும்பியவர்கள் நாளைதான் இங்கு வருவார்கள்...' ஆகவே அவன் சரியான நேரத்தில், சரியான இடத்திற்கு வந்து சேர்ந்திருந்தான். அப்படித்தான் சொல்ல வேண்டும்.

விமானத்தில் ஏறியதும், வாழ்க்கையில் முதன் முதலாக எந்த ஊரும் சொந்த ஊர் இல்லையென்றும், அவன் போகும் இடம்கூட அவன் விரும்பிப் போகும் இடமில்லையென்றும் உணர்ந்தான். ஆயினும், இதுவரை இல்லாத அளவுக்கு அவனுடைய சொந்த நாட்டின் மீது அவனுக்குப் பற்று ஏற்பட்டிருந்தது. ஆனால் அந்த நாடு ஓர் இடத்தைக் குறிக்கவில்லை. ஒரு சகாப்தத்தைக் குறித்தது – வோல்ஸ்கி வாழ்ந்த சகாப்தம். பயங்கரமான அந்தச் சோவியத் காலகட்டத்தில், அவன் வாழ்ந்தது ரஷ்யாவில் வோல்ஸ்கி சகாப்தம்தான். ஆம். வெட்கப்பட வேண்டிய அரக்கத்தனமும் கொலைவெறியும் தலைவிரித்தாடிய அந்தக் காலகட்டத்தில் ஒவ்வொரு நாளும் தலையைத் தூக்கி ஒருவன் வானத்தைப் பார்த்திருக்கிறான்.

ஊருக்குத் திரும்பியதும் லெயாவிடமிருந்து ஒரு கடிதம் வந்திருப்பதைப் பார்த்தான் – வார்த்தைகள் யாருக்கோ எழுதப்பட்டவைபோலிருந்தன். அவள் அவனுக்கு நன்றி சொல்லிவிட்டு, தான் விட்டுச் சென்ற இரண்டு அடுக்குப் புத்தகங்கள் தனக்கு இனிமேல் தேவைப்படாது என்றும், அவனே அவற்றை வைத்துக்கொள்ளலாமென்றும் எழுதியிருந்தாள். ஏதோ ஒரு காரணத்துக்காக, செக்காவை மேற்கோள் காட்டி இருந்தாள்: 'சிறு கதையில் முடிவை எடுத்து விடவேண்டும்' என்ற வார்த்தைகளை நினைவு படுத்தினாள். அவன் மேற்கொண்டிருந்த பயனற்ற பயணம் அவனை எந்த அளவு மாற்றி இருந்தது என்பதை உணர்ந்தான். ஒரு பெண்ணின் அழகான கையெழுத்து என்ன சொல்கிறது என்று அவனால் புரிந்துகொள்ள முடியவில்லை. அதன் பின்னால் ஒளிந்திருக்கும் சின்ன சின்ன மனோதத்துவ விளையாட்டுகளை வேண்டுமானால் அவனால் யூகிக்க முடிந்தது. அவள் நன்றி சொன்னது, அவள் கைவிட்ட ஆணின் வருத்தத்தைத் தணிப்பதற்காக. புத்தகங்களை விட்டுச் சென்றது, அவன் பட்ட காயத்திற்கு மருந்து–அவள் அவனை இன்னும் உணர்ச்சிக்கு அடிமையானவன் என்று நினைத்துக் கொண்டிருக்கிறாள். செக்காவின் வரியை அவள் மேற்கோள் காட்டியது இனிமேல் இருவருக்குமுள்ள தொடர்புக்கு முற்றுப் புள்ளிவைப்பதற்காகத்தான்.

இதெல்லாம் புரிகிறது. ஆனால், அந்த வார்த்தைகள் குறிப்பிடும் வாழ்க்கை அவற்றை எழுதுவதற்காகப் பயன்படுத்தப் பட்ட மை அளவுக்குக்கூடப் பெறுமானமாகாது. அவை லெயா விட்டுச் சென்ற நாவல்களுக்குச் சொந்தமானவை. அவை உள்ளடக்கம் எதுவுமற்ற வெறும் சொற்கள் மட்டுமே. 'சித்திரக் குள்ளர் உலகம்' என்று அவன் சொல்வதுண்டு. ஆம், அவன் புறாக் கூண்டில் வாழ்ந்த வாழ்க்கை ஒரு பொம்மை விளையாட்டு. வருடம் முழுவதும் வெளிவந்துகொண்டிருக்கும் நாவல்களில் சொல்லப்படும் ஆண்–பெண் உறவுகளின் சோகமான – உப்புசப்பற்ற கதை.

இப்போது அவனுக்கு ஒன்று புலனாகிறது. எழுதுவதற்குத் தகுதியான வார்த்தைகள் மொழிகளில் சொல்ல முடியாத வார்த்தைகள்தான். பல்லாயிரக்கணக்கான மைல்களால் பிரிக்கப்பட்ட ஓர் ஆணும் ஒரு பெண்ணும் பனிப் பாறைகளில்

விழுந்துகொண்டிருக்கும் பனிப் படலத்திற்கிடையே பார்த்துக் கொள்ளும் காட்சியை வருணிக்க வார்த்தைகள் கிடையாது. அதேபோல் சிவப்பு முடிகொண்ட சிறுவன் சிலையாக நின்று, தன் பார்வை இழந்த கண்களால் அவன் இதுவரை பார்த்திராத விண்மீன்களைப் பார்த்ததையும் எந்த மொழியாலும் விவரிக்க முடியாது.

பிரயாணத்தைத் தொடர்ந்து சில நாட்களில் ஷுட்டோவ் எது எதை ஒவ்வொரு தருணமாகச் சொல்லவேண்டும் என்பதைத் தீர்மானித்து விட்டான். நிச்சயமாக வோல்ஸ்கியைப் பற்றியும், பின்னர் குளிர் காலை மாலையில் சென்ற தேநீர் விடுதி பற்றியும், ரயில் நிலையத் தேநீர் விடுதி பற்றியும், தனிமையில் புலம்பிக் கொண்டிருந்த வயோதிகர் பற்றியும் பேசியாக வேண்டும்.

ஊருக்கு வந்ததும் தபால் பெட்டியில் அவனுக்கு ஒரு பார்சல் காத்திருந்தது: அவள் வாழ்க்கைக்குப் பின்னால் என்ற தலைப்பிட்ட ஒரு நூல் அது. குறுகிய ஹால் வழியே நடந்து சென்று ஒரு மெல்லிய காகிதத்தால் கண்ணீரைத் துடைப்பதுபோல், அவளுடைய மேக் அப்பைத் துடைத்துக் கொண்டிருந்த பெண்ணின் ஞாபகம் வந்தது.

அவள் வாழ்க்கையைத் தொடர்ந்து ‘நானும் அப்படித்தான் வாழப்போகிறேன்’ என்று தனக்குள் சொல்லிக்கொண்டான்.

அவனுக்கு ஒரு வியப்பும் காத்திருந்தது. ஒரு நாள் மாலை அவன் செக்காவின் சிறுகதையை மீண்டும் படித்துப் பார்த்தான். அதில் இரண்டு ஒழுக்கமான காதலர்கள் பனிச்சறுக்கு விளையாடும்போது தங்கள் காதலை ஒருவருக்கொருவர் மெல்லிய குரலில் சொல்லிக்கொண்டார்கள். தன்னுடைய ஞாபகம் கதைக் கருவை மாற்றிவிட்டது என்பதை ஷுட்டோவ் உணர்ந்தான். செக்காவ் கதையில் இரண்டு காதலர்களும் பனிச் சறுக்கில் மீண்டும் ஒரு முறை போகவில்லை. பல வருடங்களுக்குப் பின் மீண்டும் தன்னுடைய காதலியைப் பார்க்கும்போது எந்த உந்துதலின் காரணமாக அவளைப்பார்த்து ‘நான் உன்னைக் காதலிக்கிறேன், நதேன்கா’ என்று சொன்னான் என்பது அவனுக்கே புரியவில்லை. கதையின் தலைப்பு ‘ஏ லிட்டில் ஜோக்’, ஒரு சின்ன குறும்புத்தனம். ரஷ்ய மொழியில் ‘ஷுட்டோச்கா’. ஷுட்டோவ் பெயரின் வேர்ச் சொல்லும் அதுதான்... செக்காவைக் கற்பனை செய்து பார்த்தான். பனி மூடிய ஒரு ‘டாச்சா’ வில் அல்லது சூரிய ஒளி வீசிய கப்ரியில் செக்காவ் தங்கி இருக்கிறார். கையில் ஒரு பேனா. முகத்தில் ஒரு விதப் புன்னகை. கிட்டத்துப் பார்வை. அவர் சறுக்கில் விளையாடும் இரண்டு பேரையும் பார்க்கிறார். உடனே அவர்களைத் தன் எழுத்துக்களில் பதிய வைக்கிறார்... திடீரென்று ஷுட்டோவை ஒரு கனமான உணர்வு ஆக்கிரமிக்கிறது. இப்போது பிறந்திருக்கும் அவன் தாய்நாடான ரஷ்யாவுக்கும் தனக்கும் எந்த ஒட்டோ, உறவோ இருக்காது. (‘நல்லது’ என்று தனக்குள் சொல்லிக்கொள்கிறான்.) மேலும் மேலும் ஏளனப்படுத்தப்பட்டு – மேலும் மேலும் அடையாளம் இழந்து– வாழ்ந்த கடந்த காலத்தில்தான் தொடர்ந்து வாழப் போகிறான். அக்காலகட்டத்தை நியாயப்படுத்த முடியாது. இருப்பினும், அப்போது சிலர் வாழ்ந்திருக்கிறார்கள். அவர்கள் வாழ்க்கையை எப்பாடுபட்டாவது மறதியிலிருந்து காப்பாற்ற வேண்டியது அவன் கடமை என்றுணர்ந்தான்.

செப்டம்பர் மத்தியில் அவன் மீண்டும் ரஷ்யா திரும்பினான். வோல்ஸ்கி தங்கவைக்கப்பட்ட விடுதி செயின்ட் பீட்டர்ஸ்பர்கிலிருந்து நூறுமைல் வடக்கே, வீபர்க் என்ற ஊருக்குப் பக்கத்தில் இருந்தது. ஷுட்டோவ் அவர் இறந்ததை பிரான்ஸில்தான் கேள்விப்பட்டான். அவ்விடுதி மருத்துவருடன் ஒரு நாள் தொலைபேசியில் தொடர்புகொண்டபோது அது தெரிந்தது.

'முதியோர் இல்லம்' (அதுதான் அதிகாரபூர்வமான பெயர்) அவன் நினைத்ததுபோல் ஏழைகள் இல்லமாக இல்லைதான். ஆனால், அங்குப் பார்த்ததெல்லாம் – இல்லத்தில் குடியிருந்தவர்கள், பணிபுரிவோர், ஏன் கட்டடம் கூட – வேறொரு காலகட்டத்தை நினைவுபடுத்தின. அது 'சோவியத் காலகட்டம்' என்று ஷுட்டோவ் நினைத்தான். அந்த மோசமான காலகட்டம் விட்டுச் சென்ற தடயங்கள் அங்கிருக்கும்போது முதியவர்களுக்குத் தாங்கள் முற்றிலுமாக ஒதுக்கப்படவில்லை என்ற மாயை ஏற்படும் என்பதைப் புரிந்துகொண்டான் ஷுட்டோவ். அவர்கள் தாங்கள் வாழ்நாள் முழுவதும் பழக்கப்பட்ட சூழலிலேயே இறந்துபோவார்கள்.

அவனுக்கு அதிகமாக வியப்பூட்டியது கல்லறைதான். அங்குள்ள பல சமாதிகளில் *u.w.* அல்லது *u.m.* என்று மட்டுமே எழுதப்பட்டிருந்தது. காவலாளி "முன்பின் தெரியாத பெண்" *(= unknown woman)* அல்லது "முன்பின் தெரியாத ஆண்" *(=unknown man)* என்று விளக்கம் அளித்தார். அவர்களை இல்லத்துக்கு அழைத்து வரும்போது அவர்கள் இருந்த நிலையில் அவர்களால் பேச முடியாதிருந்தது. முதியவர்களில் சிலர் வழியிலேயே இறந்துவிட்டார்கள். அவர்கள் எங்கிருந்து வந்தார்கள் என்று யாருக்குத் தெரியும்...

கல்லறை ஒரு புழக்கத்திலில்லாத தேவாலயத்தின் பக்கத்தில் இருந்தது. சின்ன கல்லறை. நுழைவாயிலின் படிகளில் காட்டுச் செடிகள் மண்டிக் கிடந்தன. அவற்றின் மீது ஏறிப்பார்த்தால் ஃபின்லாந்து வளைகுடா தெரியும்... அன்று மாலை ஷுட்டோவ் பொன்னிற இலைகளால் மூடப்பட்டிருந்த கற்பாலங்களுக்கிடையே நிறைய நேரம் நடந்து சென்று, அவற்றில் பொறிக்கப்பட்டிருந்த பண்டைய கிறித்துவப் பெயர்களைப் படித்துப் பார்த்தான். பின்னர் படிகளில் போய் அமர்ந்தான். ரஷ்யாவிற்குள் இப்போது

பயணம் செய்வது செக்காவ் சொன்னதுபோல் சிறுகதையின் முடிவை எடுத்துவிடுவதற்குச் சமானமாகத் தோன்றியது. நளினமாக எழுதப்பட்ட வசனத்துக்கும் கரடுமுரடாக எழுதப்பட்ட எங்கள் வாழ்க்கை வசனத்திற்குமிடையே அங்குதான் எல்லைக் கோடு இருந்தது.

அவனுக்கு அதிக வருத்தத்தைத் தந்த விஷயம் மனித வாழ்க்கை *u.w.* என்றும் *u.m.* என்றும் சுருக்கப்பட்டிருந்ததுதான். அங்கிருந்த பணியாள் ஒருவனுடன் பேசி ஓர் ஏற்பாடு செய்தான். பணியாள் மறுநாள் வந்து வோல்ஸ்கியின் சமாதியில் அவர் முழுப் பெயர், பிறந்த நாள், மறைந்த நாள் ஆகிய விவரங்களைக் கொண்ட நினைவுத்தூண் வைக்க ஒப்புக்கொண்டான். அப்படிச் செய்வதாகப் பணியாளும் ஒப்புக் கொண்டான். அதுதான் அவருடைய 'கடைசி அத்தியாயம்'. இருந்தாலும், ஷுட்டோவுக்கு ஒரு சந்தேகம் வந்தது. அப்படி முழு விபரத்துடன் பெயர் பொறிக்கப்பட்டாலும், அது 'முன்பின் தெரியாதவர்' *(unknown man)* என்ற பதத்தை விட எந்த விதத்தில் அதிகமாகப் பயன்படப்போகிறது? ஒரு வேளை இன்னும் குறைவாகவே பயன்படலாம்.

அவன் எழுந்து, வெளியேறும் வழி நோக்கி நடந்தான். பின் திடீரென நின்றுவிட்டான். சரியாக எழுத வேண்டிய வாசகம் அவன் மனதில் வந்து உதித்து விட்டது: 'அடையாளம் தெரியாத பெண்களும்' 'அடையாளம் தெரியாத ஆண்களும்' காதலித்தனர், ஆனால் அவர்கள் சொல்ல நினைத்த வார்த்தைகள் சொல்ல முடியாமல் போய்விட்டன.

வீடு நோக்கி நடக்கும்போது, ஃபின்லாந்து வளைகுடா பனி மூட்டம் வழியே மங்கலாகத் தெரிந்தது.

ஒரே பார்வையில் இவ்வளவு பெரிய வான்வெளியை இதற்கு முன் அவன் பார்த்ததில்லை.